I0669232

आपल्या स्नेहीजनांना पुस्तके भेट द्या

रोबॉट फिक्सिंग

निरंजन घाटे

मेहता पब्लिशिंग हाऊस

Please contact us at **Mehta Publishing House,** Pune 411030.
✆ +91 020-24476924 / 24460313
Email : production@mehtapublishinghouse.com
Website : www.mehtapublishinghouse.com

- *या पुस्तकातील लेखकाची मते, घटना, वर्णने ही त्या लेखकाची असून त्याच्याशी प्रकाशक सहमत असतीलच असे नाही.*

Robot Fixing by Niranjan Ghate

रोबॉट फिक्सिंग : निरंजन घाटे / विज्ञानकथा

Email : author@mehtapublishinghouse.com

प्रकाशक : सुनील अनिल मेहता, मेहता पब्लिशिंग हाऊस,
१९४१, सदाशिव पेठ, माडीवाले कॉलनी, पुणे – ४११०३०

अक्षरजुळणी : पीसी-नेट, नारायण पेठ, पुणे – ४११ ०३०

प्रकाशनकाल : जुलै, २०१० / पुनर्मुद्रण : नोव्हेंबर, २०१९

मुखपृष्ठ : देविदास पेशवे

P Book ISBN 9788184981346
E Book ISBN 9789353170738
E Books available on : play.google.com/store/books
www.amazon.in

मनोगत

मी १९७१ मधे पहिली विज्ञानकथा लिहिली. त्या काळात 'विज्ञानकथा' हा फारसा प्रतिष्ठित साहित्यप्रकार नव्हता. नवल, धनंजय, निशाचर, नाईटकिंग अशी रहस्य, गूढ आणि साहसकथांना वाहिलेली मासिकंच फक्त विज्ञानकथा छापत असत. आज विज्ञानकथेवर चर्चासत्रे वगैरे होतात. विद्यापीठांच्या अभ्यासक्रमात विज्ञानकथांचा समावेश केला. तसं बघायचं तर मी विज्ञानकथा लिहू लागलो, त्या काळात विज्ञानकथा म्हणजे सायन्स फिक्शन लिहिणं सोपं होतं. माणूस नुकताच चंद्रावर पोहोचला होता. टेस्ट ट्यूब बेबी म्हणजे नलिका बालिका अजून जन्माला यायची होती. क्लोनिंग, जीव अभियांत्रिकी हे दूरच्या भविष्यकाळातले विषय होते. संगणक आजच्यासारखा घरोघर पोहोचला नव्हता. संगणक आणणं फक्त मोठ्या संस्थांनाच शक्य होत होतं. १९७१ साली मनोहरनं संगणक विशेषांक काढला होता. त्याआधी वर्ष दोन वर्षं शालांत परीक्षा मंडळात संगणक आला होता. तो बघायला आम्ही गेलो होतो. डोक्यावर कापडी टोपी, पायातली बाहेरची पादत्राणे काढून त्या जागी कापडी पादत्राणे, दोन दरवाजे, एका वेळेस एक माणूस आत असे करत दोन मजले व्यापून उरलेला तो संगणक बघून धन्य झालो. आज हे कुणाला खरं वाटणार नाही; पण तेव्हा कार्डांना भोकं पाडून संगणक आज्ञावली तयार केली जायची आणि पुण्यात अगदी वेचक कुटुंबांकडे कृष्णधवल दूरचित्रवाणी संच होते.

ह्यानंतर जे बदल झपाट्याने झाले ते माझ्या वेगवेगळ्या पुस्तकांमध्ये पाहायला सापडतील. एकविसावं शतक, नवे शतक ही पुस्तकं वाचली तर वाचकांनी विज्ञान तंत्रज्ञानाच्या प्रगतीचा झपाटा लक्षात येईल. असं असूनसुद्धा बऱ्याच जणांनी हा प्रगतीचा झपाटा लक्षात घेतला नव्हता. १९८५ साली माझा 'स्पेस जॅक' हा पहिला विज्ञानकथासंग्रह प्रसिद्ध झाला. त्यात मानवसदृश यंत्रमानवांची कल्पना वापरून लिहिलेल्या कथा होत्या. त्यावर १९८६ साली आलोचनात एक परीक्षण छापून आलं. आलोचनात परीक्षणाचा सूर 'कोण

शहाणा माणूस माणसासारखे यंत्रमानव निर्माण करील' असा होतो, तो किर्लोस्करमधल्या 'औद्योगिक यंत्रमानव' या सुबोध जावडेकर यांच्या लेखाचा हवाला देऊन लावला होता. हे परीक्षण मी आणि जावडेकर यांनी वाचल्यावर आम्ही त्या अज्ञानी महापुरुषाला खूप हसलो होतो. त्यांनतर गेल्या काही वर्षांतल्या बातम्या वाचल्यावर या परीक्षणाला मी उत्तर द्यायलाच नको होतं, हे माझ्या लक्षात आलं. कारण त्या गृहस्थांचा विज्ञानकथा तसंच विज्ञान जगातील प्रगतीशी काहीच संबंध नव्हता, हे लक्षात येतं.

जपानमध्ये यंत्रमानव जोडीदार बाळगणाऱ्या तरुण-तरुणींना मानसशास्त्रीय उपचार करून लग्न करायला तयार करावं लागतंय. नुकतीच एक हुबेहूब मानवी स्त्री तयार करणाऱ्या हिरोशी इशिगुरो या शास्त्रज्ञाची मुलाखत मे २००६च्या 'सायंटिफिक अमेरिकन' मध्ये आली आहे. हे अशासाठी सांगितलं की ज्यांनी मला मोडीत काढून विज्ञानकथेबद्दल अपप्रचार केला; तशा लोकांच्या टीकेकडे दुर्लक्ष करून मला वाचक मिळत राहिले आणि मी लिहित राहिलो. दरम्यान मराठीतील विज्ञानसाहित्य या विषयावरही मी लिहित राहिलो आणि त्याचा बऱ्याच संशोधकांना उपयोग झाला.

मी पहिला लेख लिहिला; त्याला ४० वर्षे लोटली. माझी पहिली विज्ञानकथा प्रसिद्ध झाली त्यालाही ३५ वर्षे होऊन गेली. त्या काळाचा सहज म्हणून घेतलेला हा आढावा. वाचकांनी गेली ३०-४० वर्षे माझ्यावर प्रेम केलं म्हणून ही वाटचाल शक्य झाली; त्याबद्दल मी वाचकांचा ऋणी आहे; मला वाचकांपर्यंत पोहोचवायचं काम वृत्तपत्रांच्या पुरवण्यांनी केलं; अशा सर्व वृत्तपत्रांचाही मी ऋणी आहे. हे पुस्तक मी मराठी वृत्तपत्रांना त्यामुळेच अर्पण करीत आहे.

निरंजन घाटे

अनुक्रमणिका

मकरध्वज

◈

ज्या घटनांबद्दल बोलणं अवघड जातं, त्या घटना आपण विसरायचा प्रयत्न करतो. तशा त्या विसरल्या जात नाहीत. उलट आपण विसरायचा जेवढा प्रयत्न करू तेवढ्या त्या सतत आपल्याला सलत राहतात. हे झालं आपल्या व्यावहारिक बाबींचं उदाहरण. याउलट अशा काही घटना असतात, त्यांच्यामुळं आपलं जीवन उद्ध्वस्त होण्याची शक्यता असते; ज्यांच्या पुसटशा शंकेनं चक्रीवादळाची सुरुवात व्हावी तशी मनात विचारांची वावटळ उठते. अशा घटना कायमस्वरूपी विसरल्या जातात; त्या विसरल्या जातात म्हणजे पुसून मात्र टाकल्या जात नाहीत तर एखादा मोठ्ठा वाडा असावा, त्यात माळा किंवा एखादी अडगळीची खोली असावी. घरात नको असलेली वस्तू टाकून द्यायचा आळस म्हणून, कधीतरी उपयोगी पडेल म्हणून किंवा केवळ पिढ्यान् पिढ्या नकोशा झालेल्या वस्तू त्या अडगळीच्या खोलीत टाकून दिल्या जातात, म्हणून आपणही तिथं अशा वस्तू टाकून देत राहतो, तशा या अतीव धक्कादायक स्मृती मेंदूत दडवल्या जातात. मेंदूत अशी अडगळ साठवायला भरपूर जागा आहेत. त्यामुळं अशा घटना बाहेर न पडता त्या ठिकाणी साठून राहत असतात.

कधीतरी आपण अडगळीची खोली उघडतो. घर साफ करायचंय, ही खोली वापरात आणायचीय, घर बिल्डरला विकलंय, अशा अनेक कारणांनी ती खोली कधीतरी उघडली जाते. बरेचदा ती अडगळ आपण टाकून देतो, न बघताच. तरीही काही वेळा एखादी वस्तू, आपल्या बालपणीच्या वस्तूंपैकी एक, आपल्या स्मृतींचा खोल दडलेला कप्पा उघडते. त्या वस्तूशी निगडीत आठवणी झपाट्यानं बाहेर येतात. त्या वस्तूवरून झालेलं भांडण, खाल्लेला मार, ज्या व्यक्तीनं ती वस्तू आपल्याला दिली त्या व्यक्तीबद्दलचं प्रेम किंवा द्वेष असा सगळाच गुप्त खजिना, ज्याला सुप्त स्मृती म्हटलं जातं, त्या बाहेर पडतात. आपण भूतकाळात जातो,

काही काळ रमतो. काही वेळा यामुळं एक खिन्नता निर्माण होते. आयुष्यात आपण काहीतरी गमावलं असं वाटू लागतं. काही वेळा स्वत:बद्दल कौतुक वाटू लागतं. 'अरे! आपण या परिस्थितीतूनही सावरलो, वर आलो.' असा विचार मनात येतो. तेवढ्यात वर्तमानकाळातलं कुणी डोकावतं. म्हणतं 'अ पेनी फॉर युवर थॉट!' आपण भानावर येतो. फोनमुळं भानावर आलो तर फोनवर किंचित चिडतो. कुणी व्यक्ती असेल तर काहीसे खजील होतो.

यावेळी दोन्ही गोष्टी घडल्या. म्हणजे फोन वाजला तेव्हा दचकलो, भानावर आलो. काहीशी त्रस्त सुरात 'हॅलो', असं म्हणालो. फोनवर बोलताना तिच्याकडे लक्ष गेलं तेव्हा पुन्हा दचकलो. ती आल्याचं मला कळलंच नव्हतं. नेहमीप्रमाणेच. ती नेहमीच हळुवार यायची, पावलं न वाजवता, दार उघडं असलं तर सरळ आत यायची. दार बंद असेल तर अगदी हळूच टक्टक्. मग दार उघडल्यावर हळूच अतिशय नम्रपणे विचारणार. ''आत आलं तर चालेल का?''

बरेचदा वाटायचं की 'नाही चालणार' असं म्हणावं. पण मनातून भीती असे, की तसं म्हटलं तर ती निघून जाईल. पुन्हा न येण्यासाठी. मग दारावर टक्टक् व्हायची नाही; किंवा ती हळुवारपणे यायचीही नाही आणि मग मला दचकायलाही कारण मिळायचं नाही. ती यायची तेव्हा अगदी मंद असा सुवास घेऊन यायची. वाटायचं विचारावं, 'तू काय लावतेस?' पण मी तिला कधीच काही विचारू शकलो नव्हतो. ती का यायची हेही मला कधी कळलेलं नव्हतं, कारण मी विचारलेलं नव्हतं. कधी तरी ती यायची. काही वेळा नुसतीच बसायची. काही वेळा शंका विचारायची, संगणक संचलनातल्या अडचणींबद्दल बोलायची. कधी नवं काय शिकली असेल तर त्याची माहिती द्यायची. मी तिच्याकडे नुसताच बघत बसे. तिची हालचाल, तिचं हास्य, तिचे चमकते तेज:पुंज डोळे. पुढचा वाकडा दात; नितळ सुंदर त्वचा, झळाळी असलेले केस. सर्वच मोहक लोभस होतं. मी पाहत बसे. त्यामुळे मी बोलत बसे.

ती काही वेळा अतिशय उत्तेजित होऊन यायची. हेल्मेट काढून ठेवायची. तिच्या मोटर-सायकलच्या किल्ल्या माझ्यापुढे टाकायची. बोलता बोलता डोळ्यांत पाणी आणून काही म्हणायला तोंड उघडायची; मग जांभई देऊन किंवा मान हलवून बोलायची तेव्हा तिला बोलायचंय तो विषय हा नव्हे, हे माझ्या लक्षात येत असे. पण मी काहीच घडलं नाही किंवा माझ्या काही लक्षात आलं नाही, असा बसून राहत असे; किंवा एखाद्या वेळी बोलता बोलता किंवा न बोलताही ती इतक्या जवळ यायची की मला मनावर संयम ठेवताना फार कष्ट पडत असत. प्रश्न थोड्याशा हालचालीचा असे. ती आणि मी यांच्यातलं एक विक्षिप्त नातं मात्र त्या हालचालीनंतर संपुष्टात आलं असतं, याची मला खात्री वाटत होती म्हणूनच मग मी निश्चल. पूर्वी

'स्टॅच्यू' च्या खेळात, किंवा आमच्या 'स्तब्ध पुतळा' खेळात पुतळा होऊन उभा राहायचो तसा, असेल त्या स्थितीत निश्चल बनत होतो. याच भीतीनं, की एक बारीक तडा गेला की घंटेतून, काचेच्या भांड्यातून बद्द आवाज येतो, या जाणिवेनं, मी अगदी जवळ असून दूर असे. तिलाही त्या निश्चलतेचं कौतुक होतं. शनिमहात्म्यात वैश्यकन्या विक्रमराजा नपुंसक असल्याची तक्रार करते, तशी ती करणार नाही, याची मला खात्री होती. ती करणार कुणाजवळ, हाही प्रश्न होताच; पण त्याचबरोबर माझी निश्चलता ही अगतिकतेतून उद्भवलेली नसून, सामर्थ्याला घातलेल्या संयमाच्या लगामातून निर्माण झालीय याची तिला नक्कीच जाणीव होती.

ती रडायची. काही वेळा नुसतेच अश्रू तिच्या गालावर चमकत. काही वेळा हमसून हमसून रडत असे. माझ्याकडं त्यावेळी ती कधीच बघत नव्हती; आणि मीही कधी रुमाल पुढं केल्याचं आठवत नाही. तिचं दु:ख मला ठाऊक होतं. तिला ते मला ठाऊक आहे याची जाणीव होती. आमच्या प्रथम भेटीतच आमची मनं जुळली होती पण त्याच वेळी तो तिढाही पडला होता. मी एकटाच त्या रात्री एका हॉटेलमध्ये बीअर पीत बसलो होतो. मला कुणीही ओळखीचं भेटू नये ही माझ्या मनातली इच्छा अगदीच विचित्रपणे अपुरी राहिली होती. गोव्यात एका मीटिंगच्या निमित्तानं आलो होतो. बरोबरचे बरेचजण जिवाचा गोवा करायला निघालेले. मला आवाजाची ॲलर्जी आहे, असं म्हटलं तरी चालेल; आणि त्यांचा जो आरडाओरडा आणि मद्यपानाबद्दलची चर्चा चालली होती, तसं मद्यपान मला मान्य नव्हतं. मद्यपान करून आनंद मिळवायच्या माझ्या कल्पना आणि त्यांच्या कल्पनांमध्ये जमीन अस्मानाचं अंतर होतं. त्यामुळे मी एकटाच एका आडबाजूच्या हॉटेलात तळलेली कोळंबी खात बीअर पीत बसलो होतो. तेवढ्यात कुणीतरी म्हणालं,

''नमस्कार सर! ओळखलं का?''

माझ्या कपाळावर आठ्या उमटल्या. इथं कोण तडमडलंय, या विचारानं मी काहीशा त्रासिक नजरेनं वर मान केली.

''ओह तू! इथं कसा?'' मी विचारलं.

हा मुलगा माझ्या विद्यार्थी नव्हता. किंबहुना जीवशास्त्राशी याचा संबंध यायचं काहीच कारण नव्हतं. तो संगणक आणि संख्याशास्त्रात रमणारा प्राणी. गावात कुणाच्या तरी स्मृतिप्रीत्यर्थ माझं मानवशास्त्रावर व्याख्यान होतं. तिथं हा हजर होता. का? या प्रश्नाला मला आता विचार करता एकच उत्तर सुचतं, नियती.

त्याला बघितल्यावर माझ्या चेहऱ्यावरचा त्रासिक भाव कमी झाला. मी त्याला बसायला सांगितलं. त्याच्या मागं ही.

''माझी पत्नी! मी लग्नाचं आमंत्रण पाठवलं होतं, सर! आला नाहीत! आम्ही हनीमूनला आलोय!''

"तुझ्या लग्नाच्या वेळी मी दिल्लीला गेलो होतो. मग तिथून इथं आलो. त्यामुळं लग्नाची जेवणं फार चुकतात बघ! बरं बसतोस का? की..."

"बसतो ना सर!" त्यानं मग आमची ओळख करून दिली. त्या पहिल्या भेटीच्या रम्य खुणा अजून लोपलेल्या नाहीत. तिनं अत्यल्प बीअर नवऱ्याच्या आग्रहाखातर घेतली पण बीअर घेण्यापूर्वी काय किंवा नंतर काय तेज:पुंज डोळ्यातली चमक बदलली नव्हती. ती विनोदांना दाद देताना अधिकच सुंदर दिसत होती. त्यानंतरही ती जेव्हा हसली तेव्हाही तिचे डोळे असेच चमकले होते. अगदी काल परवापर्यंत. उगीचच मर्ढेकरांची कविता आठवली. 'पोरसवदा होतीस, कालपरवा पावेतो.' मग दचकलो. तिनंच तर एकदा सांगितलं होतं; तिच्या आयुष्यात 'थांब उद्याचे माऊली तीर्थ पायाचे घेईतो' असं म्हणायची वेळ येणार नाही म्हणून. 'माझा काही दोष नाही. असेल तर तो तुमच्या विद्यार्थ्याचा, डॉक्टरांनी दोघांचीही तपासणी केली आणि सांगितलंय — त्याला गोळ्या चालू केल्यात. आधी फक्त माझी तपासणी करून घेतली असती, चोरून, तर मग मला एक उपाय सुचला होता. जाऊ देत.' सुस्कार सोडत उद्गारली होती ती! मी त्यातल्या सूचक अर्थाकडे समजून न समजल्यासारखं केलेलं होतं. आता आपण तरी आणखी काय करणार?

मग आम्ही त्या दिवशी जेवलोही भरपूर. मासे, शेवंडं, खेकड्याचं सूप. भरपूर रकमेचं बिल आलं. त्यावेळी मी त्याला ते देऊ दिलं नव्हतं. त्याऐवजी ती नॉनव्हेज सुंदर करते, त्या जेवणाचं आमंत्रण मात्र खुषीनं लावून घेतलं असावं, असं आता वाटतं. तिनंही खूप आग्रह केला होता. तुमच्याबद्दल हे नेहमी बोलतात. मी पण सायन्सची ग्रॅज्युएट आहे. बी.एड. केलंय, आता शिकवते. एम.एड. पण करणार होते. पुढं पीएच.डी. करायचीच. काही वेळा वाटतं एम.एस्सी. करावं. शाळा सकाळची आहे.

एम.एस्सी. बाय रिसर्च करता येईल ही माझी सूचना तिनं शिरसावंद्य मानली. तोही खूष. आपल्याला शाळामास्तर बायको नको होती पण रोज स्टॉपवर ही भेटायची. लेक्चररशिप मिळेल ना? पीएच.डी. करायला हवी. तेव्हा नेट सेट असल्या भानगडी नव्हत्याच; त्यामुळे डॉक्टरेट करणं, म्हणजे लेक्चररशिपची खात्री, असं समीकरण होतं. ती माझ्याच एका विद्यार्थ्याकडे डॉक्टरेट करू लागली होती. मला ती म्हणाली नाही आणि मी तिला विचारलं नाही. फक्त तिच्या एम.एस्सी.च्या संशोधनाचे वेळी तिच्या शंकांचं निवारण तेवढं करत गेलो होतो. ती हुशार होती. आधी शंका विचारायला घरी यायची, तेव्हा दोघंही यायचे. पुढे ती एकटीच येऊ लागली होती. तिच्या नजरेतले बदलत गेलेले भाव मी पाहत होतो. या गोष्टी मला नव्या नव्हत्या; पण आजमितीस मी अशा विद्यार्थिनींच्या आणि सान्निध्यात येणाऱ्या स्त्रियांच्या मोहास बळी पडलेला नव्हतो, शिवाय ती जवळ

यायची तेव्हा, आयुष्यात प्रथमच आपण दहा वर्षं उशिरा जन्माला यायला हवं होतं, असं मला वाटलं होतं. तरीही मी संयम पाळून होतो. तीही.

रीतसर तिची नोकरी सुरू झाली. मी इंटरव्ह्यू कमिटीवर होतो. तिच्यासाठी मला खास प्रयत्न करावे लागले नव्हते. याच वेळी माझी 'इव्होल्युशनरी बायोलॉजी (उत्क्रांतिवादी जीवशास्त्र) वर व्याख्यानमाला झाली. एका लोकप्रिय नियतकालिकात त्यावर लेखमाला झाली आणि याच लेखमालेचं पुस्तकही झालं होतं. तिनं सर्व व्याख्यानं ऐकली होतीच. ती लेखमालाही वाचली होती. पुस्तक तर त्या दोघांना मी स्वत:च्या सहीनं भेट दिलेलं होतं.

त्यानंतर तिचं माझ्याकडे येणं वाढलं होतं. तोही यायचा. आम्ही गप्पा मारायचो. तो तिच्यावर भयंकर खूष होता. तिला नोकरी मिळाल्यानं त्याचा आनंद दुणावला होता. त्याच्या चेहऱ्यावरून मला कधी या दोघांमध्ये मतभेद असतील असंही वाटलं नव्हतं. तीही त्याच्याबरोबर आनंदी वाटायची. इतर ओळखीचेही त्यांच्या सुखी जीवनाबद्दल कौतुकाचे उद्गार काढायचे. आमच्या घरातही ती दोघं आवडते पाहुणे आणि पुढं घरातलेच होते. माझ्या अभ्यासिकेत मात्र तिच्या भावनांचे कढ मला जाणवायचे. मी स्वत:हून कधीच तिला विचारलं नव्हतं. आमचं विचित्र नातं तुटावं असं मला वाटलं नव्हतं. बरं एखादा बेसावध प्रश्न अशा भावनांचे बांध फुटायला कारणीभूत होतो. त्यामुळं नको त्या प्रसंगाला तोंड द्यायचीही वेळ येऊ शकते हे मला अनुभवानं ठाऊक होतंच. ती बोलायची. सूचना असायच्या त्यात, नुसतंच सूचकही असायचं तिचं बोलणं. मी कन्फेशन घेणाऱ्या फादरच्या गांभीर्यानं ते ऐकून घेत असे.

"तुम्ही म्हटलंय तुमच्या त्या ग्रंथात..." अशी सुरुवात झाली की मी जास्तच सावधगिरीनं तिचं भाषण ऐकायचो. याचं कारणही तसंच होतं. माझ्या पुस्तकात ज्या ज्या संदर्भग्रंथांचा उल्लेख होता, ते तिनं पूर्णपणे आणि काळजीपूर्वक वाचले होते. विषय तसा नाजूक होता. आपल्या वाचकांपुढं तो मांडताना तारेवरची कसरत करावी लागली होती; तरीही मी नाराजीचे सूर ऐकत होतो. सुदैवानं कुठल्याही चळवळीच्या प्रणेत्यानं तो बघितला नव्हता; किंवा त्यांना कुणी 'छू' केलं नव्हतं. ग्रंथ खपतोय म्हणून प्रकाशक खुषीत होते. त्यामुळं त्यांनीही एकदा मद्याच्या प्याल्यास साक्षी ठेवून "मी काही बुवा ते वाचलेलं नाही, पण खपतंय ना? आम्ही वाचून करणार तरी काय?" असं मलाच विचारलेलं होतं.

त्याचंही तेच. पुस्तक दिलं तेव्हाच म्हणाला, "हे कोण वाचणार? मी फक्त जेम्स हॅडली चेसच वाचतो. काय लिहितो तो! यू ट्राय इट समटाईम्स!" त्यानं ते खरंच वाचलं नव्हतं. "त्यानं वाचलेलं नाही, तेच बरं आहे. मी त्याच्या ते हातीही लागू देणार नाही. त्याच्या कम्प्युटरच्या प्रेमात पडलाय तो. रोज नवी लँग्वेज. हा

शिकला की शिकवणार कुणाला तरी,'' ती म्हणाली. मला त्याची कल्पना होती. मंडलीक म्हणून त्याची असिस्टंट. संगणकावर काम करताना जवळीक निर्माण व्हायचीच.

''काही धोका नाही तिला.'' ती एकदा म्हणाली. माझ्या भुवया अनवधानानं उंचावल्या. ''त्रास होईल, पण धोका नाही.'' मी नेहमीप्रमाणे मौनी साधू बनलो.

''सर, 'अवर काईंड'चा संदर्भ दिलाय तुम्ही!'' तिनं एका संदर्भ ग्रंथाचं नाव माझ्या तोंडावर फेकलं. आजचा तिचा मूड काही वेगळाच होता. मार्विन हॅरिसचा 'अवर काईंड' हा ग्रंथ चांगला पाच साडेपाचशे पृष्ठांचा होता. मी बरेचदा त्याचा उपयोग माझ्या लेखनात संदर्भासाठी करीत असे. मानवी कृती आणि संस्कृती यामागील प्रेरणांत 'सेक्स' ही फार महत्त्वाची प्रेरणा आहे, हे या ग्रंथात सप्रमाण मांडायचा प्रयत्न होता.

''हे बघ, संदर्भ नेटका असावा, 'अवर काईंड' मध्ये अनेक मुद्दे उपस्थित केलेले आहेत.'' मी हसत म्हणालो. ती चिडली. माझ्याकडे पाठ करून उभी राहिली. म्हणाली,

''मी सांगायलाच हवं का? त्यात मार्विन हॅरिसनं वेगवेगळ्या मानसशास्त्रज्ञांना उद्धृत केलंय. तो म्हणतो, 'यारेद डायमंडच्या मते, प्रत्येक नर आपले बीज जागोजाग रुजावे म्हणून प्रयत्न करीत असतो. याचं कारण त्याचे जीन पुढं जायचा तेवढा एकच मार्ग त्याला ठाऊक असतो; पण जेव्हा मानवी पुरुषाला लग्न बंधनानं होणारं अपत्य आपलंच आहे याची खात्री वाटू लागली आणि तो स्वतःच्या पत्नीला पहाऱ्यात ठेवू लागला; तेव्हा त्याची प्रॉमिस्क्युइटी काही प्रमाणात कमी झाली. मात्र ज्या पुरुषांना निसर्गानं काही प्रमाणात बंधनं घातली; त्यांना कुठंतरी आपण प्रजनन करू शकण्यास असमर्थ आहोत याची जाणीव झाली; तेव्हा एकतर ते अगदी शेळी बनून जीवन जगले किंवा सेक्शुअली अतिशय आक्रमक बनले. ही आक्रमकता हा त्यांचा स्वतःचे वैगुण्य झाकण्याचा प्रयत्न होता.' '' मी काहीच बोललो नव्हतो. ती बोलली, ते निष्कर्ष होते भलत्याचेच. तिनं यारेद डायमंडला उगीचच वेठीला धरला होता. शिवाय डायमंड मानसशास्त्रज्ञ नव्हता; पण ती वेळ चुका काढण्याची नव्हती; माझ्या विद्वत्तेचं प्रदर्शन करण्याची नव्हती. तिला जे सुचवायचं होतं ते मला तिच्या नवऱ्यानं आधीच सांगितलेलं होतं. त्याला नैसर्गिक मार्गानं पुत्रप्राप्ती होणं शक्य नव्हतं. त्यानं त्याबद्दल फार विचार करायचा नाही असं ठरवलं होतं. तिला बसलेला मानसिक धक्का दूर झाल्यावर एखादं मूल दत्तक घ्यायचा विचारही त्यानं बोलून दाखवला होता.

''तो तसं काही करणार नाही.'' मी म्हणालो, ''खरंच करणार नाही!''
ती निघून गेली होती.

एक दिवस ती दोघं जोडीनं आली. पाया पडली.

"सर, स्वित्झर्लंडला चाललोय." दोघं एकसुरात म्हणाले. त्याला त्याच्या कंपनीनं स्वित्झर्लंडला पाठवायचं ठरवलं होतं. तीन-चार वर्षांसाठी तरी राहावं लागणार होतं. तिला एका फार्मास्युटिकल कंपनीत भारतीय वनस्पतींवर काम करण्याची संधी मिळणार होती. ते त्याच्या कंपनीनंच जुळवून आणलेलं होतं. मग भारताच्या जैववैविध्यावर चर्चा झाली. आपल्या वनस्पती चोरून त्यावर पेटंट मिळवायचा धंदा करणाऱ्या पाश्चात्त्यांना, भारतीय माणसंच कशी मदत करतात; यावर त्याचं नि माझं एकमत झालं.

"मी संस्कृतचा अभ्यास करत होते तेव्हा, 'त्यापेक्षा जर्मन किंवा जपानी शीक' असा मला सल्ला देण्यात आला होता. त्यांनी मला वनस्पती शास्त्रज्ञापेक्षाही संस्कृतचा अभ्यास केल्यामुळं प्राधान्य दिलंय. नको म्हणाल तर जात नाही." ती नवऱ्याकडे बघत म्हणाली.

"मला तर वाटायला लागलंय की हिच्या ज्ञानाचा ठेवा उघडपणे नेला तर त्याला विरोध होईल म्हणून तुला त्यांनी तिकडे बोलावलंय." मी त्यांच्याकडे बघत म्हणालो. मग निरोप समारंभ सुरू झाले. बरेचदा मीही सहभागी होतो.

दरम्यानच्या काळात माझ्या डॉक्टर मित्राचा फोन आला. जवळचा मित्र.

"अरे, एक काम होतं!"

"तुझ्या कामाला कधी नाही म्हणालोय?"

"मी स्पर्म बँक सुरू करतोय. स्पर्म कधी देणार?"

"त्यासाठी ते फ्रीजमध्ये कशाला ठेवतोस, डायरेक्ट डिलिव्हरी करायची तयारी आहे!"

"मग लफडी वाढतील. घरी सांगू का हे?"

"ठीक आहे. पण माझी आठवण कशी काय?"

"अरे, मला वाटलं होतं आपले नेहमीचे वाचाळ सहज तयार होतील. एकजण तयार होईल तर शपथ! प्रत्येकजण काहीना काही कारण सांगून नकार देतोय."

"मीही आधी घरी विचारावं म्हणतोय, नाही तर मागून ठणाणा!"

"मकरध्वजाची गोष्ट सांग. त्यामुळं मारुतीचं ब्रह्मचर्य नष्ट झालेलं नव्हतं आणि तसंच तुझं एकपत्नीव्रतही टिकून राहील. सगळं कम्प्युटर कोडेड आहे. कोण, कुणी, कशाला हे कळायचं कारणच नाही."

"मारुतीला मगर मिळाली, आम्हाला कोण गाठून देताय?"

"अज्ञानात सुख असतं. कशाला खोलात शिरतोस? शिवाय तुझ्या वीर्यासाठी

इथं रांगा लागल्यात अशी समजूत आहे की काय तुझी? मग बोर्ड लावूनच विकलं नसतं का, डेअरीच्या दुधासारखं?'' आम्ही खळखळून हसलो. 'दोन पुरुष हे नेहमीच एकमेकांशी खूप मोकळेपणानं बोलतात. 'मेल बाँडिंग' म्हणतात त्याला!' मीच एकदा तिला हे समजावून दिलं होतं. टाइम्सच्या लेखावर तिनं प्रतिक्रिया विचारली होती. त्यावेळेला मी म्हटलं होतं ''अगं! त्याचा अर्थ कळायला तुला पुरुष बनावं लागेल. फार क्वचित ते स्त्रीला कळेल. दोन पुरुष बोलताना सहज निर्व्याज शिव्या देतात. अश्लील बोलतात. मद्य असलं की बोलायलाच नको.'' मी तिला सांगितलं होतं.

''मला एखादा अश्लील विनोद सांगा!'' ती म्हणाली होती. हे अतीच झालं. तिनं हट्टच धरला. अखेरीस मी तिला टाईम्समध्ये वाचलेला एक विनोद सांगायचं ठरवलं. त्यासाठी आधीच तो टाईम्समध्ये वाचलेला आहे वगैरे पार्श्वभूमी तयार केली होती. अमेरिकेचे माजी राष्ट्राध्यक्ष कॅल्विन कूलिज हे 'कूल कॅल' म्हणून ओळखले जात. अतिशय कमी शब्दांत मार्मिक उत्तरं देण्यात ते पटाईत होते. एकदा त्यांनी एका रँचला भेट दिली. राष्ट्राध्यक्ष तिथं रँच मालकाशी आणि स्थानिक प्रतिनिधींशी बोलत होते. तेव्हा एका तरुणावर त्यांच्या पत्नीला रँच दाखवायची जबाबदारी टाकण्यात आली. रँच पाहता पाहता तिथल्या वळूच्या गोठ्यापाशी राष्ट्राध्यक्षांच्या पत्नी आल्या. 'हा आमचा सर्वोत्कृष्ट वळू!' त्या तरुणानं सांगितलं.

''हा रोज किती वेळा त्याचं कार्य करतो?'' राष्ट्राध्यक्षांच्या पत्नीनं विचारलं.

''तीस-पस्तीस वेळा!'' त्या तरुणानं उत्तर दिलं.

''हे तू राष्ट्राध्यक्षांना सांग!'' अमेरिकेची फर्स्ट लेडी म्हणाली.

राष्ट्राध्यक्षांची चर्चा संपली. आता राष्ट्राध्यक्ष रँच बघायला निघाले. त्या वळूपाशी ते आले. त्या तरुणानं फर्स्ट लेडीची आज्ञा पाळलीच; पण त्यांनीच हे सांगायला सांगितलंय, असंही राष्ट्राध्यक्षांना सांगितलं. तेव्हां 'कूल कॅल'नी विचारलं.

''या बैलाचा त्याच गाईशी संबंध येतो की वेगवेगळ्या गाईंशी?''

''वेगवेगळ्या गाईंशी!'' त्या तरुणानं सांगितलं.

''टेल दॅट टू फर्स्ट लेडी!'' राष्ट्राध्यक्षांनी आज्ञा केली.

''हे डॉसननं त्याच्या पुस्तकात लिहिलंय. पुरुष व्यभिचारी का असतात, या प्रकरणाची ही सुरुवात आहे. ते नैसर्गिक सत्य आहे, त्यात अश्लील काय?'' तिनं फटकन विचारलं, मी मनोमन हात जोडले. तिचं म्हणणंही एक प्रकारे बरोबर होतं. मी काही बोलायच्या आत ती पुढं म्हणाली,

''तुम्ही पुरुष असले विनोद एकमेकांना सांगत असला तरी ती तुमच्या मानसिक व्यभिचाराची भलावण म्हणावी लागेल किंवा सुप्त इच्छांचं प्रकटीकरण!'' ती हे बोलून निघून गेली. मला लिहायला विषय देऊन. मी डॉसनचा संदर्भ

शोधण्यामागं लागलो. हा कोण डॉसन?

तिचे जायचे दिवस – खरं तर त्यांचे जायचे दिवस जवळ आले. निरोप समारंभ साजरे झाले. गेल्यावर पत्र टाकायचे वायदे ठरले. ती दोघंही जाताना पाया पडून गेली.

"सर, तुमची ओळख हा फार मोठा ठेवा आहे!" ती म्हणाली. "आयुष्यभर जपून ठेवावा असा!" मिस्किल हसली.

"सर, खरंच तुम्ही वयानं, ज्ञानानं आणि मनानं एवढे मोठे पण हे माझे मित्र म्हणून ओळख करून देत होता, हा तुमच्या मनाचा मोठेपणा विसरणं अवघड आहे!" तो म्हणाला.

"तुमच्यासारख्यांच्या सहवासात जग किती पुढं चाललंय याची जाणीव होते. खरं तर तुम्ही माझे गुरू. आधुनिक जगात काय चाललंय हे तुमच्यामुळे मला कळत होतं!" मी म्हणालो. ते गेले. तिनं जाताना वळून 'टाटा' केला. एकाच वेळी हसतही होती पण डोळ्यांत अश्रूही होते. मलाही भारावल्यासारखं झालं होतं. ते मुंबईला जायला निघाले, त्यांची फ्लाईट सुखरूप पोहोचली. ते पोहोचल्याचा त्यांचा फोन आला वगैरे बातम्या माझ्याकडे पोहोचल्या होत्या. सर्वांना पत्र आली. दिवाळीची ग्रीटिंग्ज आली. मलाही मग तिचं ते पत्र आलं. मला हनुमान बनवणारं.

"डॉसन शोधू नका. डॉसननं पिल्टडाउन मानव तयार करून शास्त्रीय जगाला पन्नास वर्षं बनवलं होतं. ते नाव त्यावेळी मला का आठवावं?

डोनाल्ड सिमन्सच्या 'इव्हॉल्यूशन ऑफ ह्यूमन सेक्स' मध्ये तो संदर्भ मिळेल. सारा हर्डीच्या 'लंगूर्स ऑफ अबू' ची मी तुम्हाला माहिती द्यायला नको. हर्डी, सिमन्स आणि इतरही अनेक मानवशास्त्रज्ञांनी काय म्हटलंय ते मी पचवलंय. रिचर्ड डॉकिन्सचा संदर्भ तर तुम्हीच मला दिलात. 'अ हेन इज ॲन इन्स्ट्रमेंट ऑफ एग ऑफ प्रोड्यूसिंग मोअर एग्ज.' याचं स्पष्टीकरण देताना वर्गात तुम्ही म्हणाला होतात, 'जीनना, म्हणजे आनुवंशिक वाहकांना, स्वत:ची पुढची पिढी निर्माण व्हावी असं वाटत असतं. यालाच आपण वंशसातत्य म्हणतो. प्रत्येक सजीवाच्या जीवनसंघर्षाची प्रेरणा वंशसातत्याच्या इच्छेमध्ये आढळते, मीही सजीवच आहे ना?

सारा हार्डीचे लंगूर, डायना फॉसीचे गोरिला, जेन गुडालचे चिंपांझी यांच्या उदाहरणात, आपल्या पुढच्या पिढीत सर्वोत्कृष्ट जीन यावेत म्हणून माद्या टोळी प्रमुख नराला फसवतात आणि दुसऱ्या नराशी चोरून संबंध ठेवतात. याला व्यभिचार म्हणायचं का, असा प्रश्न तुमच्या एका मानवशास्त्रीय व्याख्यानात तुम्ही केला होता. ही वर्तणूक नैसर्गिक प्रेरणेतून झालीय, असंही तुम्ही म्हणाला होतात.

मानवी व्यभिचाराबद्दल त्यावेळी तुम्ही म्हणाला होतात; माणूस विचार करायला शिकला. तात्कालिक फायदे तोटे त्याला कळू लागले यामुळे मानवी वर्तणुकीत बरेचदा फक्त शरीरसंबंधाचा आपण विचार करीत नाही. ठरलेल्या व्यक्तीशिवाय इतर व्यक्तींशी संबंध म्हणजे व्यभिचार मानला जातो. अशावेळी केवळ माणसांच्या बाबतीत मानसिक व्यभिचार निर्माण होऊ शकतो; पण कायद्याच्या दृष्टीने मात्र व्यभिचार फक्त शरीरसंबंधामधूनच निर्माण होतो, सहज सुचलं म्हणून लिहिलं.

मी अपत्यप्राप्तीसाठी आयव्हीएफचा—इनव्हिट्रो फर्टिलायझेशनचा मार्ग निवडलाय. इकडे यायच्या आधी डॉक्टरांना मी विचारलं होतं. नाहीतरी त्यांनी याबाबतचे प्रयोग सुरू केले होते. आपल्या गावातले पहिले प्रयोग. मी पहिली प्रायोगिक माता बनले. लौकरच खऱ्या अर्थाने माता होईन. तेही कळवायचे होते. आपली भेट होईल का? तो इथंच स्थायिक व्हायचं म्हणतोय.''

पत्र वाचलं. डॉक्टरची नि तिची माझ्याचकडे ओळख झाली होती. डॉक्टरांच्या ओळखीचा तिला उपयोगही झाला; मला आनंद झाला. मी परत पत्र वाचलं. तिनं पत्राला मजकूर सहज सुचला म्हणून लिहिला असेल का? असा एक प्रश्न मनात डोकावून गेलाच.

अभिनंदनाची तार केली.

उत्तर आलं, 'सेम टू यू, सर!'

आता आमचा पत्रव्यवहार थांबला आहे.

चोराची पावलं

◈

अप्पा व्यग्र मन:स्थितीत होते. माझ्या आगमनाची नोंद त्यांनी घेतली, पण ती केवळ नजरेनंच. शून्यात असलेली नजर क्षणभर चाळवली तेवढीच, नंतर ते परत अज्ञाताचा वेध घ्यायचा प्रयत्न करू लागले. परिस्थितीच्या गांभीर्याची मला कल्पना होती, त्यामुळे मीच अप्पांशी संपर्क साधला होता. 'तू संपर्क साधलास ते बरं झालं. मी तुला हाक मारणारच होतो, पण काही काळानं!' मी संपर्क साधताच अप्पा म्हणाले होते. तेव्हा मी हातातली कामं उरकून, बरीचशी इतरांवर सोपवून अप्पांकडे निघालो होतो.

ज्यांना अप्पांच्या आणि माझ्याविषयी माहिती आहे, त्यांना माझ्या या धावपळीचं कारण लक्षात आलंच असेल. 'डॉक्टर' नावाच्या गुन्हेगारानं जगाला कसं पिडलं होतं आणि अप्पांनी त्या गुन्हेगाराला सापळ्यात अडकविण्यासाठी कोणती धडपड केली होती, त्याची हकिकत ज्यांना माहिती आहे त्यांनाही परिस्थितीचं गांभीर्य लगेच लक्षात येईल; पण ज्यांना या प्रकरणाची माहिती नाही त्यांना अप्पांची व्यग्रता लक्षात यावी यासाठी थोडी पार्श्वभूमी तयार करणं आवश्यक ठरेल.

डॉक्टर हा एक असामान्य बुद्धीचा संशोधक होता. दुर्दैवानं तो गुन्हेगारीकडे वळला होता. त्याच्या मते अर्थातच तो जे करीत होता ती गुन्हेगारी नव्हतीच मुळी. माणसांवर अन्याय करणारे कायदे जागतिक शासनाने निर्माण केल्यामुळे जागतिक शासन हेच खरं संघटित गुन्हेगारीचं केंद्र आहे, असं डॉक्टर म्हणत असे. या अन्यायामुळं न्याय्य हक्कांना बरेच लोक वंचित होतात. त्यांना योग्य ती माहिती मिळत नाही. माहिती प्रसारण ही काही संस्थांची मक्तेदारी झालेली आहे, त्यामुळे लोकांपर्यंत कोणती माहिती पोहोचवायची हेसुद्धा काही विशिष्ट लोकच ठरवतात, असं डॉक्टर म्हणत असे. सामान्य माणसाला माहिती मिळावी म्हणून वेगवेगळ्या

व्यापारी संस्था, तंत्रज्ञान विषयक संस्था, संशोधन संस्था, अशांच्या माहितीसाठ्यात घुसून डॉक्टर माहिती गोळा करीत होता. ही माहिती प्रक्षेपित करणं किंवा मायक्रो सीडीजवरून पाठवणं सोपं नव्हतं. अशा तऱ्हेचं माहितीचौर्य लगेच उघडकीस येत होतं. तेव्हा डॉक्टरनं त्याचं ज्ञान वापरून माहितीसाठा एका ग्रहावरून दुसऱ्या ग्रहावर पाठविण्यासाठी त्याचं असं एक खास तंत्र निर्माण केलेलं होतं. त्यामुळे मानवी साम्राज्यातील अनेक व्यापारी संस्थांचं अब्जावधींचं नुकसान होत होतं.

तरीही अप्पा त्या प्रकरणात उतरले नसते. उतरले असते, तरी फार खोलात शिरले नसते, पण तो माहितीसाठा पाठवायचा चोरटा मार्ग जेव्हा अप्पांच्या लक्षात आला, तेव्हा अप्पांनी डॉक्टरला संपवण्याचा निर्णय घेतला. असा हा निर्णय अप्पांनी त्यांच्या आयुष्यात प्रथमच घेतला होता. कुणाचाही जीव घेणं अप्पांना मान्य नव्हतं. अगदी अप्पांच्या जिवावर उठलेल्या गुन्हेगारांनासुद्धा अप्पांनी कधीच मारलं नव्हतं. संधी येऊनसुद्धा मारलं नव्हतं. अशांनासुद्धा अप्पांनी कायद्याच्या ताब्यातच दिलं होतं, काहींचं पुनर्वसन केलं होतं. बऱ्याचजणांना अप्पांनी पुढं गुन्हेगारी थोपविण्यासाठी वापरलं होतं. चोराची पावलं चोरालाच कळणार, या तत्त्वाचा त्यांनी पुरेपूर उपयोग करून घेतला होता.

अप्पा या प्रकरणात शिरले याचं खरं कारण डॉक्टर माहितीसाठ्याच्या स्मगलिंगसाठी एक क्रूर आणि अघोरी पद्धत वापरत होता. मानवी साम्राज्य आकाशगंगेत दूरदूरच्या ग्रहांवर पसरल्यामुळं पृथ्वीवरून जसे जननिक गाळणी लावून आनुवंशिक दोष आणि व्याधी नाहीशा केल्या जात होत्या, तशा सुविधा अजून सर्व ग्रहांवर पाहोचल्या नव्हत्या. शिवाय अवकाश प्रवासात विविध प्रारणांच्या माऱ्याला तोंड द्यावं लागल्यामुळे काही नवे दोष निर्माण होऊन गुणसूत्रांमार्फत ते पुढं जात होते. त्यामुळं काही दूरवरच्या ग्रहांवर अजूनही मतिमंद प्रजा जन्माला येत होती. डॉक्टर या मतिमंद मुलांच्या पालकांना खोटं सांगून ही मुलं ताब्यात घेत होता, वर पैसे देत होता. आपलं मूल सुधारण्याची शक्यता किंवा त्याच्यावरील प्रयोगांमुळं मानवजातीचा फायदा होणार हे कारण लक्षात घेऊन त्याचबरोबर आपल्यावरचा भारही कमी होतोय हेही मनातल्या मनात ठेवून बरेच पालक डॉक्टरनं दिलेले पैसे स्वीकारत होते.

डॉक्टर मग या मुलांच्या मेंदूत माहिती डाऊनलोड करून त्यांना दुसऱ्या ग्रहांवर पाठवायचा. त्यांच्या किंवा त्यांच्या सामानाच्या झडतीत काही सापडत नसे. अशा दोन-चार फेऱ्या झाल्या, की या मुलांचे मेंदू पूर्ण निकामी होऊन ती मृत्यूच्या दारी जात होती. अप्पांनी डॉक्टरचं हे कारस्थान उघड केलं तेव्हा डॉक्टर फरारी झाला होता. अप्पांनी त्याला खरोखरच सप्तपाताळांमधून शोधून काढावा, तसा शोधून काढला होता.

इथं एक लक्षात ठेवायला हवं, की डॉक्टर अतिशय बुद्धिमान माणूस होता. त्यानं आज ना उद्या आपला पराभव होणार ही शक्यता गृहीत धरलेली होती. अशा परिस्थितीत काय करायचं याचाही डॉक्टरनं विचार अर्थातच केलेला होता. त्यानं स्वत:च्या जिनोमची तसेच स्वत:च्या मेंदूतील सर्व माहितीची अंकीय रूपरेखा तयार केली होती आणि वेळ येताच ती महासंगणकात भरवली होती. आता त्याला देहाची गरज उरली नव्हती. तो सायबर अवकाशाचा एक भाग बनला होता.

अप्पांच्या हाती त्याचा देह लागला तेव्हा त्या देहात रूढ अर्थानं प्राण नव्हता. त्यावेळीच हा डॉक्टरचा काहीतरी डाव असावा असा अप्पांना संशय आला होता. अखेरीस माणूस म्हणजे तरी काय? हा प्रश्न मानवजातीला तिच्या उगमापासून सतावत आला आहे. डॉक्टरनंच अप्पांना एक दिवस संगणकाव्दारे त्याचं उत्तर दिलं होतं. आयुष्यभराचा अनुभवसाठा माणसाचं व्यक्तिमत्त्व घडवत असतो. अनुभवानुसार मानवी मेंदू विविध निर्णय घेत असतो, त्यामुळं माणसाचा अनुभव आणि अनुभवसिद्ध व्यक्तिमत्त्व जर इलेक्ट्रॉनिक माध्यमात अंकीय म्हणजे डिजीटल रूपात भरवता आलं तर देहाची गरजच काय? डॉक्टरचे विचार अशा मार्गानं गेले होते. त्यानं ते स्वत:च प्रत्यक्षात आणले होते. आपला देह त्यागून तो जागतिक माहितीजालात घुसला होता. आता तो विश्वसंचारी बनला होता. देह नसल्यामुळं त्याचा नाश करणं अवघड होतं.

डॉक्टर माहितीजालात शिरल्यावर त्याच्या वृत्तीस अनुसरून अर्थातच त्यानं 'नुकसान' हे एकच ध्येय स्वत:पुढं ठेवलं होतं. त्यानं या नव्या वाममार्गानं बराच पैसा गोळा करायला सुरूवात केली होती. या पैशाचा त्याला तसा काहीच उपयोग नव्हता. त्याचं अस्तित्व आत इलेक्ट्रॉनिकी बनलं होतं. त्याला खाणं-पिणं, हवा-पाणी, पोशाख-पैसा अशा गोष्टींची आता गरजच उरलेली नव्हती तरीही तो पैसा गोळा करीत होता. त्याचा उपयोग तो कशासाठी करीत असावा याबद्दल पुरावा नव्हता तरी तर्क करणं अवघड नव्हतं.

डॉक्टर इलेक्ट्रॉनिक अवकाशात वावरू लागल्यापासून काही असे अफलातून गुन्हे घडलेले होते, की त्यामागे डॉक्टरचाच हात असावा हे सांगायलाच नको अशी परिस्थिती होती. हे गुन्हे वेगवेगळ्या ग्रहांवर घडलेले होते. अप्पाच काय, पण कुणीही देहधारी व्यक्ती अशा तऱ्हेनं सर्वदूर स्थल-कालाच्या मर्यादा ओलांडून वावरू शकत नव्हती. डॉक्टरला या मर्यादा अडवू शकता नव्हत्या. तो इलेक्ट्रॉनिक माध्यमातून प्रकाशाच्या वेगानं धावत होता.

पैशानं काही अपवाद वगळता माणसं विकत घेता येतात हे डॉक्टरला माहीत होतं. त्याचबरोबर एखाद्या व्यक्तीला पैशानं बांधता येत नसेल तर तिच्या भावनांना खतपाणी घालून एखादं गैरकृत्य करायला भाग पाडता येतं याचीही डॉक्टरला

नक्कीच जाणीव होती, त्यामुळं कधी पैशाच्या प्रलोभनानं, कधी भावनिक समतोल बिघडवून डॉक्टर वेगवेगळ्या व्यक्तींकडून गुन्हे करवून घेत होता.

याबद्दल मध्यंतरी एकदा अप्पांचं आणि माझं बोलणं झालेलं होतं. त्यानंतर मात्र बराच काळ अप्पांची आणि माझी भेट झालेली नव्हती. खरं तर त्यामुळेच तर मी अप्पांना भेटायला आलो होतो. डॉक्टरचं अस्तित्व इलेक्ट्रॉनिक झाल्यापासून आम्ही एकमेकांशी संपर्क साधायचा झाला, तर जुन्या पद्धतीनं पत्रं लिहून संपर्क साधत होतो. संगणकाचा वापर करताना काळजी घेत होतो. अप्पांना भेटायला यायचं आणखी एक कारण म्हणजे, ज्या पद्धतीनं काही चमत्कारिक गुन्हे घडले होते आणि ज्यावेळी ते गुन्हेगार सापडले होते तेव्हा त्या गुन्हेगारी पार्श्वभूमी अजिबात नसलेल्या कोवळ्या गुन्हेगारांकडे पाहून यात डॉक्टरचा तर हात नाही अशी एक दुष्ट शंका माझ्या मनात डोकावून गेलेली होती, त्यामुळेच मी अप्पांची भेट घ्यायचा निर्णय घेतला होता.

अप्पा माझी वाटच पाहत होते. माझं पत्र त्यांना मिळालं होतं. त्यानंतर दूरचित्र प्रक्षेपण अर्थात व्हिजीफोनव्दारे त्यांनी माझ्याशी संपर्क साधताच मी चक्रावलो होतो. अशा पद्धतीनं संपर्क साधणं आम्ही जवळजवळ बंदच केलं असताना अप्पांनी माझ्याशी असा संपर्क का बरं साधावा या प्रश्नाचं उत्तरही लगेचच माझ्या डोक्यात आलेलं होतं. त्यांना डॉक्टरला डिवचायचं असणार किंवा डॉक्टरला मुद्दाम काही माहिती द्यायचा हा त्यांचा डाव असणार हे माझ्या लक्षात आलं.

इकडच्या-तिकडच्या बऱ्याच गप्पा मारल्यावर अप्पा म्हणाले– "तू येच! एक नवा डाव खेळायचाय! काही नवी पुस्तकं आली आहेत. व्दिमित बुद्धिबळातले काही डाव त्रिमित बुद्धिबळात वापरता येतात का यावर मीही जरा वेगळ्या पद्धतीनं संशोधन करतोय."

मी मग त्याबद्दल थोडी उत्सुकता दाखवून बोललो आणि अप्पांकडे जाण्याची तयारी सुरू केली. अप्पांकडे भेटायला जाण्यापूर्वी नेहमीच्या सवयीनं मी जी तयारी केली त्यातही बुद्धिबळाविषयीचं साहित्य होतंच. माझ्यावर कुणीतरी नजर ठेवून आहे अशीही माझी खात्री झाली होती, पण प्रवासात मला काही दगा फटका झाला नव्हता. मी अगदी सुखरूप अप्पांच्या घरी पोहोचलो होतो. स्पेसपोर्टवरून निघतानाही माझा पाठलाग होतोय हे माझ्या लक्षात आलेलं होतं. मी तिकडे दुर्लक्ष केलं, कारण अप्पांचं आणि माझं संभाषण ऐकून डॉक्टरनंच ही व्यवस्था केली असणार याबद्दल माझी खात्री पटलेली होती.

मी अप्पांकडे पोहोचण्यापूर्वी माझा पाठलाग करणाऱ्याला हूल द्यायचा प्रयत्न करेन, ही त्या पाठलाग करणाऱ्याची अपेक्षा असावी, पण मी तसं काहीच केलं नव्हतं. त्या पाठलाग करणाऱ्याचा पाठलाग करण्याची व्यवस्था अप्पा करतील

याची मला खात्री होती. मी अप्पांकडे पोहोचलो. अप्पा विचारात व्यग्र होते हे आपण बघितलंच. मीही त्यांची तंद्री भंग करण्याचा प्रयत्न केला नव्हता. यंत्रसेवकाला सांगून मी माझ्यासाठी राखून ठेवलेल्या खोलीत गेलो. आंघोळ वगैरे उरकली. खाण्याकरिता खाली आलो तेव्हाही अप्पा फारसे बोलले नाहीत.

डॉक्टर प्रकरणात उतरल्यापासून अप्पा खूप सावधगिरी बाळगू लागले होते, त्यामुळं आमचा चहा हे एक मूकनाट्यच ठरलं होतं. चहा संपता संपता अप्पांनी खूण केली आणि आम्ही बाहेर पडलो. या ग्रहावर अप्पा राहत होते याचं एकमेव कारण म्हणजे बंगल्यामागचा सागरकिनारा. अप्पांनी केलेल्या काही कामगिऱ्यांमध्ये त्यांनी या ग्रहाच्या शासनकर्त्यांना आणि ग्रहालाही फार मोठ्या संकटातून वाचवले होते तेव्हा शासनानं अप्पांना ही जमीन आणि सागरकिनारा भेट म्हणून दिला होता. मग अप्पांनी हे निवासस्थान बांधून त्याभोवती त्यांच्या मूळ ग्रहावर होती तशी झाडीही इथं तयार केली होती. बरेचदा अप्पा या किनाऱ्यावरच्या वाळूत किल्लेही बांधीत असत. 'विचारांना चालना मिळते' एवढंच स्पष्टीकरण ते या छंदाबद्दल देत. फार छेडलं तर 'हवेतल्या किल्ल्यांपेक्षा जास्त टिकाऊ असतात,' असं म्हणत.

अप्पा आणि मी सागरकिनारी आलो. सागरलाटांत पाय बुडतील अशा बेतानं उभे राहिलो. अप्पा बोलू लागले – ''जे चाललंय ते फारसं चांगलं नाही.'' पायानं त्यांनी पाण्याबरोबर घरंगळत जाणारा एक फुटका शंख उडवला. मी काहीच बोललो नाही.

''आतापर्यंत तीन खून झाले, दोन अपहरणं झाली, बारा घातपाती कृत्यं, दरोडे वगैरे. काही गुन्हेगार सापडले, पण त्यांना गुन्हेगार कसं म्हणायचं हादेखील प्रश्न आहे. सर्वजण वीस-बावीस वर्षांचे आहेत. पोरंच आहेत ती. मुलं आणि मुली. त्यांना त्यांनी गुन्हा केल्याचं आठवत नाही. त्यांच्या जवळच्यांच्या मते, ते सर्वजण संगणकपटलासमोर होते. एकदम अबोल झाले, मग कुठल्यातरी प्रभावाखाली असल्याप्रमाणे नाहीसे झाले. गुन्हा झाल्यावर योगायोगानेच सापडले. त्यांनी गुन्हे सराईतासारखे केले खरे, पण हा त्यांचा पहिलाच गुन्हा. सगळी सरळमार्गी मुलं-मुली आहेत.'' अप्पांनी एक उसासा टाकला.

''अप्पा, मीही हे ऐकलं. या गोष्टी कानावर पडताच मला डॉक्टरचा संशय आला, म्हणूनच तर धावत तुमच्याकडे आलो. हे प्रकरण अधिकच अवघड होतंय.'' मी म्हणालो.

''हे बघ, तुला काही मार्ग दिसतोय का? नाही, म्हणजे ज्याअर्थी तू माझ्याकडे धावलास, त्याअर्थी तू या प्रकरणांबाबत विचार करीत होतास. डॉक्टरबद्दल आपल्याकडे काही पुरावा आहे का? त्यानं या मुलांना गुन्हे करायला कसं उद्युक्त केलं असेल, तुला काय वाटतंय?''

"अप्पा, तुमच्यामुळंच मीही गुन्हेगारीचा काही प्रमाणात का होईना अभ्यास केला. मला वाटतं, डॉक्टरनं हिप्नोटाइझ केल्यानंतर हिप्नॉटिझमच्या अंमलाखाली केलेली कृत्यं नंतर त्या व्यक्तींना अर्थातच आठवणार नाहीत. जे सापडले ते योगायोगानेच सापडले असं तुम्हीच म्हणालात. जे सापडले नाहीत त्यांना अर्थातच आपण गुन्हा केला हेच आठवत नसणार, त्यामुळे ते स्वत:हून पुढं येणं शक्य नाही. बरं, तेवढा एकच गुन्हा त्यांनी केला असल्यामुळे त्यांची गुन्हेगारांच्या यादीत नोंद असणार नाही. समजा, तुम्ही तशी माहीती सगळीकडे इलेक्ट्रॉनिक माध्यमाव्दारे पाठवायचं ठरवलंत तरी डॉक्टर हा इलेक्ट्रॉनिक माध्यमाचा एक भाग असल्यामुळे ही माहिती हवी तेव्हा बदलू शकेल म्हणून तर आपण असे सागरकिनारी भेटतोय."

अप्पांनी माझ्याकडे कौतुकानं बघितलं. त्यांनी मला नजरेनेच शाबासकी दिली असं नाही, तर शब्दांनीही शाबासकी दिली. ते म्हणाले "माझी चिंता मिटली. माझी जागा आता तू केव्हाही घेऊ शकशील. माझ्याही डोक्यात हाच विचार आला होता. त्या गुन्हेगारांना सत्य वदवणारी औषधं पाजूनही त्यांनी गुन्ह्याबद्दल काहीच माहिती दिली नाही तेव्हा मीही अगदी हाच विचार केला होता. काही अगदी निर्ढावलेले गुन्हेगार सत्य वदवणारी औषधं टोचल्यावरसुद्धा मुलाखतकाराला फसवू शकतात. औषधांचं प्रमाण वाढवलं तर ते वेडे होतात, पण मग त्यामुळं माहिती न देण्याचा त्यांचा हेतू साध्यच होतो. ही कोवळी पोरं आहेत, ती काही निर्ढावलेली नाहीत. त्यांना गुन्हेगार म्हणणंही जिवावर येतं म्हणून मी डॅनियलला पाचारण केलं."

डॅनियलचा खरं तर असिस्टंट बोलवूनही काम भागलं असतं असा माझ्या मनात विचार आला, पण अप्पांची आणि डॅनियलची मैत्री मला ठाऊक होती. शिवाय अप्पा मदत घेणार ती त्या त्या क्षेत्रातील अग्रणी व्यक्तीचीच, हा अप्पांचा खाक्याही ठाऊक होता. त्यामुळं अप्पांनी डॅनियलची मदत घ्यावी यात आश्चर्य वाटण्यासारखं काहीच नव्हतं. शिवाय मागं एकदा अप्पांनी डॅनियलची एका अवघड प्रसंगातून सुटका केली होती, त्यामुळं डॅनियल अप्पांना मदत करायला उत्सुक असे आणि काही गुन्हेगारांकडून त्यांच्या गुन्ह्याची पार्श्वभूमी माहिती करून घेण्यासाठी वेळोवेळी नाही, तरी बरेचदा अप्पांनी डॅनियलची मदत घेतलेली होती. डॅनियल हा हुशार होता. गरिबीत जन्माला येऊनही स्वकष्टानं मोठा बनला होता. मानसोपचारतज्ज्ञ म्हणून ख्यातनाम होताच पण काहीवेळा तो नवनव्या तंत्रांची माहिती करून घ्यायला कुठं-कुठं भटकत होता. मांत्रिक-तांत्रिक, आदीम जमातीतले वैदू आणि धंदेवाईक जादूगार यांच्याकडूनही बरंच काही शिकता येण्यासारखं आहे असं तो म्हणे आणि शिकूनही येत असे.

"गुड इव्हिनिंग, अप्पा!" डॅनियल म्हणाला.

अप्पांनी हस्तांदोलन करीत त्याची पाठ थोपटली.

“बरा आहेस ना?” ते म्हणाले.

“अप्पा, मला काय धाड भरलीय. नमस्कार!” डॅनियलनं मला नमस्कार केला.

सूर्य बुडू लागला होता, गार वारं सुटलं होतं, वेळ ओहोटीची होती. डॅनियल येताच दूरवर उभ्या असलेल्या यंत्रसेवकाला अप्पांनी खूण केली होती. त्याला आधीच सर्व सूचना देण्यात आल्या होत्या. त्याप्रमाणं वाळूतच त्यानं व्यवस्था केली. तो निघून जाताच हातात मद्यचषक घेत आम्ही बोलू लागलो. किरकोळ चौकशा संपल्या. डॅनियलनं मुद्याला हात घातला.

“अप्पा, तुम्ही म्हणता त्याप्रमाणं मी त्या सर्व पकडलेल्या व्यक्तींची गाढ मोहनिद्रेखाली म्हणजे डीप हिप्नॉसिसमध्ये चौकशी केली. त्यांनी ते गुन्हे मोहनिद्रेच्या अमलाखालीच केले यात शंकाच नाही. त्यामुळंच त्यांना ते जागृतावस्थेत आठवणं अवघड आहे आणि आता त्यांना जर त्या गुन्ह्यांची जाणीव करून दिली तर त्यांचा इतका मानसिक गोंधळ होईल आणि त्यांना असा जबरदस्त मानसिक झटका बसेल, की ते बहुधा वेडे होतील. त्यामुळंच मी त्यांच्या या स्मृती पुसून टाकल्या, असं आपण म्हणूया. त्यांची चौकशी थांबवून त्यांना मला वाटतं, मोकळं सोडणं श्रेयस्कर ठरेल.” डॅनियल पेयाचा घोट घेण्यासाठी थांबले. अप्पा विचारात खोल गेलेले दिसत होते. त्यांनी फक्त हुंकार भरला. माझ्यापुढं अनेक प्रश्न उभे होते. ते अर्थातच डॅनियलसारख्या जगप्रसिद्ध मानसोपचार तज्ज्ञाच्या लगेचच लक्षात आलं होतं. त्यांनी हातानंच माझे प्रश्न थोपवले होते. मद्यचषक खाली ठेवून ते मग बोलू लागले,

“या सर्व पकडलेल्या तरुण-तरुणींच्या गाढ मोहनिद्रेतील जबानीतून एक गोष्ट मात्र स्पष्ट झाली, ती म्हणजे यांना गुन्हे करण्यासाठी कसं भाग पाडण्यात आलं. त्यांना डॉक्टरनं त्यांच्या संगणकामार्फत मोहनिद्रेत नेलं. तिथं त्यांना सूचना दिल्या आणि त्यांच्याकडून हवे ते गुन्हे घडवून आणले. विशिष्ट सूचनेनं खूण केल्यावर ते मोहनिद्रेत जाऊन हे गुन्हे करत होते. संशय यायचं कुणालाच काही कारण नव्हतं. त्यामुळंच डॉक्टरचा डाव यशस्वी झाला.” डॅनियल परत थांबला. मग मी विचारलं,

“मोहनिद्रेतही माणूस गुन्हा करेलच याची खात्री काय? मी तरं असं वाचलंय की अशा गुन्ह्याबद्दलच्या विशेषत: जीवघेण्या गुन्ह्यांच्या सूचना मानवी मन स्वीकारत नाही. तरी मग डॉक्टरला हे कसं साध्य झालं?”

डॅनियल हसले. खिन्नपणे हसले. त्यांनी पेयाचा आणखी एक घोट घेतला. चषक खाली ठेवला. बोटांची टोकं एकमेकांवर टेकवून त्यांच्याकडे बघत ते बोलू लागले,

"प्रत्येक नियमाला अपवाद असतो. साधारणपणे पंचाण्णव टक्के व्यक्तींना कुणीही उठून हिप्नोटॉईज करू शकत नाही. त्यांनी तयारी दाखवली आणि त्यांची पूर्ण संमती असेल तरच अशा व्यक्ती सूचनेनंतर मोहनिद्रेत जातात. यात काही व्यक्ती तर अशा असतात, की त्यांच्यावर संमोहनाचा कोणताच परिणाम होऊ शकत नाही. म्हणजे साधारण दहा टक्के व्यक्तींवर संमोहनाचा परिणाम होतच नाही. पंच्याऐंशी टक्के व्यक्तींवर तो त्या-त्या व्यक्तीनं मानसिक तयारी दाखविल्यावरच होतो, मात्र उरलेल्या पाच टक्के व्यक्ती या सहज संमोहित होणाऱ्या असतात. तरीही त्या असे गुन्हे करायला उद्युक्त होतीलच असं आपण सांगू शकत नाही, असं विसाव्या शतकाच्या अखेरपर्यंत म्हणण्यात येतं होतं, पण नंतर हळूहळू परिस्थिती बदलत गेली हे लक्षात घ्यायला हवं.

जसजसा दूरचित्रवाणीचा आणि संगणकाचा प्रसार वाढला तेव्हा या इलेक्ट्रॉनिकी पटलांवर माणूस अंधश्रद्धेनं पाहू लागला. मानवी सुप्त मनाला मोहित करण्याची तंत्रं या पटलांवर विकसित होत गेली. बहुसंख्य माणसं या मोहिनीस बळी पडू लागली. याचा विविध उत्पादनांच्या जाहिराती करणाऱ्यांनी वेळोवेळी फायदा घेतला. सत्याभास आणि त्रिमित प्रक्षेपण सुरू झालं तसतशी या पटलांची मोहिनी वाढू लागली. मानवी मन काही फार बळकट नसतं. क्वचित थोड्या व्यक्तींचं मन बळकट असतं. त्या व्यक्ती दृढनिश्चयी म्हणून ओळखल्या जातात, मोठ्या बनतात. प्रलोभनं नाकारू शकतात. जनसामान्यांना हे जमत नसतं.

आता डॉक्टरचा विचार करू. डॉक्टर बुद्धिमान आहे. हे सर्व ज्ञान तो कोळून प्यायला आहे. त्याच्या हाती अमर्याद सत्ता आहे. तो अशारीरी आहे. इलेक्ट्रॉनिक माध्यमातून तो कुठंही पोहोचू शकतो. सुप्तमनाला सूचना देऊन आपल्या इच्छा सहज लादता येतील अशी मनं तो शोधून काढू शकतो. एकदा का अशा व्यक्ती त्यानं निवडल्या, की पुढचं काम सोपं आहे, नाही का?"

अप्पा बऱ्याच वेळानं भानावर आल्यासारखे काहीशा झोपाळू आवाजात म्हणाले, "डॉक्टर डॅनियल, म्हणजे आता त्याला कुणीही अडवू शकणार नाही, असंच तुम्ही म्हणताय, पण आपण त्याला अडवायचा उपाय शोधायलाच हवा. मला तुमची मदत हवीय."

अप्पा उठले. आम्ही उठलो. सूर्य मावळून बराच वेळ झाला होता. चांगलाच अंधार पडला होता. आम्ही बंगल्यात आलो. जेवायची तयारी झाली होती. वाळू झटकून आम्ही डायनिंग टेबलभोवती बसलो. प्रत्येकजण आपापल्या विचारात जेवत होता. जेवण अगदी शांततेत पार पडलं. मग आम्ही डॅनियलचा निरोप घेतला.

अप्पा आणि मी दोघेच उरलो होतो. अप्पा माझ्याकडे वळले. मला उद्देशून ते

काही बोलणार तेवढ्यात यंत्रसेवक म्हणाला, ''संगणकावर आपल्यासाठी संदेश आहे, सर!''

अप्पांनी मला खूण केली. मनगटी संगणक बघितला. तो पाहून मान डोलावत ते संगणक स्थानाकडे निघले. मी त्यांच्या मागं गेलो. आम्ही दोघे संगणकपटलासमोरच्या आसनांवर विराजमान झालो.

''मी संदेश स्वीकारायला हजर आहे.'' अप्पांनी संगणकास सांगितलं संगणकपटल प्रदीप्त झालं.

संगणकपटल प्रदीप्त होताच नेहमीचे संकेत आले आणि नंतर पटलावर एक चेहरा दिसू लागला. संगणकानं दीप्ती आणि रंग ठीकठाक करताच तो चेहरा बऱ्यापैकी स्पष्ट झाला. तरीही त्या चेहऱ्याचा काही भाग अस्पष्ट होता. टोपीची सावली चेहऱ्यावर पडलेली असताना जसं छायाचित्र येते तसा तो चेहरा दिसत होता.

''अप्पा, मला ओळखलंस का? मी तो डॉक्टर!''

''बोल, काय काम काढलंस?'' अप्पांनी विचारलं.

''त्या गुन्ह्यांशी माझा संबंध जोडण्यात तुला यश आलं का?'' डॉक्टरनं हसत-हसत विचारलं.

''तूच त्या गुन्ह्यांमागं असणार हे मला जाणवत होतं, पण तू त्या निरपराध्यांना बळी जायला कसं तयार केलंस हे कोडं सुटत नव्हतं, शंका होती, खात्री नव्हती.''

''ते कोडं आता सुटलेलं दिसतंय. ते माझ्या लक्षात आलं म्हणूनच तुझ्याशी संपर्क साधलाय, अप्पा! मला जेव्हा शरीर होतं तेव्हा माझ्या सामर्थ्यावर मर्यादा होत्या. आता माझं सामर्थ्य अमर्याद आहे. अरे, लहानपणापासून संगणकपटलाला देव मानून त्यासमोर बसणाऱ्या पोरांना संमोहित करायला फारसं कौशल्य लागत नाही. दर पाचातलं एक पोर माझ्या अमलाखाली येऊ शकतं. त्या संमोहित अवस्थेत मी त्याच्या मनाशी हवे ते खेळ करू शकतो. कल्पनेच्या भराऱ्यांमध्ये त्याला गुंगवून टाकू शकतो. त्याला या कल्पनेच्या भराऱ्यांचंच मग व्यसन लागतं. एकप्रकारे ते ब्रेन वॉशिंगचंच तंत्र आहे, म्हण ना! त्यामुळं तो संगणक पटलासमोर बसतानाच संमोहित झालेला असतो. डॅनियल तुझ्याकडे आला तेव्हाच तुला माझी कार्यपद्धती माहीत होणार हे माझ्या लक्षात आलं म्हणून तर मी तुझ्याशी संपर्क साधला. तुला आता मी केव्हाही नाहीसा करू शकतो.'' संगणकातून काहीसा यांत्रिक आवाज बोलत होता. त्याचं हसणंही त्यामुळं अधिकच भेसूर वाटू लागलं होतं.

''डॉक्टर, माझ्यामुळं तुला स्वत:चं शरीर गमवावं लागलं. माझ्यामुळं तुला तुझे अनेक उद्योग बंद करावे लागले. तुझा मी अनेकवार पराभव केला तरी तुझी

खुमखुमी अजून संपलेली दिसत नाही. मला वाटतं, तुला कायमचा नाहीसा करायची वेळ आली आहे.''

''अप्पा, माझी अवस्था धर्मग्रंथांमधून सांगितलेल्या आत्म्यासारखी आहे. नैनं छिन्दंति शस्त्राणी, नैनं दहती पावक:।' अशा अवस्थेत मी आहे. मी कोण आहे, कसा आहे हे तुला कळणार नाही, पण मला कळतंय. म्हणजेच मला आत्मज्ञान प्राप्त झालंय. ज्याला आत्मज्ञान प्राप्त होतं तो परमात्म्यात विलीन होतो, असं तुमची शास्त्रं सांगतात. म्हणजे तुझ्या दृष्टीने मी परमात्मा आहे. तेव्हा तू मला कसा काय नष्ट करणार?'' डॉक्टर पुन्हा एकदा त्याचं ते विकट यांत्रिक हास्य करीत म्हणाला.

अप्पांच्या चेहऱ्यावर स्मितहास्य पसरलं. ते म्हणाले, ''बेट्या डॉक्टर, तू पोपटपंची चांगली करतोस. तुला एवढं सगळं माहीत आहे, तर 'मीपण ज्यांचे पक्व फळापरी गळले' अशा आत्मज्ञानाची तुला माहिती असायला हवी. ज्याला आत्मज्ञान होते त्याला गर्व, अभिमान, दुष्टपणा यांची बाधा नसते. तू तर अमूर्त क्षणभर मी मूर्तिमंत म्हणणार होतो बघ! तू लेका दुष्टपणाचा अमूर्त इलेक्ट्रॉनिक अर्क आहेस. तुझ्या कृत्यांवर माझं लक्ष आहे. तू एवढा पैसा गोळा करतोस त्याचा तुला उपयोग तरी काय? त्यातून तुला कसला आनंद मिळतोय?'' अप्पा अजूनही हसत होते.

''अप्पा, तुला काय कळणार मी काय करणार आहे ते? तू काही काळ तुझ्या मर्यादित बुद्धीचा वापर केलास खरा, पण माझ्या अमर्याद बुद्धिसामर्थ्याशी तुझ्या क्षुल्लक बुद्धीची दुरान्वयानेही तुलना होऊ शकत नाही. तू जसा मगाशी बोलताना अडखळलास तसा आता मीही अडखळलो होतो. चुकून तुला 'मित्रा' असं संबोधणार होतो. पैशानं सर्व काही शक्य होतं. माझ्या या अंकीय इलेक्ट्रॉनिक अस्तित्वाला पुन्हा देह मिळवून देणंही शक्य होईल. त्याच्यामागं मी आहे.'' डॉक्टरचं हे बोलणं ऐकून मी थक्क झालो. ह्या डॉक्टरने जर त्याची बुद्धी सत्कारणी लावली तर? या प्रश्नानं मला त्रास द्यायला सुरुवात केली.

''डॉक्टर, त्यानं तुला काय मिळणार?'' अप्पांनी विचारलं.

''काय मिळणार? अरे, किती खुळ्यासारखा प्रश्न विचारलास तू? मी अमर होणार. देह नश्वर आहे, आत्मा अमर आहे, हे तुम्ही नुसते घोकत बसलात. मी ते अस्तित्वात आणतोय. एक देह वृद्ध झाला की दुसरा तरुण देह आणि अप्पा, तुला म्हणून सांगतो, कदाचित एखाद्या सुंदर तरुणीचा देह मिळाला, तर मी तुलासुद्धा मोहात पाडू शकेन.'' डॉक्टर पुन्हा हसला.

अप्पांनी हसत-हसत त्याला म्हटलं, ''अरे, आता माझं वय झालंय बघ! नाहीतर तुझ्याबरोबर आयुष्य घालवायला मलाही आवडलं असतं!''

हे ऐकताच डॉक्टर वैतागला. अप्पा आपल्या बोलण्याला महत्त्व न देता ते हसण्यावारी घेतात याचाही त्याला राग आला होता. तो काहीसा वैतागून म्हणाला, ''या गोष्टींचं गांभीर्यसुद्धा ज्याला कळत नाही तो माणूस मला नष्ट करण्याच्या गोष्टी करतोय याची मला गंमतच वाटते. तुझ्याशी बोलून व्यर्थ वेळ घालवणं कशासाठी?'' असं म्हणून डॉक्टरची प्रतिमा संगणक पटलावरून दूर झाली.

''हा डॉक्टर फारच धोकेबाज बनतोय!'' अप्पा म्हणाले. त्यावेळेपुरता तो विषय संपला.

दुसऱ्या दिवशी आम्ही सकाळीच बाहेर पडलो. अप्पांच्या सारथ्यानं आम्हाला शहराबाहेर सोडलं. थोडा वेळ पायी चालल्यावर अप्पांनी मला थांबवलं. ते रस्त्यापासून दूर चालत गेले. मग त्यांनी मला खूण करून जवळ बोलावलं. सगळंच रहस्यमय होतं ते. आम्ही मुद्दाम तयार करवलेल्या त्या हिरवळीवर उभे होतो. अप्पा कुणाची वाट पाहत होते ते मला माहीत नसलं, तरी वेळ बघण्याच्या त्यांच्या पद्धतीवरून आणि वेळ बघतानाच दूरवर नजर टाकण्याच्या त्यांच्या हावभावांवरून ते कुणाची तरी वाट पाहत आहेत हे लक्षात यायला फार मोठ्या चाणाक्षपणाची गरज नव्हती, पण अप्पांचं हे वाट पाहणं अनपेक्षितपणे संपलं. त्या हिरवळीच्या कडेला एका बाजूस दाट झाडी होती. तिथून कुणीतरी अप्पांच्या चेहऱ्यावर कवडसा पाडला. अप्पांनी तिकडे बघितलं आणि ते म्हणाले, ''चल, तो आलाय.''

आम्ही झपाझप चालत निघालो.

एकेकाळी आपले पूर्वज पृथ्वीवर असंच संदेशवहन करीत होते. चालणं, आरशाच्या साहाय्यानं संपर्क साधणं, किती सोप्या, पण उपयुक्त गोष्टी! आपण तंत्रज्ञानाच्या मागं लागून घालवल्या.

आम्ही झाडापाशी पोहोचलो. त्या तरुणामागं झाडीत शिरलो. झाडीत एके ठिकाणी मोकळी जागा होती. तिथं दोन सतरंज्या पसरलेल्या होत्या. अप्पांनी त्यांच्या हातातली पिशवी खाली ठेवली. मी माझ्या हातातला थर्मास खाली ठेवला. तो तरुण हे सर्व पाहत होता.

''चला, न्याहारी करू. निसर्गाच्या सान्निध्यात वावरणं आजकाल दुर्मिळच झालंय.'' तो तरुणही आमच्याबरोबर बसला. त्यानं ब्रेडचा पुडा सोडला. काप बाहेर काढले.

''तुमचा कुणी पाठलाग करीत नाही ना, हे पाहण्यासाठी ही काळजी! तो तरुण म्हणाला. अप्पांनी आमची ओळख करून दिली. त्याचं नाव मिटकिन असं होतं.

''आपण अप्पा तर? पण मला भेटून काय फायदा?'' मिटकिननं विचारलं.

तो आणि अप्पा प्रथमच भेटत होते.

"सर्व गोष्टी फायद्यासाठीच करायच्या नसतात." अप्पा म्हणाले. आम्ही खायला सुरुवात केली.

"तुला एक गोष्ट ठाऊक आहे, पहिल्यांदा तुरुंगवासाची शिक्षा..." मिटकिननं अप्पांना हातानंच थोपवलं.

"म्हणून तर मी हे नाव घेतलंय. त्याला जशी हॅकिंगबद्दल शिक्षा झाली तशीच मलाही झाली. संगणकाचा इतिहास वाचताना मी स्वत:ला 'मिटकिन' म्हणून घ्यायला सुरुवात केली. संगणकातील माहिती चोरण्याची कला मिटीकिननं खूप चांगली राबवली. दुर्दैवानं तो पकडला गेला. मला वाटलं होतं, मला कोणी पकडू शकणार नाही, पण...."

"मी तुला तेव्हाही म्हटलं होतं, ज्याक्षणी आपल्याला कोणी पकडू शकणार नाही असं तुझ्यासारख्या कलाकाराला आणि इतर क्षेत्रातील कायद्याचा भंग करणाऱ्यांना वाटू लागतं त्याक्षणी त्यांची तुरुंगाची वाटचाल सुरू होते." अप्पा म्हणाले. अशा तऱ्हेने संवाद ऐकायची मला सवय होती. अप्पांनी मिटकिनला पकडून द्यायला मदत केली असणार त्याबरोबरच त्याला शिक्षा होणार नाही याचीही काळजी घेतली असणार याची मला खात्री होती. 'चोराच्या वाटा चोराला माहिती' असं अप्पा म्हणत असत. त्यामुळं बऱ्याचदा क्षणिक मोहात सापडून वाट चुकलेल्या तरुणांना ते वाचवित, सन्मार्गाला लावीत असत. एखादा हाडाचा गुन्हेगार असेल तर तो पुन्हा वाममार्गाला जात असे, नाही असे नाही, पण बरेचजण गुन्ह्यांचे मोह टाकून धोपटमार्गी बनत. पुढं ते एखाद्या अशा प्रकरणात अप्पांनाही मदत करीत असत, किंबहुना तशी मदत करायला ते उत्सुक असत.

अप्पांनी मिटकिनला यासाठीच तर बोलावला होता. डॉक्टरची सर्व हकिकत सांगून अप्पा म्हणाले,

"त्याची माझ्यावर नजर आहे. बरं, आजकाल आपलं जीवन संगणकावलंबी बनलंय, त्यामुळं कितीही नाही म्हटलं तरी डॉक्टरला नकळत काही करणं अवघड होऊन बसलंय. माझ्या यंत्रसेवकांशी बोलतानाही मी सावधगिरी बाळगतो बघ! तेव्हा डॉक्टरला संगणकातून बाहेर काढायचा मार्ग शोध. त्याचं इलेक्ट्रॉनिकी अस्तित्व नष्ट व्हायला हवं. तुला गंमत वाटेल, पण फार पूर्वी आदीम जमातीमध्ये काही प्रथा होत्या. एखादा माणूस विचित्र वागू लागला की त्याला भूतबाधा झाली असं म्हणत. ही भूतबाधा उतरवायची मग मांत्रिकाला बोलावलं जात असे. तो मांत्रिक त्या भूतबाधा झालेल्या माणसापेक्षाही विक्षिप्त वागून ती भूतबाधा उतरवायचा. आज जागतिक माहितीजालाला भूतबाधा झालीय आणि ती उतरवू शकशील असा माझ्याजवळचा तू एक मांत्रिक आहेस तेव्हा आता तूच काय तो उपाय कर." अप्पा

मिटकिनला म्हणाले. मिटकिननं मान डोलावली. माझ्याकडे बघितलं.

"हा माझा मित्र आहे. माझा स्वत:वर जेवढा विश्वास नाही तेवढा याच्यावर आहे. डॉक्टरशी लढताना माझ्या जिवाला धोका आहे याची मला जाणीव आहे, त्यामुळेच या प्रकरणाच्या सुरुवातीपासून हा या प्रकरणात भाग घेतोय. माझ्यानंतर तू याच्याशी संपर्क साधायचास हे लक्षात ठेव." अप्पा म्हणाले.

खरोखरच तशी वेळ आली तर मी ते कर्तव्य पार पाडू शकेन का? हा प्रश्नच होता, पण अप्पांचा माझ्यावरचा दांडगा विश्वास पाहून मी भारावून गेलो. त्यानं मग अप्पांना बरेच प्रश्न विचारले. डॉक्टरची माहिती ऐकून घेतली. डॅनियलचं म्हणणं सांगितलं, मोहनिद्रेबद्दल माहिती विचारली. मग तो म्हणाला,

"अप्पा, तुमचा निरोप मिळाला. त्यानंतर मी त्या प्रकरणावर बराच विचार केला. डॉक्टर संगणक विषाणू बनून जागतिकजालात शिरलाय त्यासाठी आपल्याला विषाणूरोधक प्रतिविषाणू कार्यक्रम बनवायला हवा, हे एक. तुमचं दुसरं म्हणणं, की तुम्ही डॉक्टरप्रमाणेच अंकीय बनून या माहितीजालात शिरणार, पण मला ते योग्य वाटत नाही. त्याची कारणंही मी तुम्हाला सांगतो. तुम्हाला सायबर स्पेसची माहिती जवळजवळ नाहीच. तर हा डॉक्टर सायबर स्पेसमध्ये बराच काळ वावरतोय. तो अनुभवी आहे, हुशार आहे. त्याच क्षेत्रातला तज्ज्ञ आहे. तर त्या जालात शिरायचं झालं तर मी शिरेन. हे कशासाठी तेही मी सांगतो. मी काही त्यामुळं हुतात्मा बनणार नाही. माझा मानवी देह तसाच राहील, सायबर अवकाशात असेल ती माझी फ्लॉपीवरली नक्कल. दुसरं म्हणजे मी तरुण आहे, त्यापेक्षाही माझा पराभव झाला तर त्याला नवी माहिती कोणती मिळणार? तुमचा पराभव झाला तर तुमचा आजवरचा सर्व अनुभव त्याचा होईल, मग तुम्हाला त्याच्याविरुद्ध लढणं अवघड जाईल. तुम्ही तुमच्या घरी रहा. मी माझ्या गुप्त ठिकाणी कामास लागतो. या प्रकरणात मी यशस्वी झालो तर अप्पा मला..."

"काळजी करू नकोस. संगणक हाताळायचं तुझं स्वातंत्र्य तुला मिळेलच, पण वर आर्थिक प्राप्तीही होईल, मात्र वाममार्गानं जाणार नाही हे तुझं वचन मला हवं."

"अप्पा, डॉक्टरविरुद्ध लढायला सायबर स्पेसचा वापर हाही वाममार्ग आहे. मी संगणक वापरला तर कायद्यानं किंवा माझ्या शिक्षेप्रमाणं तो गुन्हा ठरणार आहे,"

"ते खरं; पण डॉक्टरच्या नाशानंतरचं बोलतोय मी आणि हे बघ, मी शासनाकडून तुला दिलेल्या माफीचं पत्रही बरोबर आणलंय."

मिटकिननं हर्षभरानं ते पत्र हाती घेतलं आणि अप्पांना मिठी मारली. आम्ही परतलो.

घरात पाऊल ठेवताच अप्पा म्हणाले, ''तू काही दिवस इथंच थांब. मला मरायची तयारी करायला हवी.'' हे बोलताना अप्पा हसत होते. ''तुझ्याशिवाय कुणालाही खरी गोष्ट कळता कामा नये.'' मी समजलो.

अप्पांच्या निधनाची बातमी वाऱ्याप्रमाणं पसरली. खूप गर्दी झाली. अनेकांनी अप्पांच्याबद्दल लेख लिहिले. मी काहीही लिहायला नकार दिला. मला खूप दु:ख झालं होतं. अप्पांचा देह त्यांच्या मूळ ग्रहावर नेण्यात यावा या कल्पनेस मात्र मी मोडता घातला. अप्पांनी 'माझ्या मृतदेहाचे फारसे हाल न करता त्याचं इथंच दहन करावं' अशी स्पष्ट सूचनाच दिली होती. अप्पांच्या निधनानंतर दोन दिवसांनी इतर बातम्या यायला सुरुवात झाली. प्रसिद्धिमाध्यमं अप्पांना विसरली. मिटकिन मला भेटायला आला. अप्पांचा वारसदार या नात्यानं त्यांच्या इच्छेनुसार मी इथंच होतो. त्यांच्या मालमत्तेची, कागदपत्रांची, नोंदींची, अपुऱ्या असलेल्या प्रकरणांची व्यवस्था लावायची होती. त्याला वेळ लागणार होता. अप्पांची जागा मी घेणं अवघड होतं. मागं एकदा काही काळ मी अप्पांची जागा घेतली होती, पण तो प्रकार वेगळा होता.

मी संगणक चालू केला, तर समोर डॉक्टर!

''मला पोहोचविणारा तुझा अप्पा कुठाय?'' या प्रश्नाला अर्थातच डॉक्टरला उत्तर अपेक्षित नव्हतं. मीही ते दिलं नाही.

''दोन डबे राख!'' डॉक्टर म्हणाला, ''मी मनात आणलं तर ती राख त्याच्या मूळ ग्रहावर पोहोचणंदेखील अवघड आहे!'' याचवेळी संगणक पटलावर रेघा-रेघा येऊ लागल्या. मग संगणक पटलावरचं चित्र हलू लागलं. मी संगणकपटल बंद केला.

''काय, कसं काय वाटतंय?'' मिटकिननं खोलीत प्रवेश करीत विचारलं. त्याच्या सांगण्यावरून मी संगणक चालू केला होता.

''डॉक्टर आनंदात होता, पण आज पहिल्यांदा संगणक पटलावर चित्र नीट नव्हतं.'' मी म्हणालो. मिटकिन हसला.

''मला वाटतं, आणखी एक-दोन प्रयत्नांत मी डॉक्टरला सरळ करू शकेन. बघूया!'' मिटकिन निघून गेला.

त्यानं काय केलं, कुठलं तंत्र वापरलं, त्याचे बारकावे मी सांगू शकत नाही. त्याच्या सांगण्याप्रमाणे मी वागत होतो. त्यानुसार मी पत्रक काढून येणाऱ्या नव्या विषाणूची जगाला कल्पना दिली. हा 'एक्स' विषाणू किंवा 'हिरोशिमा विषाणू' ६ ऑगस्टला सर्वत्र संगणक बंद पाडणार होता, त्यामुळे मानवी साम्राज्यात अनेक ठिकाणचे संगणक बंद ठेवायची विनंती करण्यात आली होती. डॉक्टरचा ज्या

ग्रहांवर प्रभाव होता तिथं शासकीय आदेशानं सर्व संगणक बंद ठेवावे असं आवाहन करण्यात आलं होतं. मिटकिननं ६ ऑगस्टला डॉक्टर संपवला. त्यानं तांत्रिक स्पष्टीकरण द्यायचा प्रयत्न केला. मीच त्याला थोपवलं. डॉक्टर संपल्यात जमा होता, असं तो म्हणाला तेव्हा मी सुटकेचा नि:श्वास टाकला.

"आज अप्पा हवे होते." तो म्हणाला. "त्यांच्या निधनानं उन्मत्त आणि बेसावध बनलेल्या डॉक्टरला नामोहरम करणं सोपं होतं. माझा 'अँटी व्हायरस' कार्यक्रमही आता माहितीजालाचा भाग बनलाय. जेव्हा-जेव्हा असा एखादा विषाणू डोकं काढेल तेव्हा या कार्यक्रमामुळं त्याचा लगेचच नाश होइल."

"अभिनंदन, मिटकिन!" अप्पा म्हणाले.

मिटकिन दचकला.

"मी मेलो नव्हतो. याच्या मदतीनं ते नाटक रचलं होतं. त्या कटात आणखी दोनजण समील होते. मी मेल्यावर डॉक्टर उन्मत्तपणे आणि फाजील आत्मविश्वासानं वागून तुला संधी देईल याची मला खात्री होती."

मग आम्ही तिथून हललो. त्याच्या कामाचा नि या घटनांचा संबंध नाही. मिटकिन गेल्यावर अप्पा म्हणाले, "त्याला माझ्या मृत्यूचं दुसरं कारण सांगितलं नव्हतं."

"कोणतं अप्पा?"

"हे बघ! मी जर जिवंत राहतो, तर डॉक्टर कदाचित त्याचं मन वळवू शकला असता. मग त्या दोघांचा मिळून पराभव करणं अवघड ठरलं असतं. मी त्याच्या दृष्टीनंही मेल्यामुळं तो आणखी त्वेषानं डॉक्टरवर तुटून पडला. ज्या पद्धतीनं मी एकाएकी मेलो, ते तसं गूढच होतं. आपण कारणसुद्धा नीट स्पष्ट केलं नव्हतं. संगणकावर काम करता-करता अप्पांचं झालेलं निधन म्हणजे त्यात नक्कीच डॉक्टरचा हात असणार असा बऱ्याचजणांचा समज झाला. तो तसा व्हावा ही अपेक्षा होतीच, त्यामुळंच तर मिटकिन इरेला पेटला. डॉक्टरनं त्यालाच आव्हान दिलंय असा त्यानं स्वत:चा समज करून घेतला नि डॉक्टरचा काटा काढला."

■

प्रतिरूप डॉक्टर

"**तु**ला डॉक्टर आठवतो का?" अप्पांनी विचारलं.

"अप्पा, मी डॉक्टरला विसरणं कसं काय शक्य आहे? पण आज बऱ्याच दिवसांनी तुम्हाला डॉक्टरची आठवण का व्हावी?" मी अप्पांना विचारलं.

"आठवणींसाठी काही कारण लागतं का? एखाद्या दिवशी सकाळी उठून एखादी गाण्याची ओळच आठवते. काहीवेळा एखाद्या व्यक्तीची आठवण होते. तशी आज डॉक्टरची आठवण झाली." अप्पांनी मला सांगितलं. अर्थात डॉक्टरचीही आठवण अशी सहज किंवा अचानक झालेली नसणार ह्याची मला खात्री वाटत होती. शिवाय डॉक्टरला विसरणं आम्हाला दोघांनाही शक्य नव्हतं. आमच्या मृत्यूबरोबर ती स्मृती नाहीशी होणार होती.

ज्यांनी अप्पांच्या हकिकती ऐकल्या आहेत किंवा ज्या व्यक्तींचा अप्पांशी संपर्क आला आहे, त्यांना अप्पा भावनेच्या गुंत्यात अडकून पडणार नाहीत ह्याची कल्पना असेलच; अप्पा भावनाशून्य नाहीत हे खरं, पण भावनाविवश होणारेही नाहीत, हेही तितकंच खरं आहे. अप्पा भावनाशून्य असते तर त्यांनी काही प्रकरणं निकालात काढणं शक्य असून अर्धवट सोडली नसती. पण असं असलं तरी केवळ जुन्या आठवणीत रमून स्वतःचंच कौतुक गोंजारणाऱ्यांपैकी अप्पा नक्कीच नव्हते. त्यामुळंच अप्पांनी मला जेव्हा विचारलं, 'तुला डॉक्टर आठवतो?' तेव्हा त्यामागं काहीतरी कारण असणार ह्याची मला खात्री वाटत होती.

मी बऱ्याच दिवसांनी अप्पांकडे आलो होतो. डॉक्टर-प्रकरण मिटल्यावर अप्पा माझ्याकडे विश्रांतीला आले होते. ते परत गेल्यानंतर मी कामानिमित्त बराच हिंडत होतो. अप्पांशी संपर्कात होतो; पण प्रत्यक्ष भेटणं शक्य झालेलं नव्हतं. मध्यंतरी अप्पांनी एक-दोन प्रकरणं सोडवली होती, पण त्यात माझा सहभाग नव्हता. त्या प्रकरणांची माहिती घ्यावी म्हणजे माझ्याकडच्या नोंदी अद्ययावत बनतील अशा

हेतूनं मी अप्पांना 'येऊ का?' असं विचारण्यासाठी संपर्क साधला होता.

"मीही तुला 'ये' म्हणणार होतोच. बरेच दिवस भेटीगाठी नाहीत. तुझ्याकडची काही बातमी नाही, म्हटलं काय झालं. तुझ्याशी संपर्क साधावा असा विचार माझ्या मनात आला आणि तुझ्याकडून संपर्क साधला जातोय, ह्याची सूचना आली."

"अप्पा, तुम्हीच नेहमी म्हणता, की दोन जवळच्या मित्रांना एकमेकांच्या भावना ताबडतोब कळतात. त्याचंच हे उदाहरण तर नसेल?"

"तू तसं म्हणत असशील तर मलाही तसंच म्हणायला हवं, नाही का? पण बरेचदा असं घडतं खरं. मला काय म्हणायचंय हे तू सांगू शकतोस. तू काय बोलणार हे मला कळू शकतं. बरं, केव्हा येतोस ते बोल. वहिनीची परवानगी घेऊन २-४ दिवस राहायलाच ये. ती जे काही बांधून देईल ते न संपवता आण."

आमची भेट ठरली. मी अप्पांकडे पोहोचलो. दोन दिवस गप्पा झाल्या. मधल्या काळात मी काय केलं ते अप्पांना सांगितलं. अप्पांनी त्यांच्याकडच्या घडामोडी मला सांगितल्या; आणि बोलता बोलता अचानक विचारलं, "तुला डॉक्टर आठवतो का?" त्यावर मी काय म्हणालो, ते सांगितलंच.

"अप्पा, तुम्हाला अशी एकाएकी डॉक्टरची आठवण का व्हावी, की डॉक्टरचे विचार जाणून घेण्याची युक्ती तुम्हाला प्राप्त आहे. पूर्वी प्लँचेट नावाचा एक चाळा असे म्हणे. मृत व्यक्तिचे आत्मे कुठल्या तरी माध्यमामार्फत जिवंत व्यक्तीशी संपर्क साधतात, असं म्हटलं जात असे. तशी काही जाणीव तुम्हाला झाली की काय?" मी हसत हसत विचारलं.

"तसं काही नाही. मी तुला एक मद्य प्यायला देतो. तुला माहीत आहे शँपेन नावाची वारुणी ही द्राक्षापासून बनवतात. पृथ्वीवरच्या फ्रान्स नावाच्या एकेकाळच्या देशातील विशिष्ट भूभागात उगवलेल्या द्राक्षापासून बनलेल्या मद्यालाच शँपेन म्हणता येतं. तसं एक नवं मद्य मला भेट म्हणून आलंय." अप्पा म्हणाले.

"डॉक्टरचा नि ह्या मद्याचा काही संबंध आहे का, अप्पा?" मी म्हणालो. डॉक्टर हा विषय अप्पांनी का काढावा, आणि तो बदलायचा का प्रयत्न करावा, हे मला जाणून घ्यायची तीव्र इच्छा झाली होती.

"तुझी प्रत्येक गोष्टीतील घाई योग्य नव्हे. हळूहळू मी डॉक्टरपर्यंत पोहोचायचा प्रयत्न करीत होतोच, पण त्याआधी ह्या कोड्याचे सर्व तुकडे तुझ्यापुढं टाकून ते तुला जुळवू द्यावे, असा माझा विचार होता. पूर्वग्रहदूषित मनानं तू त्या तुकड्यांकडे बघितलं तर ते कोडं जुळवताना तुला त्रास होण्याची शक्यता अधिक; म्हणून मी तुला सर्व गोष्टी हळूहळू एक एक करून संगणार होतो. ह्या बाटलीचा आणि डॉक्टरचा नक्कीच संबंध आहे, तसा इतरही अनेक गोष्टींचा आणि डॉक्टरचा संबंध

आहे. उदाहरणार्थ, ही बाटली डॉक्टरनं मला भेट म्हणून पाठवली, असं मी तुला सांगितलं, तर तुला कसं वाटेल?''

''म्हणजे डॉक्टरनं ह्या मद्यात काहीतरी रसायन मिसळलं असावं, त्याचा काय परिणाम होऊ शकतो, ते पाहण्यासाठी मला हे मद्य प्यावं लागणार तर?'' मी हसत म्हणालो, नि पुढे विचारलं. ''पण अप्पा, डॉक्टर मद्य पाठवणं कसं शक्य आहे?''

''मी तुला हे मद्य पाजतोय ते त्या मद्याची परीक्षा घेण्यासाठी नव्हे तर ते उत्कृष्ट प्रतीचं मद्य आपल्या सर्वोत्कृष्ट मित्राला प्यायला मिळावं, ही भावना त्यामागं आहे.''

''मला सर्वोत्कृष्ट मित्र म्हणालात ह्याबद्दल धन्यवाद, अप्पा! हा माझा खरंच सन्मान आहे!''

''तुझा सन्मान करूया नंतर, आधी ही बाटली मला कशी मिळाली ते ऐक! ती एका भेटवस्तू पुरवठा करणाऱ्या दुकानातून माझ्याकडे आली. त्या बरोबर एक संदेश होता. ह्या मद्यात काही धोका नाही. डॉक्टरसंबंधी बातचीत करायचीय, भेटीची वेळ देऊ शकाल का?''

''मग?''

''मी त्याला उत्तर पाठवलं सत्याभास तंत्रानं दूर नियंत्रित सभा भरवू. त्याला तूही हजर राहशील.''

''मी कसा काय ह्यात आलो?'' मी विचारलं.

''ह्या प्रकरणात तू जीव धोक्यात घालून मला मदत केली आहेस. दुसरं म्हणजे अशावेळी एकापेक्षा अधिक डोकी चालली तर वेगळ्या दृष्टिकोनामुळं मदत होते.''

''तो काय म्हणाला?''

''तू हजर राहायला त्याची हरकत नाही; पण त्याला प्रत्यक्ष भेट हवीय, सत्याभास तंत्र नकोय. त्याचं म्हणणं, तो स्वत:च एक आभास आहे.''

''ते थोड्याच वेळात आपल्याला कळेल. त्याची यायची वेळ होत आली आहे. म्हणून मीच तुला बोलावून घेणार होतो. दरम्यान तूच मला विचारलंस केव्हा येऊ, त्यामुळं चांगला योग जुळून आला.'' अप्पा म्हणाले.

असाच थेडा वेळ मग हा 'आभासी डॉक्टर' कोण असावा, ह्याबद्दल विचार करण्यात गेला आणि यंत्रमानवानं पाहुणा आल्याची वर्दी दिली. अप्पांनी रुकार दर्शविल्यावर यंत्रमानवानं त्या पाहुण्यास आत आणलं. यंत्रमानवानं त्याच्या क्ष-किरण डाळ्यांनी आणि यांत्रिक नाकानं पाहुणा घातकी नाही आणि यंत्र नाही, ह्याची खात्री करून घेतलेली असावी, कारण तो पाहुण्याला घेऊन थेट दिवाणखान्यातच आला. मागं एकदा एका आत्मघातकी महिलेनं शरीराला स्फोटकं बांधून अप्पांकडे यायचा प्रयत्न केला होता. यंत्रमानवाच्या नाकानं त्या स्फोटकांचा वास घेऊन ती

स्फोटकं निकामी केली होतीच; पण अप्पा आणि तिच्यामध्ये एक अतिशय दणकट पण तितकाच पारदर्शक पडदा उभा करून त्या महिलेला कायदा रक्षकांच्या स्वाधीन करण्यात यश मिळवलं होतं. तेव्हा यंत्रमानव जर एखाद्या व्यक्तीला थेट घेऊन आला तर त्या व्यक्तीकडे कसलंही हत्यार नाही किंवा तिच्या शरीरास स्फोटकं बांधलेली नाहीत, हे गृहीत धरता येत असे. *त्यामुळे मग त्या व्यक्तीच्या बोलण्यातले बारकावे लक्षात यायला मदतच व्हायची, कारण राजकीय भाषा वापरायची झाली, तर बोलणी तणावरहित वातावरणात खुल्या दिलानं व्हायची.*

त्या व्यक्तीला पाहून निदान मी तरी दचकलो. अप्पा दचकले असतील; पण त्यांच्या चेहऱ्यावरून तसं कळणं अवघड हातं. जुगारी व्यक्तीसारखा चेहरा निर्विकार ठेवायची कला त्यांना साध्य होती. आमच्यासमोर तरुणपणीचा डॉक्टर उभा होता. ''ये, बस! काय काम आहे? सावकाश सांग! काय घेशील?'' अप्पा म्हणाले. तो तरुण डॉक्टर थोडासा गडबडला. मग डॉक्टरांना नमस्कार करीत बसला.

''काय सांगू नि कसं सांगू तेच मला कळत नाही; पण तुमची भेट घेतली तर सगळं काही ठीक होईल, असं वाटत होतं. तुम्ही मला धोका देणार नाही, याची मला खात्री होतीच. आणि मला तुम्ही आणि फक्त तुम्हीच योग्य मार्गदर्शन करू शकाल, असं वाटत होतं; म्हणून मी तुमची भेट मागितली.''

''पण ह्या भेटीची काही आवश्यकता नव्हती.'' अप्पांनी बाटलीकडे निर्देश करीत म्हटलं.

''अप्पा, अहो माझ्याकडे इतका पैसा आहे, की त्याचं काय करावं, हे कळत नाही. शिवाय मी सद्भावनेनं तुम्हाला भेटायला येत होतो, ते तुम्हाला पटवण्यासाठी ही भेट.''

''तुझा नि डॉक्टरचा संबंध आहे; हे तू मान्यच केलं आहेस आणि तुझ्याकडे पाहूनही ते पटतं; पण डॉक्टरकडून आलेली भेट, किंवा तत्सम व्यक्तीकडून आलेली भेट मी स्वीकारीन? अशा भेटीकडे मी संशयानंच पाहणार.'' अप्पांनी त्याला सांगितलं.

''ते काही माझ्या लक्षात आलं नव्हतं. पाहिजे तर मी दोन घोट घेऊन तुमची खात्री करून देऊ शकतो.'' बाटलीच्या दिशेनं पुढं सरकत तो म्हणाला.

''त्याची गरज नाही. डॉक्टर इतकी फालतू युक्ती वापरणार नाही, ह्याची मला खात्री आहे. त्यामुळं तू प्यायच्या आधीच आम्ही त्या भेटीचा स्वाद घेतलाय. मी फक्त तुझी गंमत करीत होतो, एवढंच.'' अप्पा म्हणाले.

मग आम्ही तिघांनी जेवणखाण ह्या विषयावर एक प्रदीर्घ चर्चा केली. त्या तरुणाला काहीतरी सांगायचं होतं; पण अप्पा त्याला तशी संधीच देत नव्हते. वेगवेगळ्या ग्रहांवरचे खास पदार्थ, मद्य वगैरे बाबींवरची ही चर्चा संपली, तोपर्यंत

बराच उशीर झाला होता. मग जेवण करायला हवं ह्यावर आमचं एकमत झालं. अप्पांनी त्या तरुणाला आग्रहानं घरी ठेवून घेतलं. हेही जरा नेहमीपेक्षा वेगळं होतं. अप्पांच्या घरी मी आणि एकदोन जुने मित्र सोडले तर फारसं कुणी मुक्कामाला राहिल्याचं मला स्मरत नव्हतं. 'त्याला आपल्याबद्दल विश्वास वाटावा म्हणून मी त्याला ठेवून घेतला. चेहऱ्यावरून तो डॉक्टरचा मुलगा किंवा जवळचा नातेवाईक असावा, असं वाटत होतं.' असं पुढं एकदा अप्पा म्हणाले होते; पण ते खूप नंतर.

दुसऱ्या दिवशी सकाळची न्याहारी झाल्यावर अप्पा त्या तरुणाला म्हणाले, "तुला काहीतरी सांगायचंय हे मला कळतंय. काल तू घाईघाईत काहीतरी बोलला असतास आणि निघून गेला असतास. तू जे बोलणार त्यावर माझ्या काही शंका असतील. ह्याचे काही प्रश्न असतील. तेव्हा तू माझ्याकडेच रहा. उतरलाहेस तिथून सामान आणायची व्यवस्था करूया. दोन दिवस निवांत बोलू. तुला एक सांगतो, डॉक्टरसारखा बुद्धिमान शत्रू माझ्या हयातीत मला मिळाला हेसुद्धा मी माझं भाग्यच समजतो. आपला शत्रू समतुल्य असला तर मजा येते. उगीच पोरासोरांशी झगडण्यात काय अर्थ आहे?"

अप्पांनी त्याला घरी राहायला बोलावलं ह्या घटनेचा परिणाम खूपच चांगला झाला. तो अगदी मोकळेपणानं बोलत होता.

"मला बघितल्यावर तुम्ही मला हाकलून द्याल, असं वाटलं होतं; हे तर दचकलेच."

"खरं म्हणजे तुमच्यातलं साम्य बघून मीही थक्क झालो होतो." अप्पा म्हणाले.

"पण तुम्ही माझ्याशी नीट बोललात, मला इथं ठेवून घेतलंत, माझ्यावर विश्वास दाखवलात, त्यामुळं मला धीर आला. मी पहिल्यापासून सुरुवात करतो." तो म्हणाला आणि थांबला. आम्ही अप्पांच्या बंगल्याच्या गच्चीवर सावलीला बसलो होतो. सागरावरून वारा येत होता. लाटा चमकत होत्या. यंत्रमानव सेवेला हजर होता. न्याहारी संपली होती. आता मधे कुठलाही अडथळा न येता तो बोलू शकणार होता. दुपारचं जेवण सागरावर डुलत घ्यावं असं ठरलं होतं. अप्पांची खाजगी नौका त्यासाठी तयार करण्यात येत होती. "तुला समुद्र लागत नाही ना?" हा एकच प्रश्न अप्पांनी त्याला विचारला होता. त्यावरून बाकीचं मी ताडलं होतं. अप्पांकडे राहायला आलं, की खाण्यापिण्याची चैन असे. जाताना थोडंसं वजन वाढायचंच. तरी मी अप्पांच्या व्यायामशाळेत रोज कॅलरी जाळत असे. "हं बोल!" अप्पा म्हणाले. तो बोलेल तो प्रत्येक शब्द ध्वनिमुद्रकावर टिपला जाणार, ह्याची मला कल्पना होतीच.

''मी एका कुटुंबात वाढलो; पण ते माझं कुटुंब नव्हतं. माझ्या जन्माची हकिकत मला फार उशिरा कळली. डॉक्टरनी ती माझ्यासाठी लिहून ठेवली होती; पण डॉक्टरनी तेवढंच लिहिलं नव्हतं, तर त्यांच्या जन्मापासूनची हकिकत त्यात होती. तुमचा उल्लेख अतिशय आदरानं त्यात केला होता. त्यांनी मला वाटतं तुम्हाला त्यांच्याबरोबर काम करायलाही बोलावलं होतं. तुम्ही 'नाही' म्हणालात. ते त्यांनाही अपेक्षित होतं. मात्र त्यांना एक शंका येत होती, ती म्हणजे तुम्ही त्यांना 'हो' म्हणाल आणि मग आतून काटा काढाल.''

''तो विचार माझ्या मनात डोकावला नव्हता, असं नाही; पण तसं झालं असतं तर त्यांनी माझा आधी काटा काढला असता, हेही मला ठाऊक होतं.'' अप्पा म्हणाले.

''ते खरं होतं.'' त्या तरुणानं सांगितलं. मग तो म्हणाला ''मी एकदम फार पुढं आलो. सगळं कसं क्रमवार, रांगेनं सांगायला हवं, तर कळेल.''

''डॉक्टरनी लग्न कधी केलं?'' मी विचारलं. इतका वेळ मी गप्प बसून होतो; पण त्या डॉक्टरच्या मुलानं माझी उत्सुकता फारच ताणली होती.

''डॉक्टरना तुमच्या आणि अप्पांच्या मैत्रीचं फार कौतुक वाटत असे. त्यांना आपल्यालाही एक चांगला मित्र असावा, असं वाटायचं.'' त्यानं माझ्या प्रश्नाचं सरळ उत्तर द्यायचं टाळलं होतं

''डॉक्टरांचा जन्म सामान्य घरात झाला. त्यांना एक मोठा भाऊ होता. तो मतिमंद होता. त्याचं सर्व घरातच करावं लागत होतं. पृथ्वीवर अशी मुलं जन्मालाच येऊ देत नाहीत. जननिक तपासणीमुळं अशा तऱ्हेची गर्भधारणाच होऊ दिली जात नाही, हे डॉक्टरांना नंतर कळलं तेव्हा त्यांचा या भावावरचा राग अधिकच वाढला. त्याच्यामुळं आईवडिलांनी आपल्याकडे दुर्लक्ष केलं, ही त्यांची धारणा होतीच. डॉक्टर अतिशय बुद्धिमान होते. ते स्वकष्टानं शिकले. पहिल्यांदा संगणकी माहिती मानवाच्या मेंदूत भरायचे प्रयोग त्यांनी ह्या भावावरच केले होते. त्यात हा भाऊ गेला. त्यांनी सुटकेचा निःश्वास टाकला. त्या भावानं जाताना डॉक्टरच्या हाती माहिती चोरून पाठवायचं एक साधन दिलं होतं. त्यांनी ह्या भावाच्या स्मरणार्थ म्हणून जागोजाग मतिमंद मुलांना सांभाळायचे आश्रम काढले. मतिमंदांच्या मेंदूत इतर अडगळ नसल्यानं त्यांच्या मेंदूत हवी तेवढी माहिती भरता येते, हे त्यांच्या लक्षात आलं होतं. शिवाय घरातली जबाबदारी हा घेतो नि त्याचे वर पैसे देतो, ह्यामुळं ह्या मतिमंदांच्या पालकांमध्ये थोडा उपकाराची आणि थोडी अपराधीपणाची भावना असे. डॉक्टरनीच लिहिलंय हे.''

''पण कुणीतरी कधीतरी तक्रार केली असेल ना?'' मी विचारलं.

''त्यांनी ह्या तक्रार करणाऱ्यांना कसं, केव्हा, कुठे गप्प बसवलं तेही लिहून

ठेवलंय. ह्या सर्व प्रकारात डॉक्टरनी भरपूर माया जमवली; पण जेव्हा त्यांना आपल्याविरुद्ध तक्रारी होऊ शकतात. मतिमंद मुलांवरही प्रेम करणारे आईबाप असतात, हे लक्षात आलं त्यावेळी आज ना उद्या आपल्याविरुद्ध कुणी ना कुणी सक्षम व्यक्ती उभी ठाकेल हे त्यांच्या लक्षात आलं, तेव्हा त्यानी दोन निर्णय घेतले. एक म्हणजे स्वत: अंकीय बनून संगणकात शिरायचं आणि दुसरा निर्णय स्वत:चा मानवी शरीरातला वारसा निर्माण करायचा.''

"तुझी आई त्यांना कुठं भेटली?'' मी विचारलं.

"त्या स्त्रीला तुझ्या वडिलांच्या कृत्यांची कल्पना होती का?'' अप्पा.

"ती सध्या कुठं आहे?'' मी.

"सांगतो. तुमचे हे सर्व प्रश्न गैरलागू आहेत. मला जीवशास्त्रीय आई नाही. त्यामुळंच तर मी तुमच्याकडं आलो. मी ज्या गर्भाशयात वाढलो, ते भाड्यानं घेतलेलं होतं. त्या भाडोत्री मातेनंच माझा सांभाळ केला. त्याबद्दल अजूनही तिला दरमहा पैसे मिळतात; पण ते पैसे देणारा कोण, मी कुणाचा वगैरे प्रश्नांची उत्तरं तिच्याजवळ नाहीत. ह्याचं साधं आणि सोपं स्पष्टीकरण आहे. मीच म्हटलं तर डॉक्टर आहे.''

"डॉक्टरनं क्लोनिंग करून घेतलं?'' अप्पांनी प्रश्न केला. त्यानं मान हलवली.

"तरीच!'' अप्पा उद्गारले.

"कुठल्याही स्त्रीशी संबंध आला तर त्यांचे ५०% गुणच त्या मुलात उतरतील. बरेचदा तेही सुप्तावस्थेत राहतात आणि मुलगा आईच्या वळणावर जातो म्हणून त्यांनी स्वत:चा क्लोन करून घेतला.''

"पण क्लोनिंगला बहुतेक ग्रहांवर कायद्यानं बंदी आहे.'' मी म्हणालो.

"क्लोनिंगमुळं निर्माण होणाऱ्या कायदेशीर बाबी इतक्या किचकट झाल्या की क्लोनिंगला कायद्यात बंदी घालण्यात आली हे खरं आहे; पण काही विशिष्ट परिस्थितीत ह्याला अपवाद करता येतील, अशी कायद्यात सोय आहे. डॉक्टरनी ही परवानगी मिळवली. तुम्हाला कदाचित माझ्यापेक्षा डॉक्टरची जास्त माहिती असेल, त्यामुळं त्यांनी ती परवानगी कशी मिळवली असेल ते तुम्ही जाणू शकता; पण मी अधिकृतरीत्या नोंदवला गेलेला क्लोन आहे. त्याबद्दल वाद नाही.''

"पण मला एक कळत नाही, तू अप्पांकडे कशासाठी आलास?''

"मी अप्पांकडे आलो ह्याला अनेक कारणं आहेत. त्यातलं एक म्हणजे डॉक्टर ज्या मार्गानं गेले त्या मार्गानं मला जायचं नाही. डॉक्टरनी तो मार्ग का चोखाळला ह्याची चर्चाही मला करायची नाही; पण ज्या पद्धतीनं त्यांनी दुर्बल, आपण काय करतोय ते समजत नसलेल्या व्यक्तींचा उपयोग करून घेतला, तो उपयोग मला घृणास्पद वाटतो. त्यांनी खूप पैसा जमा केला. तो मी वापरू शकतो.

तो चांगल्या कामासाठी वापरला जावा. त्यांनी अप्पांबद्दल जे लिहून ठेवलंय त्यावरून त्यांना अप्पांबद्दल आदर वाटत होता, हे स्पष्टच आहे. त्यांचा अप्पांच्या न्यायबुद्धीवरही विश्वास होता, असं वाटतं. त्यांनी माझ्यासाठी म्हणून जो संदेश दिलाय त्यात त्यांनी मी कसं वागावं, ह्याबद्दल मला संपूर्ण स्वतंत्र्य दिलंय. उद्या समजा मी एखाद्या व्यवसायात यशस्वी झालो अणि तुमच्या नजरेस पडलो तर तुम्ही मला डॉक्टरचा वारस म्हणून माझ्याकडे संशयानं बघण्याची शक्यता मला नाकारता येत नव्हती; म्हणून मी तुमची भेट घ्यायचं ठरवलं. त्याचबरोबर मी एक शंकाही विचारायला आलो. डॉक्टरांचे आणि माझे आनुवंशिक गुण जर सारखेच आहेत, तर मी गुन्हेगार बनण्याची शक्यता किती? मी गुन्हेगारीकडे वळणार असलो तर आत्ताच तुम्ही त्याला प्रतिबंध घालू शकाल का? मला तर गुन्हेगारी मार्ग पसंत नाही,'' एवढं बोलून तो तरुण बोलायचा थांबला.

थोडा वेळ आम्ही सर्वचजण शांत बसून होतो. काय बोलावं हे कुणालाच सुचत नव्हतं. मग अप्पा म्हणाले, ''तुला इथं थांबायला किती वेळ आहे? आणखी काही दिवस थांबू शकशील का? माझे एक मित्र आहेत, डॉ सिन्हा म्हणून. त्यांना आपण विचारू. ते उलगडा करू शकतील ह्या गोष्टीचा. मोठे विद्वान गृहस्थ आहेत.'' मग अप्पांनी सिन्हांशी संपर्क साधला. सिन्हांचा आणि माझा परिचय होता. मोठा विक्षिप्त माणूस. हरहुन्नरी होता. ज्ञान म्हणावं तर अमर्याद होतं पण लहर फिरली तर त्यांच्या तोंडून केव्हा कुणाची कशी निर्भर्त्सना होईल, हे सांगणं अवघड. सुदैवानं त्यांचं अप्पांबद्दलचं मत चांगलं होतं. दोघंही चांगले मित्र होते. अप्पांची आणि माझी मैत्री त्यांना ठाऊक असल्यानं ते मला नीट वागवत असावेत, असं मला वाटतं.

सिन्हांना अप्पांचा निरोप मिळाला, त्यावेळी ते एका विद्यापीठात कुठल्या तरी अगम्य अशा विषयावर व्याख्यान देत होते. त्यामुळं त्यांना यायला थोडा वेळ लागला. तोपर्यंत अप्पा आणि मी ह्या तरुण डॉक्टरशी संवाद साधून होतो. डॉक्टरबद्दलची बारीक सारीक माहिती अप्पांच्या स्मरणात पक्की बसत असणार ह्याची मला खात्री होती. डॉक्टरच्या हुशारीबद्दल आणि बुद्धिमत्तेबद्दल आम्हाला कधीच शंका नव्हती. मात्र इतकी अफाट बुद्धिमत्ता वाईट मार्गाला लागावी, ह्याचं आम्हाला निश्चितच वाईट वाटत होतं. डॉक्टरांच्या नावावर अनेक शोधांची पेटंट होती. त्या स्वामित्व हक्कांचे त्यांना भरपूर पैसे मिळत होते. अशा परिस्थितीत त्यांनी गुन्हे करायचं काहीच कारण नव्हतं. मग ते गुन्हेगार का बनले असावेत? सिन्हाच ह्या प्रश्नाचा उलगडा करू शकले असते.

सिन्हा आले. त्यांनी सर्व हकिकत ऐकून घेतली. प्रथम तरुण डॉक्टरच्या तोंडून. मग अप्पांकडून. एखादा मुद्दा समजला नाही, असं वाटलं तेव्हा त्यांनी

त्याचं स्पष्टीकरण विचारून घेतलं. सिन्हा स्वत: ह्या काळात असे प्रश्न विचारण्यापलीकडे फारसे बोलत नव्हते. त्यांनी सगळं व्यवस्थित ऐकून घेतलं. मग ते बोलू लागले.

"हा तरुण डॉक्टर नावाच्या व्यक्तीचा क्लोन आहे, बरोबर?" आम्ही मान डोलावली.

"तो डॉक्टर गुन्हेगार होता, त्याबद्दल मीही ऐकलेलं होतं. तेव्हा ती माहिती थोड्याफार प्रमाणात होती; त्यातले बारकावे आज कळले. त्या तरुणाला तो गुन्हेगार बनेल असं वाटतंय; बरोबर?" आम्ही पुन्हा मान हलवली.

"थोडक्यात म्हणजे गुन्हेगारी आनुवंशिक असते का? हा तुमचा प्रश्न आहे किंवा वन्स अ थीफ ऑल्वेज अ थीफ हे म्हणणं खरं आहे का? असं तुमचं विचारणं आहे."

"तुमचं काय म्हणणं आहे, त्याला सरळ मार्गानं चालायचंय; पण जर गुन्हेगारी त्याच्या रक्तातच असेल तर त्यानं काय करावं, हे त्याला हवं आहे." अप्पांनी अधिक स्पष्टीकरण विचारलं. त्यावर सिन्हा बोलू लागले.

"गुन्हेगारी कुणाच्याही रक्तात असू शकत नाही. ह्याचं कारण गुन्हेगारी हा शब्द समाजसापेक्ष आणि कालसापेक्ष आहे. कुठलीही गुन्हेगारीची व्याख्या कालातीत असू शकत नाही. कालचा गुन्हा हा आजचा गुन्हा असू शकत नाही. आजचा सद्‌गुण हा कालचा किंवा उद्याचा गुन्हा ठरू शकतो. गर्भपाताचंच उदाहरण घ्या, एकेकाळी तो गुन्हा मानला जात असे, मग कायद्यानं गर्भपाताला परवानगी देण्यात आली. त्यानंतर जननिक तपासणीचा जमाना आला आणि पृथ्वीवर आणि पृथ्वीच्या जवळपासच्या अवकाशातल्या मानवी वसाहतींवर जननिक चाचणी सक्तीची करण्यात आली. ज्या गर्भाशयात डाऊन्स सिंड्रोम, मंगोलिझम वगैरे, म्हणजे ज्याला सामान्य माणूस मतिमंद म्हणतो, असे गर्भ असतील त्या ठिकाणी गर्भपात सक्तीचा झाला. ह्याबाबतचे जीन काढून टाकून तिथं नवे जीन जनन अभियांत्रिकीच्या साहाय्यानं बसविण्यात येऊ लागले. त्यामुळं हा क्लोन गुन्हेगार होईल का नाही, हे कोण सांगू शकेल?" असं म्हणून सिन्हा बोलायचे थांबले. सिन्हांच्या या स्पष्टीकरणानं आमचा प्रश्न सुटणार नव्हता; पण ते सिन्हांच्याही लक्षात आलं होतं. त्यांनी पेयाचा घोट घेतला.

"हे बघा, संगोपन विरुद्ध निसर्ग नावाचा एक वाद गेली कित्येक शतकं चालू आहे. काही जणांच्या मते बरेचसे गुण आनुवंशिक असतात. इतर काही जणांच्या मते बरेच दुर्गण किंवा सद्‌गुण हे परिस्थितीमुळं माणूस आपलेसे करतो. संगोपनाचा मानवी स्वभावावर खूप परिणाम होतो. एकेकाळी दोन्ही पक्ष अटीतटीनं वाद घालायचे. आता ह्या वादाची तीव्रता खूप कमी झाली आहे. आनुवंशिकता माणसाला घाबरट किंवा साहसी बनवू शकते. हुशार किंवा मठ्ठ बनवू शकते, आळशी किंवा

कामसू बनवू शकते. अभ्यासू आणि अव्यवहारी किंवा व्यवहारचतुर बनवू शकते. ह्या गुणांवरचे इतर साज परिस्थिती चढवते. अशी बरीच उदाहरणं आहेत – देता येतील.

''मला वाटतं, डॉक्टर अतिशय हुशार होता. पण त्याच्या भावाकडे आई-वडील जास्त लक्ष देतात, त्याचे लाड करतात अशी एक भावना त्याच्या मनात निर्माण झाली. खरं तर गरीब घराण्यातले आई-बाप काय करू शकत होते? त्या मतिमंद मुलाची काळजी घेताना त्यांनी डॉक्टरच्या शिक्षणाला उत्तेजनच दिलं; पण हे डॉक्टरला कुणी समजावून सांगितलं नव्हतं. ते सांगितलं असतं तरी त्यानं ते समजावून घेतलं असतं की नाही ह्याची शंकाच आहे. त्याच्या मनात ती कथित अन्यायाची भावना लहानपणीच खोल रुजली. त्या अन्यायाचं परिमार्जन करायचं ह्या एकाच इच्छेभोवती त्याचं आयुष्य केंद्रित झालं. तसं ह्याचं नाही. परिस्थितीमुळं चांगलं काय, वाईट काय ह्याचा विचार करण्याची ह्याच्यात शक्ती आहे. त्याला जर गुन्हेगारीकडेच वळायचं असतं तर तो तुमच्याकडे आलाच नसता, असं मला वाटतं. त्याला मित्र म्हणून वागवायला हरकत नसावी.

डॉक्टरच्या क्लोनशी सर्वांनी हस्तांदोलन केलं. त्याच्याजवळचा अमाप पैसा त्यानं संशोधनासाठी देणग्या द्याव्यात म्हणून 'ट्रस्टमध्ये' गुंतवावा, असं सिन्हांनी सुचवलं. त्यानंही समाजकार्य करायचं जाहीर केलं. सिन्हांनी त्याला स्वतःच्या बरोबर न्यायचं ठरवलं. ते ज्या विद्यापीठात भाषणं द्यायला जायचे तिथं त्याच्या उच्च शिक्षणाची सोय करणार होते.

त्या प्रतिडॉक्टरला अश्रू आवरले नव्हते. अप्पांनी त्याला जवळ घेऊन 'काही अडचण आल्यास कळव' असं म्हटलं. ''माझ्या ह्या परिवर्तनाचे तुम्ही साक्षीदार आहात, आता तेही जगापुढं येऊ देत.'' असं तो मला म्हणाला आणि सिन्हांबरोबर गेला.

अशा तऱ्हेनं अप्पांच्या जीवनातलं एक अवघड वळण पार पडलं, असं म्हणावं लागेल; पण तरी माझ्या मनात मात्र हे इतकं सहज पार पडलं ह्याबद्दल शंकेची पाल कुठतरी चुकचुकत होतीच पण तो मानवी स्वभावच नाही का?

■

अप्पांची परीक्षा

◈

अप्पांचा विचार माझ्या मनात यावा आणि लगेच त्यांनी माझ्याशी संपर्क साधावा किंवा उलटपक्षी अप्पांच्या मनात माझा विचार यावा आणि मी त्यांच्यापाशी संपर्क साधावा, असं बरेचदा घडतं. काही वेळा फोन करावा तर 'मी तुलाच/तुम्हालाच फोन करीत होतो' हे वाक्य उभयपक्षी योग्य त्या पर्यायासह उच्चारलं जातं. हा अनुभव तुमच्यापैकी बऱ्याच जणांना असेल. आपल्या जवळच्या मित्राच्या/मैत्रिणीच्या बाबतीत असं घडतं. ह्याला वैज्ञानिक स्पष्टीकरण नाही; पण असं घडतं, हे मात्र खरं.

आज तसंच झालं. मी अप्पांना माझ्याकडे बोलवायचा विचार करीत होतो. तेवढ्यात माझ्या यंत्रमानवानं, 'अप्पा संपर्क साधू इच्छितात', असं सांगितलं. मी फोन चालू केला. दूर संपर्कयंत्रणेच्या पडद्यावर अप्पा दिसू लागले. "मी तुझ्याकडे आलो तर काही हरकत नाही ना रे?" त्यांनी विचारलं.

"हे तर आंधळा मागतो एक डोळा असंच झालं."

"ठीक आहे, मी निघतोच." ज्यांनी अप्पांचे पराक्रम माहीत करून घेतलेत, त्यांना अप्पा किती आळशी (हे त्यांनीच स्वत:चं केलेलं वर्णन) आहेत ह्याची कल्पना असेलच. प्रवासाची नावड हा त्यांच्या स्थायिभाव. मी अप्पांच्या ह्या भेटीच्या कारणांचा विचार करीत त्यांच्या स्वागताची तयारी सुरू केली. अप्पा खाण्या-पिण्याचे शौकीन आहेत. जाणकार खवय्ये आहेत. त्यामुळं मी संगणकाला योग्य ती आज्ञावली भरवली. अप्पांच्या भाषेत बोलायचं, तर त्यांच्या उदरभरणाचा प्रश्न आता दूर झाला होता. आता पाहुण्यांची खोली तयार करणे. अप्पा विश्रांतीला म्हणून येत असले तर त्यांना वाचायला बरीच पुस्तकं लागणार, हे उघड होतं. जुनी दुर्मिळ पुस्तकं, ग्रंथ गोळा करणे, हा अप्पांचा छंद होता. त्यासाठी अप्पा बराच पैसा खर्च करीत. अप्पांच्या सहवासात आल्यावर मीही पुस्तकं खरेदी करू लागलो. खरं

सांगायचं तर मला साहित्यात रस नाही. मला ट्रायडीवरचे कलात्मक कार्यक्रम आवडत नाहीत. खून, मारामाऱ्या असल्या कार्यक्रमात मला भयंकर रस. किंबहुना दुसरे कुठलेच कार्यक्रम मी बघत नाही. त्यामुळं मी पुस्तकं गोळा केली, ती सर्व गुन्हेगारीशी संबंधित अशीच होती.

मला प्रवासाची भीती वाटत नाही. अप्पांच्या बऱ्याच कामगिरीत प्रवास मलाच करावा लागतो. अप्पा अतिक्वचित शहराच्या सीमा सोडून बाहेर जातात. मला माझ्या पोटापाण्याच्या व्यवसायामुळं, तसंच अप्पांसाठी बरेचदा परग्रहांवरही जावं लागतं. अशा वेळी मी माझ्या आवडत्या विषयांची पुस्तकं खरेदी करतोच. त्यामुळं माझ्याकडेही बऱ्याच पुस्तकांचा साठा तयार झालाय. सगळी अर्थातच गुन्हेगारी संबंधांची पुस्तकं आहेत. पाच-सात शतकांपूर्वीच्या पुस्तकांच्या काही प्रतीही माझ्याकडे आहेत. इलेक्ट्रॉनिक पुस्तकांपेक्षा कागदावर छपाई केलेली पुस्तकं अप्पांप्रमाणेच आणि त्यांच्यामुळेच मला आवडू लागली, असं म्हटलं तर वावगं होणार नाही. आजकाल अर्थातच हा एक श्रीमंती शौक ठरला होता. मागास ग्रहांवर अशी पुस्तकं बऱ्या प्रमाणात उपलब्ध असत. प्रगत ग्रहांवर मात्र त्यांची वानवाच असे.

अप्पा आले. नेहमीप्रमाणे सर्व काळजी घेऊन आले. मीही कसून तपासणी करून ते अप्पाच आहेत ना; ह्याची खात्री करून घेतली होती. याला कारणही अप्पाच होते. त्यांचीच शिकवण होती ती. माझी आणि अप्पांची मैत्री ही काही गुप्त बाब नव्हती. तेव्हा अप्पांचा एखादा मानवी किंवा यांत्रिक तोतया येऊन केवळ अप्पांना शह देण्यासाठी माझा घात करील ही शक्यता आम्हाला गृहीत धरणं भागच होतं. त्यामुळेच अप्पा आल्या आल्याच त्यांच्या बुबुळांची तपासणी, डीएनए पाहणी आणि अर्थातच बोटांचे ठसे तपासून झाले होते. ती तपासणी पार पडल्यावर अप्पांनी समाधान व्यक्त केलं आणि मगच त्यांच्या आवडीच्या मद्याचा पेला उचलला. अप्पा बऱ्याच वर्षांनी माझ्याकडे आले होते. राहावयास तर प्रथमच आले होते. माफक मद्यपान झाल्यावर अप्पा म्हणाले, "मी का आलो, हा प्रश्न तुझ्या डोक्यात पिंगा घालत असेल, नाही?"

मी होकारार्थी मान डोलावली.

"तुझ्याकडे गुन्हेगारीवरची बरीच ग्रंथसंपदा सहज उपलब्ध आहे. ती चाळावी, अशी इच्छा माझ्या मनात निर्माण झाली आहे." एवढं बोलून अप्पांनी विषय बदलला. माझ्या संसाराची चौकशी केली. हवापाण्याच्या गप्पा मारल्या. मग अप्पा विश्रांती घ्यायला गेले. जाताना मला म्हणाले, "मी तुझ्याकडे बरेच दिवस राहणार आहे. तेव्हा तू तुझं हातातलं काम माझ्यासाठी बंद करू नकोस. आपण रविवारी सुट्टी घेऊ. मला सर्व पुस्तकं चाळायची आहेत. तुझ्याकडे त्यांची यादी असेलच."

मी अप्पांना पुस्तकांची कपाटं, विषयवार यादी, संगणकात त्याविषयी असलेल्या नोंदी वगैरे दाखवल्यावर, मीही विश्रांतीसाठी गेलो. पुढचे काही दिवस आम्ही जेवताना, नाश्ता करताना असे खानपान कार्यक्रमातच एकमेकांना भेटत होतो. मी आणि घरातली माणसं बाहेर पडली की माझे यंत्रमानव अप्पांची काळजी घेत होते. असे काही दिवस गेले. मग एक दिवस अप्पा मला म्हणाले, ''लवकर लवकर, जरा मनाचं वंगण तयार कर!'' मी माझी कामं पुढं ढकलली. आम्हा दोघांना कुणी त्रास देणार नाही, याची खबरदारी घेतली आणि मग आम्ही दोघंच गच्चीत आरामात बसलो.

''अप्पा, मी काय विचारणार आहे, त्याची तुम्हाला कल्पना आहेच. तेव्हा आता मी तोंड बंद करतो. कान रोखतो. काय चाललंय ते माझ्या कानात पडू देत.''

''तू चतुर आहेस. माझ्या मन:स्थितीचा तुला पुरेपूर अंदाज असतो. त्यामुळेच तर तुझं नि माझं जुळतं. तू माझ्याकडून कल्पना घेतोस आणि प्रथितयश लेखक म्हणून गाजतोस. तुझ्या नव्या प्रकरणाला तू 'अप्पांची परीक्षा' हे नाव देऊ शकशील. त्यासाठी अर्थात मी ह्या परीक्षेत पास व्हायला हवं.''

''अप्पा, तुम्ही असे कोड्यात बोलायला लागलात, की माझी पंचाईत होते. ह्या विश्वात तुमची परीक्षा घेणार कोण असेल? मला नाही तसं वाटत. तुमची कुणी परीक्षा घेऊ शकेल हे असंभव आहे. अर्थात, एखादं अवघड प्रकरण सोडवणं, ह्यालाच जर तुम्ही परीक्षा म्हणत असाल तर मग ती परीक्षा तुम्ही सततच देत आलाय.'' मी थोडासा चेष्टेच्या सुरात बोललो होतो खरा; पण अप्पांद्दल मला जे काही ठाऊक होतं, ते पाहता हे खरंही होतं.

अप्पा हे वैश्विक कीर्तीचे रहस्यभेदक होते. वर्ल्ड स्पेसलाईन्सच्या प्रमुख सुरक्षा सल्लागाराचं पद त्यांनी भूषविलं होतं आणि त्यानंतर त्यांची वर्ल्ड स्पेसलाईन्सच्या संचालक मंडळात नियुक्ती झाली होती. अगदी तरुण वयात अप्पा वर्ल्ड स्पेसलाईन्सच्या संगणकतज्ज्ञ म्हणून रुजू झाले होते. त्याच काळात कंपनीवर आलेल्या एका संकटाची माहिती कळताच त्या तरुण संगणक-तज्ज्ञानं त्याचे तर्क संचालक मंडळास ठाम आत्मविश्वासानं ऐकवले होते. ते खरे ठरल्यावर त्या तरुणाची त्या शाखेचा सुरक्षा प्रमुख म्हणून नेमणूक झाली होती. त्या आडग्रहावर कंपनीचा ग्रह-सुरक्षाप्रमुख बनायला त्यांना फारसा वेळ लागला नव्हता त्या काळातच एका प्रकरणात अप्पा आणि मी एकमेकांना भेटलो होतो. तेव्हापासूनच आमच्या घनिष्ठ मैत्रीला सुरुवात झाली होती.

''तुला खरंच सांगतोय, ही माझी परीक्षाच आहे, असं मला वाटतंय. मात्र परीक्षक कोण हे कळायला मात्र कुठलाच मार्ग नाही.'' अप्पा म्हणाले.

''हे कसं काय शक्य आहे, अप्पा?'' मी विचारलं.

"मी तुझ्याकडे यायचं तेही एक कारण आहे. तुझ्याकडचे ग्रंथ मी चाळत होतो, त्यालाही एक कारण होतंच. दुसरं कारण म्हणजे आपण बोलता बोलता माझ्या लक्षात न आलेली एखादी गोष्ट, एखादी मला क्षुल्लक वाटणारी पण महत्त्वाची घटना तुझ्या लक्षात येईल असंही मला वाटलं. तिसरं म्हणजे नेहमी आपण माझ्याकडे भेटतो, त्याऐवजी तुझ्याकडे म्हणजे काहीशा अपरिचित ठिकाणी – नेहमीच्या अतिपरिचित ठिकाणी न चालणारी माझी बुद्धी चालेल, असंही मला वाटलं.''

"आणि त्याप्रमाणेच घडलं, असंच ना? म्हणजे आता माझ्याशी चर्चा करण्याची आवश्यकता उरलेली नसेलच.'' मी म्हणालो.

"तू असा का वैतागलास? मी तुझ्याशी चर्चा करण्यापूर्वी मला जे काही तुला सांगायचंय त्याची मांडणी माझ्या मनात होणं, आपल्या चर्चेच्या दृष्टीनं अत्यंत आवश्यक होतं.'' अप्पांनी समजावणीच्या सुरात मला ऐकवलं आणि ते पुढं बोलू लागले –

"मध्यंतरी माझ्याकडे दोन व्यक्ती आल्या. त्यांनी आल्या आल्या मला काही जुने ग्रंथ भेट म्हणून दिले. त्यांना माझ्या आवडीनिवडी, गुणावगुण, माझ्या व्यक्तिमत्त्वातील तिढे अशा सर्व गोष्टी ठाऊक होत्या. ह्याला कारण म्हणजे तू. ते त्यांनीच मला सांगितलं. त्यांनी माझ्या संपूर्ण आयुष्याचा कसून अभ्यास केला होता. पहिल्या भेटीत त्यांनी फक्त त्यांना माझी माहिती आहे, एवढंच स्पष्ट केलेलं होतं. माझ्याकडून त्यांच्या काही अपेक्षा असणार हे उघडच होतं. पण त्याबद्दल त्यांच्या बोलण्यामधून कोणताही अंदाज व्यक्त होत नव्हता. माझ्याशी कसं वागावं, ह्याचे पूर्णपणे आडाखे बांधूनच ते माझ्याकडे आलेले होते, हे उघड होतं. त्यामुळं माझं कुतूहल चाळवलं जाईल हा त्यांचा अंदाजही खरा ठरला. ते जवळच्याच एका पंचतारांकित अतिथीगृहात वास्तव्यास होते. ते त्यांनीच मला सांगितलं होतं. मीही मग त्याची खात्री करून घेतली होती.

"पहिल्या भेटीनंतर निरोप घेताना, 'आम्ही परत येऊ' किंवा 'पुन्हा भेटूया' असं तेही काही बोलले नव्हते. नंतर ते त्यांच्या वास्तव्यस्थानात काही दिवस राहून निघून गेले. मीही तो विषय डोक्यातून काढून टाकला होता; असं मी म्हणतो खरं, पण ते कोण असावेत नि का आले असावेत, ह्याबद्दल माझ्या मनात कुतूहल जागलं होतंच. ते ज्या ठिकाणी निवासास होते, त्या ठिकाणच्या व्यवस्थापकांपैकी काहींचा माझ्याशी परिचय होता. त्यामुळे ह्यांनी त्यांच्या वास्तव्याची अखेर करताच त्या खोल्या तपासण्याची संधी मला मिळाली होती. त्यांनी त्या खोलीत मागं काहीही राहणार नाही, याची पूर्ण काळजी घेतली होती. मी कसून तपासणी केली. एवढी काळजी घेऊनसुद्धा गफलतीनं एखादी क्षुल्लक निशाणी राहते. त्या

सुतावरून मग आपण स्वर्ग गाठतो. इथं तसंच झालं. मी जेव्हा ते उतरलेल्या ठिकाणच्या प्रसाधनगृहात तपासणी केली, त्यावेळी मला दोन छोट्या; पण सहज लक्षात येणार नाहीत अशा वस्तू मिळाल्या. त्यांचा उपयोग काय असावा हे मी सांगू शकत नाही. अशा वस्तू मी ह्यापूर्वी कधी पाहिल्या नव्हत्या. मी संगणकाच्या साहाय्यानं त्या वस्तूंची माहिती मिळवायचा प्रयत्न केला. मानवी साम्राज्यातील कुठल्याही ग्रहावर अशा वस्तू वापरल्या जात नाहीत.

"त्या वस्तू मानवी नाहीत, ह्याची मी पुन्हा पुन्हा तपासणी करून खात्री करून घेतली. तेव्हा माझ्यापुढं तीन पर्याय उरले. एक तर त्या वस्तू अमानवी आहेत; म्हणजे मानव जिथं पोहोचलेला नाही, अशा एखाद्या ठिकाणाहून त्या वस्तू मानवी साम्राज्यात आलेल्या आहेत; म्हणजेच मग ते जे दोघं भेटायला आले होते ते मानव नव्हते, हा एक पर्याय झाला. दुसरा पर्याय म्हणजे ते आपल्या विश्वातले नव्हते, समांतर विश्वातून ते आपल्या विश्वात आले होते. पण हे दोन्हीही पर्याय मी फेटाळले. याचं कारणही मी स्पष्ट करतो. कदाचित ते स्पष्ट करताना मला आणखी एखादा पर्याय सुचतोय का तेही बघतो.

"ते अमानवी असते तर माझ्या ते लक्षात यायला हवं होतं, पण ते माझ्याकडे फार वेळ नव्हते. ठरल्याप्रमाणे आले, बसले नि गेले. त्यामुळं केवळ माझ्या निरीक्षणांवर विसंबून त्यांना मानव किंवा अमानव ठरवणं योग्य होणार नाही. कुठल्याही हॉटेलमधले, विशेषत: पंचतारांकित ठिकाणचे नोकर हे आलेल्या पाहुण्यांच्या निरीक्षणात पटाईत असतात. पाहुण्यांच्या मन:स्थितीचा अंदाज घेऊन त्यांची सरबराई नीट केली तर भरपूर वरकमाई होते. ह्यामुळेच पाहुण्यांवर ह्या नोकरांचं बारीक लक्ष असतं. त्या पाहुण्यांच्या सेवेत असलेल्या सर्व मानवी सेवकांची मी कसून उलट तपासणी केलीच, पण यंत्रसेवकांकडूनही माहिती काढली. त्यावरून ते मानवीच होते, ह्याबद्दल माझी खात्री पटली. आता उरला दुसरा पर्याय. तो म्हणजे ही मंडळी समांतर विश्वातून इथं आली हा. ह्यात दोन अडचणी आहेत. समांतर विश्वातील व्यक्ती अगदी सहजतेनं एका विश्वातून दुसऱ्या विश्वात प्रवेश करू शकत नाहीत. आतापर्यंतच्या इतिहासात अशा काही घटनांची नोंद आहे. त्या सर्व घटना योगायोगानं घडून आलेल्या होत्या. काही मानवी व्यक्तीही काही प्रसंगी नाहीशा झाल्या, तेव्हा त्या समांतर विश्वात गेल्या, असं मानलं जातं. त्याबद्दल ठोस पुरावा आपल्याकडे नाही.

"जेव्हा योगायोगानं समांतर विश्वातील व्यक्ती आपल्या विश्वात येते, त्यावेळी ती हेतुपुरस्सर येत नसते. इथं ह्या दोघांनी माझ्या आयुष्याचा बारकाईनं अभ्यास केलेला होता, हे स्पष्ट आहे. तो ह्या विश्वात आल्यावर त्यांनी का करावा? त्यांनी खरं तर एखाद्या वास्तव शास्त्रज्ञाकडे जाऊन परतीचा मार्ग दाखविण्याची विनंती

करायला हवी होती. त्यामुळे हा दुसरा पर्यायही मी नाकारला.''

''तेव्हा आता उरला तिसरा पर्याय. अप्पा, हा तिसरा पर्याय म्हणजे अर्थातच 'कालप्रवासी' हा असणार, नाही का?'' मी विचारलं. ह्यावर अप्पा खळखळून हसले.

''बरोबर ओळखलंस! ह्यापूर्वीही आपली कालप्रवासी लोकांशी वेळोवेळी गाठ पडलीय. हेही तसेच. पण ते भविष्यकाळातून माझ्याकडे आले होते. त्यांच्या वस्त्रांवरून आणि बोलण्याच्या पद्धतीवरून ते भूतकाळातले नाहीत, हे माझ्या लक्षात आलं. शिवाय माझ्या आयुष्यातील काही घटना त्यांनी मला सांगितल्या. त्यावरून हे भूतकाळातील असणं अवघड आहे, हे माझ्या लक्षात आलं. त्यांनी माझा पुरेपूर अभ्यास केला होता. तुला ठाऊक आहेच. कालप्रवासासाठी खूप ऊर्जा लागते. माझ्या आयुष्याचा अभ्यास करायचा तर आपल्या जगात, आपल्या काळात काही वेळ घालवायला हवा. ते भूतकाळात कुणालाही जमलेलं नव्हतं. हे लक्षात घेता ते भविष्यकाळातलेच आहेत, हे मी गृहीत धरलं.''

''पुढं काय झालं, अप्पा?'' मी न राहवता विचारलं.

''ते माझ्याकडे परत आले.'' अप्पांनी मला सांगितलं. ''ते ह्यावेळीही अनपेक्षितरीत्या माझ्याकडे आले होते. मी त्यावेळी नुकताच डॉक्टरशी झालेला लढा संपवला होता. एक-दोन प्रकरणं माझ्या सहकाऱ्यांवर सोपवून मी विश्रांती घेत होतो. शारीरिक विश्रांतीपेक्षा त्या काळात मला मानसिक विश्रांतीची आवश्यकता होती.''

ते प्रथम आले तेव्हा डॉक्टर प्रकरण नुकतंच सुरू झालं होतं. त्यामुळे अप्पांना त्रास होऊ नये म्हणून ते थांबले होते. अप्पा कुठलंही प्रकरण कसं हाताळत असतात, याची 'चक्षुर्वैसत्यम' पाहणी त्यांनी केली होती. भविष्यकाळातले असल्यामुळं त्यांना हे प्रकरण पूर्णपणे ठाऊक होतं; पण ते माझ्या लिखाणामधून. माझ्या लिखाणातून काही तपशील मला गाळावा लागत असे. काही व्यक्तींना संरक्षण देणे, हा त्यातला प्रमुख भाग असे. त्याचबरोबर काही वेळा त्या लेखनातून अप्पा मला त्यांच्याविषयीचा काही भाग गाळायला लावत असत. त्यांना 'स्तुती' वाटली, की ते त्या भागाला कात्री लावायला सांगत. खरं तर ती स्तुती नसायची तर वास्तव असायचं; पण अप्पांच्या इच्छेस मान देऊन मी त्या भागास कात्री लावत असे.

काही वेळा काही गोष्टी/काही घटना छापणं मला अप्रस्तुत वाटत असे. त्यात माझा किंवा अप्पांच्या एखाद्या तत्कालीन मैत्रिणीचा सहभाग असेल तर तो मी कमीत कमी शब्दात मांडत असे. मैत्रिणींना तर पूर्णपणे फाटा मिळत असे. तीही अप्पांची एक विनंती होती. त्यात स्त्री-द्वेष्टेपणाचा भाग नव्हता, तर अप्पांना गाठण्यासाठी काही वेळा गुन्हेगारांनी माझा उपयोग केला होता. अशा परिस्थितीत अप्पांशी संबंधित यंत्रमानव सोडले तर मी सोडून इतरांचा उल्लेख अपरिहार्य असेल

तरच केला जात होता.

अप्पांनी डॉक्टरचा पूर्ण नायनाट केल्यानंतरच ते अप्पांना भेटायला परत आले होते. ते अप्पांच्या कार्यपद्धतीवर खूष होतेच. त्याशिवाय ते अप्पांकडे येतेच ना! पण त्यांनी अप्पांवर जे काम सोपवले होते, ते अप्पांना पोरकट वाटले होते.

''अरे, त्यांना माझी परीक्षाच घ्यायची होती तर एखादी चांगली कामगिरी तरी त्यांनी माझ्यावर सोपवायला हवी होती. ही काय कामगिरी आहे? पण तुला एक सांगतो, ही माझी परीक्षा चाललीय. डॉक्टर प्रकरणाचे ते साक्षीदार बनले, पण शक्य असूनही त्यांनी मला मदत करण्याचं टाळलं. नंतर हे किचकट काम माझ्यावर सोपवलं. त्याअर्थी त्यांना माझ्याकडून ज्यात वेळ जाणार आहे, ज्यात डोकेफोड करावी लागणार आहे आणि वेळ पडलीच तर शरीरसामर्थ्य आणि चपळाईचाही वापर करावा लागणार आहे, अशी कामगिरी त्यांना माझ्यावर सोपवायची असावी.''

''अप्पा, एवढं सगळं बोललात, पण त्यांनी तुमच्या परीक्षेसाठी कोणती प्रश्नपत्रिका काढली ते नाही सांगितलंत? अप्पा, तुम्ही विसाव्या आणि एकविसाव्या शतकांचा सांगोपांग अभ्यास केलाय तर मला सांगा त्याच पद्धतीनं शिकवणी लावून, आदर्श प्रश्नपत्रिका सोडवायचा सराव करताय की काय?''

''तुला विनोद सुचतोय मित्रा, पण ठीक! कर विनोद. कारण मी स्वत: नियमित अभ्यास करून ह्या परीक्षेत पास झालोय.''

''अप्पा, तुम्ही परीक्षेचं स्वरूप, प्रश्नपत्रिका वगैरे काहीच सांगायला तयार नाही आणि आता तुम्ही स्वत:च परीक्षेत उत्तीर्ण झालो, अशी घोषणा केली. हा पेपरफुटीचा तर मामला नाही?'' अप्पा हसले. ''तू माझा मित्र म्हणतोस आणि माझ्यावरच शंका घेतोस?''

''तसं नाही अप्पा...''

''मग कसं? पण ऐक, मधे मधे बोलू नकोस!'' एखाद्या लहान मुलाला दटावावं तशा सुरात; पण हसत हसत अप्पा बोलले. ह्याचाच अर्थ अप्पा प्रसन्न मन:स्थितीत होते. त्यांनी ती परीक्षा यशस्वीपणे पार पाडली होती.

''ते दोघं माझ्याकडे आले. मी त्यांचं स्वागत केलं. त्यांना बसायला सांगितलं. मग माझ्या यंत्रसेवकास म्हणालो, 'अरे, या भविष्यकाळातील पाहुण्यांना त्यांच्या पूर्वजांचा आहार कसा असतो ते कळू तरी दे!' ह्यावर ते दोन्ही पाहुणे एकमेकांकडे बघून समाधानानं हसले.''

त्या पाहुण्यांना अर्थातच त्यांचा अंदाज खरा ठरल्याचा आनंद झाला होता. अप्पांनी ते भविष्यकाळातून आल्याचं ओळखलं होतंच, पण त्याबद्दल त्या पाहुण्यांना ज्या पद्धतीनं अप्पांनी सत्य ओळखल्याची जाणीव करून दिली होती, ती ह्या

पाहुण्यांना अधिक भावली होती.

अप्पांना त्यांनी मग काही भेटवस्तू दिल्या. अप्पा प्राथमिक चाचणीत उतरले म्हणून ती भेट होती. इथं एक स्पष्ट करायला हवं, की ते अप्पांची परीक्षा पाहत आहेत असं त्यांनी चुकूनसुद्धा बोलून दाखवलेलं नव्हतं. तसं ते जर म्हणाले असते, तर अप्पांनी त्यांना हाकलून दिलं असतं. त्यांचा 'परीक्षा घेण्याचा अधिकार' सिद्ध करायला सांगितलं असतं. त्यांनाही थेट आमनेसामने परीक्षा नको असावी. कारण अर्थातच ते अप्पांची प्रतिक्रिया काय होईल, एवढंच बघायला आले नव्हते.

पुढं त्यानी ते अप्पांजवळ स्पष्ट केलं होतं. एखाद्या माणसाला देव बनवणं, त्याला नानाविध, हवे नको ते गुण चिकटवणं अशा घटना नेहमीच घडतात. मी अप्पांवर जे लेखन केलं, कार्यक्रम सादर केले, त्यात अतिशयोक्ती तर नाही ना, हे त्यांना जाणून घ्यायचं होतं. अप्पांनी त्यांना नंतर कधीतरी विचारलंही होतं, की शेरलॉक होम्ससारखे महान गुप्तचर सोडून ते अप्पांकडे का आले? त्यावर त्यांनी दोन-तीन मुद्दे मांडले होते. एक तर शेरलॉक होम्स जरी महान असला तरी १९५० नंतरच्या तंत्रज्ञानाचा – विशेषत: जैव तंत्रज्ञान आणि पदार्थ विज्ञानातील प्रगतीशी त्याचा संबंध आलेला नव्हता. काल-प्रवास ही संकल्पना त्याला सांस्कृतिक धक्का देणारी ठरली असती. संगणक आणि विविध पातळीचे यंत्रमानव आणि सायबोर्ग ह्यांच्याकडून कामं करून घेण्यासाठी जी तयारी लागते, ती शेरलॉक होम्सला साध्य झाली असतीच, ह्याची त्यांना खात्री नव्हती. दुसरी गोष्ट किंवा महत्वाचा मुद्दा म्हणजे त्यांना गुप्तचरांची गरज केव्हाही पडू शकत होती. मात्र त्या गुप्तचराची मानसिक तयारी करून घ्यायला त्यांच्याकडे वेळ नव्हता. त्याचबरोबर ज्यांनी आधीच कालप्रवास केलाय त्यांच्या निवडीस प्रधान्य द्यायचं त्यांनी ठरवलं होतं. त्यांच्या काळात असे गुप्तचर नव्हते का, तर त्या प्रश्नाचं उत्तर फारच विचित्र मिळालं होतं. ते पाहता अप्पा किंवा त्यांच्या समकालीन गुप्तचरांपैकी कुणाला तरी घेऊन जाणं (आणि अर्थातच परत आणून सोडणं) त्यांच्या दृष्टीनं अपरिहार्य ठरत होतं.

त्यांच्या काळात मानवी आयुष्य संगणकांच्या तालावर चालत होतं. मानवांना फारसं कामच उरलेलं नव्हतं अशा परिस्थितीत एखादी अप्रिय घटना घडली तर ती कशी हाताळायची हेही संगणक ठरवत होता. त्यांच्या सुदैवानं कालयंत्राचा शोध समाजाचं संगणकीकरण होण्यापूर्वीच लागलेला होता. ते एक करमणुकीचं साधन मानण्यात येत होतं. त्यामुळंच ते इथं येऊ शकलेले होते. त्या संगणकशाहीचा त्यांना शेवट करायचा होता. ते जर आणखी भविष्यकाळात गेले असते तर – आणि ते गेलेही होते – म्हणून तर ते परत भूतकाळात आले होते – भविष्यकाळात म्हणजे त्यांच्या भविष्यकाळात माणूस आणि संगणक सौहार्दपूर्ण सहजीवन जगत

होते आणि कालप्रवास नियंत्रित होता. विशेषत: त्यांच्या काळावर पूर्ण बंदी किंवा तो काळ एकप्रकारे संघटितदृष्ट्या विसरला गेला होता, स्मृतीतून पुसून टाकण्यात आला होता.

एका दृष्टीनं ते बरोबर होतं. संगणक, यंत्रमानव, सायबोर्ग हे वरचढ होऊ शकतात, ह्याची जाणीव संगणकाला होऊ देणं जसं धोक्याचं होतं, त्याचप्रमाणं संगणक धोकादायक ठरतात, ही जाणीव मानवी स्मृतीत राहणं, हेही योग्य ठरत नव्हतं. मानव जर सतत संगणकाकडे अविश्वासू, संशयास्पद सखा म्हणून बघू लागला तर त्यांनी गाठलेली सहजीवनाची पातळी कोलमडून पडली असती. त्यामुळे ते भूतकाळात आले होते. संगणकाच्या गुलामगिरीतून मानव मुक्त होणार आणि मानव-संगणक सहकार्याचं युग सुरू होणार हे त्यांना कळलं होतं, पण ते कसं आणि कधी घडणार हे शोधून काढायचा त्यांनी प्रयत्न केलेला नव्हता. कारण तसं करताना त्यांच्या वर्तमानकाळातल्या संगणकांच्या जाळयाला पत्ता लागला असता तर त्यातून काही वेगळाच पेच निर्माण होण्याची शक्यता होती. त्यामुळे संगणक, यंत्रमानव सायबोर्ग यांच्याशी परिचित असलेल्या विश्वातील एकाची निवड त्यांनी 'संगणकजालाशी लढत देण्यासाठी' करायचं ठरवलं होतं. ते भूतकाळात आले. इथे येऊन त्यांनी अशा व्यक्ती शोधण्यासाठी एक कार्यक्रम बनवला. त्यात योग्य व्यक्तींच्या यादीत अप्पांचं नाव होतं. ह्या व्यक्तींमधून एक किंवा दोन व्यक्ती निवडून त्यांना पुढचं काम सांगायचं असं त्यांनी ठरवलं होतं. अप्पांनी कालप्रवास केलेला होता आणि अप्पांना 'ग'ची बाधा नव्हती. ही जशी त्यांच्या जमेची बाजू होती, त्याचप्रमाणं डॉक्टरचा अप्पांनी केलेला पराभव अप्पांना संगणकाशी लढतीचा अनुभव देणारा ठरलेला होता, तेही अप्पांमध्ये त्यांनी विशेष रस घेण्याचं कारण होतं.

''मग अप्पा, त्यांनी तुमच्यावर कामगिरी सोपवली की नाही?'' मी विचारलं.

''अजून तरी नाही!'' अप्पा म्हणाले. ''सध्या त्यांनी माझ्यावर एक वेगळीच कामगिरी सोपवली आहे. ती जर मी पार पाडली तर मला ते पुढची महत्त्वाची कामगिरी हाताळू देतील, असं दिसतंय. आणखीही काही जणांची ते अशीच परीक्षा घेत असावेत, असा माझा तर्क आहे. रॉस परेरानं माझ्याशी संपर्क साधला होता.''

रॉस परेरा हा स्वतंत्रपणे काम करणारा गुप्तचर होता. अप्पा कधी कधी वर्ल्ड स्पेसलाईन्सची कामं त्याच्यावर सोपवीत असत. त्याची आणि अप्पांची मैत्री होती. त्याला एखादी अडचण आली किंवा सल्लामसलत करावीशी वाटली, की तो अप्पांशी संपर्क साधत असे. मला तो कधी बुद्धिमान वाटला नव्हता, पण न कंटाळता एखाद्या गोष्टीचा पाठपुरावा करीत राहणं, हे त्याचं वैशिष्ट्य होतं. अप्पाही तेच म्हणत. पण गुप्तचराचा तो स्थायिभाव असावा लागतो. कधीही कंटाळा येऊन

चालत नाही. दांडगा धीर धरावा लागतो. काही प्रश्न केवळ शांत बसून राहिल्यामुळं सहज सुटू शकतात. बुद्धिमान आणि अस्वस्थ माणसं गुप्तचर बनू शकत नाहीत, असं अप्पा म्हणत. गळ टाकून बसल्यावर मासा लागेपर्यंत वाट पाहणं फार महत्त्वाचं. रॉस परेराचा तो गुण महत्त्वाचा होता. रॉस परेरानं संपर्क साधल्यानंतर अप्पांनी जी माहिती मिळवली त्यावरून रॉस परेराकडे एक स्त्री आणि पुरुष गेले होते. रॉसनं आणखी एकाशी संपर्क साधला होता. त्याच्याकडे एकच एक वृद्ध स्त्री गेली होती. तेव्हा अप्पांनी काही निष्कर्ष काढले होते. त्या लोकांनी ज्यांच्याकडे जायचं त्या-त्या गुप्तचराचा व्यवस्थित अभ्यास केला होता. रॉस परेरा तरुणींच्या बाबतीत जरा वाहवणारा होता. त्याकडे एक तरुणी जरा प्रौढ पुरुषाबरोबर गेली होती. असे बारकावे महत्त्वाचे.

नंतर मात्र त्यांनी रॉस परेराशी संपर्क साधला नव्हता. दुसऱ्यांदा ते आले. त्यांनी रॉसची ट्रायडीसाठी – दूरचित्रवाणीसाठी – मुलाखत घेतली आणि ते निघून गेले, अप्पा प्रथमिक परीक्षेत उतरल्यामुळं त्यांनी इतरांशी संपर्क साधणं बंद केलं असावं किंवा आणखीही जे प्राथमिक परीक्षेत उत्तीर्ण झाले, त्यांचीही कदाचित पुढची परीक्षा घेतली असावी, आपल्याला ते कळायला सध्या तरी मार्ग नाही. (पुढं हे प्रकरण संपल्यावर अप्पांना आणखी कोण कोण प्राथमिक परीक्षेत उतरले ते कळलं होतं. पण त्याच्यात लक्ष घालायचं आपल्याला काही कारण नाही.)

यावेळेस त्यांनी अप्पांना त्यांच्या येण्याचं कारण सांगितलं. त्यांच्या काळातले जे प्रश्न, संगणक-मानव संबंध आपण बघितले त्या सगळ्या पुढच्या गोष्टी आहेत. बोलण्याच्या नादात आपल्याला कालानुक्रम लक्षात राहत नाही, त्यामुळं माझं बरेचदा असं होतं. ह्यालाच एकेकाळी 'वरातीमागून घोडं' असं म्हणत असावेत. अप्पांनी त्या भविष्यकालीन लोकांचा प्रश्न कसा सोडवला; ते काही मी आता सांगणार नाही. कारण आत्ता आपल्यापुढं अप्पा परीक्षा कसे पास झाले, हा प्रश्न आहे. तर त्या लोकांनी अप्पांना म्हटलं, की आमच्या काळातली काही माणसं अचानक नाहीशी झालेली आहेत. आम्ही ज्या चौकश्या केल्या, त्यावरून आमच्या तरी लक्षात त्यांचं काय झालं ते येत नाही. त्या माणसांचं काय झालं असावं, हे तुम्ही शोधून काढावं, अशी आमची तुम्हाला विनंती आहे.

ह्यावर अप्पांनी त्या लोकांबद्दल अनेक प्रश्न विचारले. ज्यांना शोधायचं त्यांची माहिती असणं शोधकाच्या दृष्टीनं फार महत्त्वाचं असतं; पण त्यांनी अप्पांना ही माहिती द्यायला नकार दिला होता.

"आमच्या काळातल्या त्या व्यक्तींची नावं किंवा बाकी इतर माहिती देण्यानं फार काही साध्य होणार नाही. त्यातले काही जण आमच्या संगणकविरोधी चळवळीचे सदस्य होते, तर काही गुन्हेगार होते; पण संगणकफोडीत आम्हाला

मदत करणारे होते. ते तुरुंगात नाहीत. कारण, आमच्या काळात तुरुंग नाहीत. ते भविष्यकाळात गेलेले नाहीत. ते मेलेले नाहीत, हे आम्ही खात्रीलायक सांगतो,'' असं त्यांनी अप्पांना सांगितलं. एवढ्या जोरावर अप्पांनी त्या माणसांचं काय झालं, याचा अंदाज करायचा होता. अप्पांनी हे आव्हान स्वीकारलं.

''हे बघ, मी हे आव्हान स्वीकारलं, तेव्हा तुझी मदत होईलच ह्याची मला खात्री होती. तुझ्याकडे गुन्हेगारी आणि अद्‌भुत घटनांचा फार मोठा छापील आणि ई-संग्रह आहे, हे माझ्या लक्षात होतं. त्यामुळं ह्या प्रश्नाचं उत्तर सोडवणं सोपं जाणार होतं. तुला एक-दोन उदाहरणं देतो – पृथ्वीवरची आहेत. आपला शोध तसा मी पृथ्वीपुरताच मर्यादित ठेवला होता. ते संगणकी जग जेव्हा शत्रूला नाहीसं करेल, तेव्हा ते नजीकच्या भूतकाळात त्याला पाठवणं शक्य नाही, असा एक अंदाज मी केला होता. तो खरा ठरला.''

अप्पांनी माझ्याकडचा ग्रंथसंग्रह चाळला होता. त्यातून त्यांनी एक भली मोठी यादी तयार केली होती. पृथ्वीवर फार पूर्वीपासून काही व्यक्ती अचानक प्रकट झाल्याच्या आणि अचानक नाहीशा झाल्याच्या घटना घडत आल्या आहेत. मेटॅघान नावाच्या न्यू फौंडलंडच्या किनाऱ्यावरच्या एका गावात सागर किनाऱ्यावरच्या एक माणूस सापडला. त्याला हात-पाय नव्हते. जखमा व्यवस्थित भरून आलेल्या होत्या. त्याला बोलता येत नव्हतं. तो जे आवाज करायचा त्याच्या अर्थबोध मेटॅघानच्या नागरिकांना होत नव्हता. तर ते काय बोलायचे हे ह्याला कळत नव्हतं. तो चालता हलता न येणारा माणूस पुढं तेरा वर्षे त्या गावाच्या दयेवर जगला.

जेम्स वोर्सन नावाचा माणूस इंग्लंडमध्ये होता. तो विचित्र होता. कधीच व्यायाम करीत नसे, पण मैल मैल पळूनही दमत नसे. सामान्य माणूस कधीही उचलणार नाही अशी वजनं उचलायचा. ह्याबाबत पैजा लावून मिळालेला पैसा तो दारू पिण्यात घालवी. 'मला जिथं जायचंय, तिथं ह्या पैशांचा काय उपयोग?' असं म्हणत असे. पण कुठं जायचंय ते सांगत नसे. एक दिवस असाच पैज मारून पळताना त्याच्या मागून येणाऱ्या माणसांना तो एकाएकी दिसेनासा झाला. अँब्रोज बीअर्स हा लेखक असाच नाहीसा झाला. जॉर्ज वैशमान नावाचा चांभार अचानक न्यूरेंबर्गमध्ये भरदिवसा अवतरला. युरोप-अमेरिकेत अशी अनेक उदाहरणं नोंदवलेली आहेत. ह्यशिवाय अनेक आगा-पिछा नसलेल्या स्त्री-पुरुषांना तत्कालीन सामाजिक चालीरीतींशी जुळवून न घेता आल्यामुळं वेळोवेळी जखीणी किंवा सैतानाचे दूत म्हणून जाळण्यात आलंय. पौर्वात्य देशात अनेक साधुसंत अशाच तऱ्हेनं आगा-पिछा नसलेल्या अवस्थेत प्रकट झाले. काही अकस्मात नाहीसे झाले, स्वर्गारोहण करताना लोकांनी बघितले. अप्पांनी अशा साडेसातशे लोकांची यादी केली होती. शिवाय आणखी नावं शोधता येतील, ह्याची त्यांना खात्री वाटत होती.

"ही सर्व माणसं भविष्यकाळातून इथं आली होती किंवा त्यांना पुढील तपासासाठी भविष्यकाळात नेण्यात आलं होतं. असा माझा अंदाज आहे." अप्पांनी मला सांगितलं आणि मी अवाक झालो.

"हे बघ, ह्या सर्व व्यक्ती इथं कायम अस्वस्थ होत्या. ह्या समाजाशी पटवून घेणं त्यांना अवघड गेलं होतं. त्यातल्या दुर्जनांनी इथं गैरव्यवहार केले. भविष्यकाळातील तंत्रज्ञानाचा वापर करून लोकांना फसवलं, रास्पुतिनप्रमाणं ते वागले. जे सज्जन होते, त्यांनी इथल्या लोकांना सन्मार्गावर आणायचा प्रयत्न केला. काहींना जाळण्यात आलं. कालयंत्रात असताना काहींनी काही स्मृती गमावल्या असतील, तर काहींनी अवयव गमावले असावेत."

"अप्पा, त्यांना हे तुम्ही कळवलंत?"

"नाही, त्यांनी दिलेली मुदत संपायला अजून अवकाश आहे, पण त्याआधी मला त्यांच्याशी संपर्क साधायची मुभा आहेच. मी तो साधणार आहे. तुझ्या इथंच त्यांना भेटूया."

अप्पांनी ज्यावेळी त्या व्यक्तींना ही यादी दाखवली आणि त्यांचा तर्क सांगितला, तेव्हा ते दोघंही अप्पांकडे आदराने बघू लागले होते, हे माझ्या लगेच लक्षात आलं. त्यांनी एकमेकांकडे बघून मान हलवली. मग त्यांनी माझ्याकडे बघितलं.

"तो इथंच राहील. तुम्हाला काय बोलायचंय ते बोला." अप्पा म्हणाले. मग त्यांनी ती सर्व हकिकत ऐकवली; मी ती आधी सुनावलेली आहेच. ती हकिकत सांगून झाल्यावर ते म्हणाले,

"तर परिस्थिती अशी आहे. आम्हाला त्या संगणकी शासनाचा पराभव करायला तुम्ही मदत करू शकाल, असं मला वाटतं. तुम्ही जी यादी दिलीत, त्यातल्या बहुतेक व्यक्ती संगणकी शासनाची पकड चुकवून त्या-त्या काळात अवतीर्ण झाल्या होत्या; हा तुमचा अंदाज खरा आहे. आम्ही तुम्हाला विनंती करतोय, ती कृपया तुम्ही मान्य करा."

यावर त्या बोलणाऱ्याबरोबर असलेली दुसरी व्यक्ती– ही जरा प्रौढ होती, ती म्हणाली.

"ते आपली विनंती मान्य करतीलच. तुला काही आठवतं का ते बघ! भविष्यकाळात आपण गेलो होतो, मदत मागायला, तेव्हा त्यांनी आपल्याला एका संग्रहालयात पाठवलं होतं. तिथं एक, दोन व्यक्ती असलेला पुतळा होता. 'अज्ञात हितचिंतक' अशी त्याची ओळख होती. ह्यांचा चेहरा आणि पुतळ्यातल्या चेहऱ्यांत किती साम्य आहे बघ. दोघंही अगदी तसेच आहेत, नाही का?" त्यानं मान डोलवली.

"मला तयारीला एक वर्ष लागेल!" अप्पा म्हणाले. अप्पांना हवी ती मदत

द्यायचं कबूल करून ते दोघं गेले. "ह्यात आपण दोघंही आहोत, बघ! आता आपल्याला संगणकांच्या रचनेचा अभ्यास करायला सुरुवात केली पाहिजे." अप्पा मला म्हणाले आणि मग आम्ही विसावलो; आणि पुढच्या वर्षी ह्याच सुमारास ते येणार त्याच्याआत काय करावं लागेल, याची चर्चा करण्यापूर्वीची ही विश्रांती होती.

■

दुःस्वप्नाची अखेर

◈

"एखादी घटना का घडते, ह्याचं जेव्हा स्पष्टीकरण देता येत नाही, तेव्हा त्याला दैव असं म्हटलं जातं. केऑस नावाचा एक सिद्धांत आहे. त्याच्या पुरस्कर्त्यांच्या मते कुठल्याही घटनेच्या मागं अनेक उपघटनांची मालिका असते. ह्या अगदी क्षुल्लक वाटणाऱ्या घटनांचे एकमेकींवर अनेक परिणाम होत होत जो परिणाम घडतो तो नेमका आपल्याला जाणवतो; पण त्यामागच्या ह्या छोट्या छोट्या उपघटनांची शृंखला आपल्याला माहीत नसते. त्यामुळं मग आपण त्या अनाकलनीय घटनेस 'दैव किंवा नियती' ह्या सदरात कोंबतो आणि मोकळे होत असतो. केऑस सिद्धांताचे प्रवर्तक ह्याचं एक उदाहरण देतात. ते म्हणजे चीनमधे एका फुलपाखरानं पंख फडफडवले म्हणून फ्लोरिडात झंझावात आला. खरं तर विसाव्या शतकातील विज्ञानकथांत एक फार छान गोष्ट आहे. तिचं नाव 'अँड देन वुइ हर्ड द थंडर' असं आहे. बहुधा ती रे ब्रॅडबरी ह्या लेखकाची आहे. काही मानव कालयंत्रात बसून डायनोसॉरची शिकार करायला जातात. प्रत्यक्ष जेव्हा टीटॅनोसेरॉस रेक्स त्यांच्यासमोर येतो तेव्हा त्यातला एकजण घाबरून त्या कालयंत्रानं आखून दिलेला मार्ग सोडून दलदलीत पाय टाकतो. त्याच्या पायाखाली एक फुलपाखरू चिरडलं जातं – इथंही फुलपाखरूच बरं का – तर जेव्हा ते कालप्रवासी वर्तमान काळात परततात तेव्हा एक दुष्ट माणूस अमेरिकेचा राष्ट्राध्यक्ष बनलेला असतो. ते गेले तेव्हाचा इतिहास बदलून नवाच इतिहास त्यांना सामोरा येतो."

अप्पा बोलायचे थांबले. अप्पा बोलत असताना मी त्यांना कधीही मधे अडवत नाही. ते जेव्हा मला बोलावतात तेव्हा जेवण-खाण व्यवस्थित असतंच पण त्याआधी भूकपेयांची म्हणजे ॲपेटायझरची उत्कृष्ट व्यवस्था केलेली असते. त्या पेयांच्या घुटक्यांबरोबरचं खाणंही तसं जबरदस्त चांगलंच असतं. अशावेळी मी

माझं तोंड फक्त पेय किंवा खाद्यपदार्थ यांची चव घेण्यासाठीच उघडतो. ह्याचा अर्थ मी मधे बोललो तर अप्पा रागावतील असंही नाही; किंवा त्यांच्या विचारशृंखलेत व्यत्यय येईल असंही नाही. ते त्यांचे विचार सांगून थांबले, की त्यावर मी माझी प्रतिक्रिया व्यक्त करावी ही, जशी त्यांची अपेक्षा असते, त्याचप्रमाणे त्यांच्या विचारशृंखलेत काही उणिवा असतील तर त्या स्पष्ट व्हाव्यात म्हणूनही ते बोलत असतात. एकप्रकारे ते प्रकट आत्मचिंतनच असतं. अप्पांना शरीरापेक्षा मेंदू वापरणं जास्त आवडतं. गेली काही वर्षं मी अप्पांचा डॉ. वॉटसन बनून त्यांच्या कर्तृत्वाची पारायणं तुमच्यासमोर करतो आहे. त्यामुळे अप्पांची बाकीची माहिती तुम्हाला असेलच, पण कुठलाही सामना चालू असताना नव्यानं तो बघणाऱ्या प्रेक्षकांसाठी, समालोचक सामन्याचा अधून मधून संक्षिप्त आढावा घेतात तसा मीही अगदी थोडक्यात आधीच एक संक्षिप्त आढावा घेतो आणि मग अप्पांच्या ह्या नियति-आख्यानाचं पुढं काय झालं ते ऐकवतो– अप्पा वर्ल्ड स्पेसलाइन्सचे सुरक्षा अधिकारी होते. त्यांचं गुन्हेगार पकडण्याचं कौशल्य अफाट होतं. त्यांनी अनेक गुन्हे होण्यापूर्वी रोखले होते. परिस्थितीनं गुन्हेगार बनविलेल्यांना योग्य मार्गावर आणलं होतं. त्यांची मदत ही गुन्हेगारी रोखण्यासाठी घेतली होती. अप्पांच्या आणि डॉक्टर नावाच्या एका गुन्हेगाराची झटापट फार गाजली होती; अप्पांनी जागतिक शासनास अनेक वेळी मदत केलेली होती. अप्पांच्या ह्या अनेक कामगिऱ्यांमध्ये मी त्यांचा मदतनीस म्हणून काम केलं होतंच पण त्यांच्या साहसांची बारकाव्यांसह नोंद ठेवून ती काही नावं बदलून आणि काही लोकांची ओळख दडवून जगापुढं ती साहसकथांच्या स्वरूपात सादर केली होती, अप्पांची आणि माझी मैत्री जमली त्याला बरीच वर्षं झाली होती. त्या मैत्रीच्या काळात आम्ही काही जिवावरच्या प्रसंगातून एकत्र गेलो होतो.

तर काय सांगत होतो, अप्पा बोलायचे थांबले आणि त्यांनी समोरचा चषक ओठाला लावला. मी अप्पांकडे बघून हसलो आणि म्हणालो, ‘‘अप्पा, आज हे नियतीचं आख्यान कसं? तुम्ही तर दैव, नियती ह्यांवर विश्वास ठेवत नाही.’’ अप्पांनी माझ्याकडे एक कटाक्ष टाकला आणि त्यांच्या यंत्रसेवकाला हाक मारली. ‘‘तो आला का?’’ त्यांनी विचारलं.

‘‘नाही, सर!’’ यंत्रसेवक म्हणाला. हे एकून अप्पा माझ्याकडे वळले. मी तुला काय सांगत होतो, त्याच्याकडे तुझं लक्ष नव्हतं असं दिसतं. तुला उपाशी पोटी माझं बोलणं ऐकायला लावून, तू सगळं ऐकलंस ह्याची खात्री करून घेऊन मगच तुला खायला प्यायला द्यायला हवं; पण तसं केलं तर तू माझ्याकडे येणार नाहीस, नाही का?’’

‘‘तसंच काही नाही, अप्पा! मी जर तुमच्याकडे आलो नाही तर तुम्ही

माझ्याकडे याल! पण तुमचं सगळं बोलणं मी व्यवस्थित ऐकलं. ती डायनोसॉरच्या शिकारीची कथाही ऐकली. फुलपाखरांचा मानवी इतिहासावर आणि भूगोलावर होणारा परिणामही ऐकला. आता तो जो कोण येणार होता आणि आलेला नाही त्या फुलपाखराचा आणि नियतीचा काही संबंध आहे, की मी नीट ऐकून घेतो की नाही ह्याची ही परीक्षा आहे ते स्पष्ट केलंत तर बरं!''

''तुला कितपत चढलीय ते बघत होतो.'' अप्पा म्हणाले. ''तू अंमल चढेल एवढी घेत नाहीस, हे मला ठाऊक आहे पण काही वेळेला थोडं हलकं वाटतं, विमान थोडंसं वर जाऊ लागतं. अशावेळी काही गोष्टी खुल्या दिलानं बोलल्या तरी चालू शकतं.''

''अप्पा, का उगीच वेळ काढताय? तुम्ही कुणाची तरी वाट पाहताय. ती व्यक्ती आल्यानंतरच तुम्ही काय ते बोलणार हे मला ठाऊक आहे. अशा वेळी उगीचच वेळ काढणं हे खरं तुम्हाला आवडत नाही, हे मलाही ठाऊक आहे. तेव्हा हे काय प्रकरण आहे ते स्पष्ट का करत नाही?''

''तू म्हणतोस ते खरं आहे. 'आम्ही येतोय, आम्हाला काही बोलायचंय, थोडा वेळ द्याल का?' असा एक निरोप मला मिळाला. निरोप देणाऱ्यानं नाव गाव काही सांगितलं नव्हतं. त्या संदेशामुळं माझं कुतूहल चाळवलं गेलं. तुला एक गंमत सांगतो, हार्डिंग्ज नावाचे अमेरिकेचे राष्ट्राध्यक्ष होते. पृथ्वीचा इतिहास तुला ठाऊक आहेच. त्यामुळं पृथ्वीवर जेव्हा वेगवेगळी राष्ट्रे होती त्यावेळी हे राष्ट्र सर्वांत बलाढ्य राष्ट्र मानलं जात असे हेही तुला ठाऊक आहे. त्यामुळं फार खोलात त्या इतिहासात मी शिरत नाही. तर त्या राष्ट्राचे हार्डिंग्ज नावाचे एक राष्ट्रप्रमुख होते. ते म्हणायचे मी स्त्री नाही ही एक अतिशय चांगली गोष्ट आहे. किंबहुना त्यामुळंच मी स्वत:ला भाग्यवान समजतो.'' अप्पा बोलायचे थांबले. त्या काळात स्त्रीला समाजात दुय्यम स्थान असे हे ठाऊक असल्यामुळं मी ह्यावर काही बोललो नाही. तर अप्पाच पुढं म्हणाले, ''त्यावरून हार्डिंग्ज स्त्रीद्वेष्टा होता असा निष्कर्ष काढू नकोस. आपण स्त्री नाही म्हणून भाग्यवान आहोत असं तो का म्हणाला, ठाऊक आहे?'' ह्या अशा प्रश्नांना उत्तर द्यायचं नसतं हे मला नक्कीच ठाऊक होतं. मी समोर असलेल्या बशीतील माशाचा एक तळलेला तुकडा तोंडात टाकला. अप्पा स्वत:शीच हसले मग ते म्हणाले, ''मला कुणाला 'नाही' म्हणता येत नाही, म्हणून!''

''त्याचा इथं काय संबंध आहे, अप्पा? हार्डिंग्ज म्हणाला ते बरोबर होतं; ज्या स्त्रीला नाही म्हणता येत नाही तिचं काही खरं नाही, हे त्रिकालाबाधित सत्य आहे; पण...!''

अप्पांनी हातानंच मला थोपवलं कुणीतरी आल्याची बातमी यंत्रसेवकानं आणली

होती. ''त्यांना इथंच घेऊन ये!'' अप्पांनी यंत्रसेवकाला सांगितलं. ''मलाही एकदा का कुतूहल चाळवलं किंवा बुद्धीला आव्हान मिळालं, की 'नाही' म्हणता येत नाही, म्हणून मी त्या दोघांची भेट घ्यायचं ठरवलंय.'' हे अप्पा बोलत असतानाच दोन तरुण आत आले. ह्यातला एक खरं तर युवकच होत. ओठ पिळले तर दूध निघेल असा. आता खरं तर दूध कुणी पीत असेल का? ते जाऊ द्यात तर दुसरा तिशीतला होता. पहिल्याच्या ओठावरची लव आताशी जरा भरायला लागली होती, तर दुसऱ्याच्या आकडेबाज मिशा आणि बारीक केस, उभं राहण्याची पद्धत यावरून त्याला शिस्तीचं जीवन जगण्याची सवय असावी हे स्पष्ट होत होतं.

''बसा, मीच अप्पा. हे माझे सहकारी आणि मित्र, जोशी.'' अप्पा म्हणाले. त्यांनी हातानं निर्देश केलेल्या आसनांवर ते दोघं विराजमान झाले. किंबहुना त्या आसनात बुडालेच. त्या आसनावरून झटकन उठणं अवघड जात असे अशी आरामशीर आसनं होती ती. त्यामुळं त्या आसनात बसलेली व्यक्ती एकदम उठून अप्पांवर हल्ला करू शकत नसे, म्हणूनच अनोळखी पाहुण्यांची सोय त्या आसनांमध्ये केली जात असे. ते दोघं त्याप्रमाणे बसल्यावर अप्पा म्हणाले, ''आता तुमची ओळख आणि कामाचं स्वरूप सांगता सांगता काय हवं, म्हणजे खायला, प्यायला काय हवं तेही सांगा. घाई नाही. मला भरपूर वेळ आहे. तुम्हीही वेळ काढून आला असणार, नाही का?'' त्या दोघांनी यावर मान डोलावली आणि त्यांच्या पेयांची नावं सांगितली. तो युवक अनभिज्ञ असावा. त्यानं दूध मागितलं असतं तरी मला आश्चर्य वाटलं नसतं. त्याऐवजी त्यानं फळांचा ताजा रस मागितला. 'मी कॅप्टन एडवर्ड एडवर्ड्स' अशी ओळख करून देणाऱ्या तरुणानं 'रम पंच' हे लष्करी पेय सांगितलं. तो अवकाश दलात कॅप्टन होता. आपल्याला आपली नावं ठेवताना आई-वडील विचारत नाहीत ह्याचा त्याला खेद होत असावा, असं ज्या पद्धतीनं त्यानं ओळख करून दिली त्यावरून वाटत होतं. त्या दोघांचे वडील एक असले, तरी आई एक नसावी असं त्यांच्या केसांच्या रंगावरून आणि शरीरयष्टीवरून वाटत होतं. पण हा केवळ तर्कच होता. कॅप्टन एडवर्डनं 'हा माझा धाकटा भाऊ' असं सांगितल्यामुळं निदान ते दोघं भाऊभाऊ आहेत हे आम्हाला कळलं होतं.

त्या दोघांनी त्यांची पेयं संपवली. ते दोघं काहीच बोलत नव्हते. मी तर केवळ निरीक्षकाची भूमिका घेतलेली होती. त्यामुळं मी काही बोलावं हे अपेक्षित नव्हतं. अप्पा अधूनमधून संभाषण चालू ठेवायचंच म्हणून काहीतरी बोलत पण त्याला फारसा काही अर्थ नव्हता. त्यांची पेयं संपलेली पाहून अप्पा म्हणाले, ''बोला, काय काम काढलंत?''

त्या दोघांनी एकमेकांकडे बघितलं. धाकटा मोठ्याकडे आशेनं बघत होता. हा भाऊ आपल्याला इथं घेऊन आलाय खरं; पण इथून तो लगेच आपल्याला बाहेर

घेऊन गेला तर अधिक बरं होईल, असे भाव त्याच्या चेहऱ्यावर स्पष्टपणे जाणवत होते. मोठ्यालाही आपण बोलावं की न बोलावं असं वाटत होतं. अप्पांकडे बघणाऱ्या व्यक्तीला प्रथमदर्शनी हा माणूस काय करणार, हा तर अगदीच निरुपद्रवी दिसतो, असं वाटत असे. तेच अप्पांच्या यशाचं रहस्य होतं, असं अप्पा म्हणत असत. ''ज्याअर्थी तुम्ही माझी वेळ मागून ठरवून आला आहात, त्याअर्थी तुम्हाला माझ्याबद्दल कुणीतरी काहीतरी सांगितलं असणार, नाही का? आता माझ्याकडे बघून तुम्हाला असं वाटतंय, की आपण इथं येण्यात काहीतरी चूक केलीय. बऱ्याच जणांचं असं होतं. तुम्ही पहिलेच नाही. आलाच आहात तर काम सांगा जर माझ्याकडून त्यात काही होण्यासारखं असेल तर ते मी करीन, आणि जर होण्यासारखं नसेल तर 'नाही' म्हणून सांगेन मात्र तुम्ही माझ्या जवळ जे काही बोलाल त्यातला एक शब्दही आपण चौघं सोडलं तर आम्हा दोघांकडून पाचव्या व्यक्तीस कळणार नाही. तुम्हीच जर ते कुणाला सांगायचं ठरवलंत किंवा अनवधानानं कुठं बोललात तर प्रश्न वेगळा.''

''पण हे तुमच्याबद्दल लिहितात, त्रिमित चित्रवाणीवर कार्यक्रम होतात ते?'' तो धाकटा पहिल्यांदाच बोलला. मिसरुडाप्रमाणं त्याचा आवाजही नुकताच फुटला असावा.

''एकतर त्यातली नावं आणि स्थळं बदललेली असतात, दुसरं म्हणजे ज्यांच्या ज्यांच्या हितांचा त्या घटनांशी संबंध होता त्या त्या व्यक्तींची आधी परवानगी घेऊनच ते केलेलं होतं.'' मी म्हणालो.

''ठीक आहे तर. हा माझा धाकटा भाऊ हेमिंग्वे! ह्याला काही वेगळेच अनुभव येऊ लागलेत.'' खाकरून मोठा भाऊ म्हणाला.

''वेगळे म्हणजे कशा प्रकारचे?'' अप्पांनी विचारलं.

''आपल्याला कुणीतरी हुकूम सोडतं, कुणीतरी आपल्या विचारांचं, हालचालींचं नियंत्रण करतं, असं त्याला वाटतंय.''

''मला वाटतं, कुठल्यातरी मानसोपचार तज्ज्ञाला तुम्ही भेटलात तर बरं नाही का? म्हणजे तुम्ही काय म्हणताय ते मी ऐकून घेतो; पण हा प्रश्न माझ्या कक्षेतला आहे, असं मला वाटत नाही. काय होतं, मी काही करू शकणार नाही, अशा गोष्टीत मी ढवळाढवळ करीत नाही. माझ्या माहितीत एक-दोन चांगले मानसोपचारतज्ज्ञ आहेत. हे ह्यावर उपाय करतील. तुम्ही त्यांना का भेटत नाही?''

''अप्पा, तुम्ही हे असं सुचवणार याची आम्हाला खात्रीच होती; पण जेव्हा त्याला ह्या गोष्टींचा प्रथम त्रास व्हायला लागला त्यावेळी आम्ही मानसोपचार तज्ज्ञांकडेच गेलो. त्यांनी मोहनिद्रेपासून ते मानसिक पृथ:करणापर्यंत सर्व उपचार करून बघितले. मानसशास्त्रज्ञ झाले, मानसोपचारतज्ज्ञही झाले. त्यांनी अनेक

औषधं दिली. त्याचा काही उपयोग झाला नाही. मी अवकाश दलात आहे. मी ह्या विश्वात अनेक विचित्र विचित्र घटना बघितल्या आहेत. अनुभव घेतले आहेत. हा एकटाच राहत होता. गेल्या वेळी त्यानं मला ह्या त्याच्या गोंधळलेल्या मन:स्थितीची कल्पना दिली. मग मी सुट्टीच्या काळात त्याला तुम्ही म्हणता तसा हिंडवला. त्यांनीही हात टेकले. मग मी परत कामावर गेलो. माझ्या कमांडरनं माझ्या चिंतेचं कारण विचारलं आणि तुमच्याकडे पाठवलं.'' तो म्हणाला. त्याच्या कमांडरची आणि अप्पांची मागं अशीच एका प्रकरणात ओळख झालेली होती. अप्पांनी त्याचं नाव ऐकून मान डोलावली. तो पुढं म्हणाला, ''जर अप्पांना हे जमलं नाही, तर एखाद्या मागास ग्रहावर जाऊन मांत्रिकाचा शोध घे, असं माझे कमांडर म्हणाले.'' ते ऐकून अप्पा हसले.

''मला वाटतं, मांत्रिकाकडे जाण्याआधी मला हे काय घडतंय, कसं घडतंय ते तुम्ही सांगा. नाहीतरी मानसशास्त्रज्ञ तेच करतात, तर मीही ऐकून घ्यायला काय हरकत आहे? आधीचे मानसिक तपासणीचे अहवाल आणलेत?'' अप्पांनी विचारलं त्या दोघांनी एकाच वेळी मान डोलावली. एकाएकी तो मुलगा उभा राहिला. त्या आरामशीर आसनामुळं त्याला धडपड करावी लागली होती. त्यामुळं त्याचा भाऊही धडपडत उभा राहिला. त्याला त्याच्या धाकट्या भावाच्या वागण्याची माहिती असावी. मोठ्या भावानं माझ्याकडे याचनेच्या नजरेनं बघितलं. मीही पटकन उभा राहिलो. अप्पा शांतपणे बसून होते. ते हे सर्व बघत असले, तरीही काही बोलले नव्हते. आम्ही दोघांनी म्हणजे मी आणि कॅप्टननं त्याला धरलं. तो धडपडू लागला पण शांत झाला. तेव्हा अप्पा म्हणाले, ''हे पेय घे!'' आमच्या धडपडीच्या वेळी त्यांनी यंत्रसेवकाला हे पेय आणायला सांगितलं होतं. त्याच्या हातून तो प्याला घेऊन त्यांनी लगेचच तो मोठ्या भावाच्या हाती दिला. त्यानं तो धाकट्या भावाला दिला. ते पेय घशाखाली उतरताच तो शांत झाला. बसला. अप्पांनी त्याला विचारलं ''काय झालं? सविस्तर आणि सावकाश सांग!'' त्यानं काही काळ आढ्याकडे नजर लावली, मग हळू आवाजात त्यानं बोलायला सुरुवात केली, ''खरं सांगायचं तर माझ्या डोक्यातच एक ढग तयार झाला. तो वाढू लागला. मी वेगळा झालो. तुमच्यामध्ये दुष्ट शक्ती मला दिसल्या. त्यांचा नाश करून तुम्हाला त्यांच्या तावडीतून सोडवायला हवं असं मला वाटू लागलं. हे सर्व खरं नाही असं सुरुवातीला मला वाटत होतं; पण नंतर खरं काय आणि खोटं काय हेच मला कळेनासं झालं. मी तुम्हाला वाचवायला हवं म्हणून उठलो. ह्या सर्व घटना मी बाजूला उभं राहून बघतही होतो. मग ह्या दोघांनी मला धरलं तेही मी बघितलं.'' घाम पुसत तो म्हणाला.

कॅप्टन अविश्वासानं त्याच्या धाकट्या भावाकडे बघत होता. त्याच्या मनावर

परिणाम झाला असावा. मनोविभाजन किंवा स्किझोफ्रेनियात असं घडतं हे मला ठाऊक होतं; पण मग ते अप्पांकडे का आले होते? कॅप्टन एडवर्ड्सनं भावाला शांत केलं. "हा असं काही इथं करेल असं वाटलं नव्हतं." कॅप्टन म्हणाला. "म्हणजे तो हे असं केव्हा करतो, ते तुम्हाला ठाऊक आहे तर!" अप्पा म्हणाले. "तुम्हाला जे काही माहीत आहे ते सगळ स्पष्टपणे आणि मोकळेपणानं सांगाल का?"

"अप्पा, डॉ. टोबियस एडवर्ड्स हे नाव तुम्ही ऐकलंच असेल." त्या कॅप्टननं ते नाव उच्चारताच अप्पांनी कपाळावर हात मारून घेतला.

"मी गाढव आहे, मुला मला माफ कर. टोबियस, फार थोर माणूस. तू त्याचा...?" अप्पांचा प्रश्न पूर्ण होण्याच्या आत तो म्हणाला, "मी त्यांचा मुलगा आणि हा...!" एवढं बोलून तो थांबला. "का रे? तू असा अचानक थांबलास काय ते स्पष्ट बोल." अप्पा म्हणाले. त्या आधीच्या सर्व प्रकाराला हा कोण तो टोबियस तर जबाबदार नाही ना? हा प्रश्न माझ्या डोक्यात आला. अप्पांच्या बऱ्याच मोठ्या आयुष्यातला बराच मोठा काळ मी त्यांच्याबरोबर वावरलो होतो. अप्पा त्यांच्या भूतकाळातल्या काही गोष्टी कधीतरी गप्पांच्या ओघात मला सांगत, त्यात सर्वच व्यक्तींची खरी नावं ते सांगत नसत. त्यातला कुणीतरी 'टोबियस' असावा असा एक संशय माझ्या मनात डोकावून गेला.

"अप्पा, मी सगळं काही तुम्हाला सांगणार आहेच पण; असा हा वागला, की नंतर त्याला विश्रांतीची गरज असते. आम्ही जिथं उतरलोय तिथं परततो. ह्याची विश्रांतीची सोय करतो, मग मी इथं येऊन सगळं सांगतो." कदाचित त्याच्या धाकट्या भावासमोर त्याला काही गोष्टी बोलायच्या नसतील, अशी एक शंका माझ्या मनात डोकावून गेली पण मी झटकून टाकली. तसं असतं तर कॅप्टन एकटाच आला नसता का?

"कॅप्टन, टोबियस माझा जवळचा मित्र होता. तुम्ही कुठं उतरलाय ते सांगा, मी तुमचं सामान इथं आणवायची व्यवस्था करतो. मी इथं ह्या मागास ग्रहावर राहतो याचं एक कारण म्हणजे इथं जागा स्वस्त आहे. त्यामुळंच ह्या सागर किनाऱ्यावर मी हा प्रशस्त बंगला बांधू शकलो. निवृत्तीकडे आता झुकताना आपण तेव्हा घेतलेला निर्णय किती योग्य होता ते मला पटतंय. इथं पाहुण्यांच्या राहण्याची व्यवस्था आहे." असं म्हणून अप्पांनी यंत्रसेवकाला बोलावलं आणि धाकट्या एडवर्ड्सला नेऊन झोपवायला सांगितलं.

"कॅप्टन, आधी एक सांगतो. तो इथं असेपर्यंत त्याची सर्व जबाबदारी माझी. तो इतका टोबियससारखा दिसतो, की त्यामुळंच खरंतर माझ्या हे अधीच लक्षात यायला हवं होतं. तीस-एक वर्षं झाली आम्ही भेटलो त्याला; किंवा जास्तच

असतील. स्मरणातून अशा घटना मागं ढकलल्या जातात.'' मग ते माझ्याकडे वळून म्हणाले, ''तुला टोबियस ठाऊक असणार नाही. अफाट प्रज्ञेचा माणूस होता तो. त्याला मित्र नव्हते. तो ओळख देतो यावरच आम्ही समाधान मानत असू.'' मग परत ते कॅप्टनकडे वळले. ''मी होता म्हणालो; पण त्याआधी तुम्हाला विचारायला पाहिजे होतं, नाही का? टोबियस सध्या कुठं असतो?''

कॅप्टननं एक दीर्घ उसासा टाकला. ''तेच तर मला ठाऊक नाही. माझे वडील जिवंत आहेत, हे मी सांगू शकतो.'' तो थांबला त्यानं पेय गटागटा घशाखाली उतरवलं. ती रम चांगलीच आवडलेली दिसली त्याला. मग पालथी मूठ ओठांवरून, खरं तर मिशांवरून, फिरवून तो खाली मान घालून बसून राहीला. अप्पाही स्तब्ध बसले होते. मी घसा खाकरून बोलायला सुरुवात केली. अप्पांनी हाताच्या बोटांची टोकं जुळवून त्या कॅप्टनवर नजर रोखली होती.

''कॅप्टन,'' मी म्हणालो. ''तुम्ही असे स्तब्ध बसून राहिलात तर काय घडलंय ते आम्हाला कसं कळणार? तुमच्या भावाची मन:स्थिती आणि तुमच्या वडिलांचं बेपत्ता होणं यांचा परस्परसंबंध आहे का? असला तर कसा आणि नसला तर का नाही, तिथून सुरुवात करा.''

कॅप्टननं माझ्याकडे बघितलं. ''ते तसं सोपं नाही. पहिली गोष्ट म्हणजे तो माझा भाऊ नाही.''

कॅप्टननं पेल्यात पुन्हा मद्य ओतलं. लष्करी माणूस तो. त्याला सवय असणार. ''तो माझ्या वडलांचा क्लोन आहे.'' हे ऐकताच मी अप्पांकडे बघितलं. अप्पा निर्विकार चेहरा करून बसले होते. त्यांच्या चेहऱ्यावरची रेषदेखील हलली नव्हती. मला मात्र हे ऐकून नक्कीच धक्का बसलेला होता.

''हे पहिल्यांदा मला कळलं, तेव्हा मलाही धक्का असला होता.'' कॅप्टन म्हणाला.

''हे तुम्हाला केव्हा कळलं, कॅप्टन?'' अप्पांनी विचारलं.

''मी स्पेस ॲकॅडेमीतून बाहेर पडलो. पासिंग आऊट परेडच्या वेळी वडील हजर होते. मी लहान असतानाच माझी आई वारली. मग वडिलांनी लग्न केलं नव्हतं. ते त्यांच्या संशोधनात आणि माझ्या संगोपनात वेळ घालवीत. महाविद्यालयीन शिक्षण घ्यायला त्यांनी मला मुद्दाम पृथ्वीवर पाठवलं. तिथूनच मी स्पेस ॲकॅडमीत प्रवेश केला होता. त्यांच्या परवानगीनंच. मी त्यांचा मुलगा असल्यामुळं अभ्यासात खूप हुशारी दाखवावी, त्यांच्याप्रमाणेच शास्त्रज्ञ व्हावं असं जगाला वाटत होतं. त्यांनी मला शाळेत असतानाच विश्वासात घेऊन त्याची, म्हणजे मी शास्त्रज्ञ व्हायची आवश्यकता नाही, हे सांगितलं होतं. तुला काय व्हायचंय ते तू ठरव. जगाकडे लक्ष द्यायचं काहीच कारण नाही. जे करशील ते प्रामाणिकपणे

आणि निष्ठेने कर. घरात एक शास्त्रज्ञ पुरे आहे; असं ते म्हणाले होते. त्यानंतर माझ्या सुट्टीत ते मला भेटत राहिले.''

तो थोडा थांबला. विचार कसे मांडावेत, याचा आढावा घेत होता. अप्पांनी त्याचं सामान आणवायची व्यवस्था केली. त्याच्या भावाला व्यवस्थित झोप लागली असल्याचं यंत्रसेवकानं सांगितलं होतं. ''माझ्या वडिलांनी मला एकदा बोलता बोलता तुमचं नाव सांगितलं होतं. बऱ्याच वर्षांत तुमची आणि त्यांची भेट झालेली नाही असं म्हणाले. माझ्यावर कसलंही संकट आलं किंवा कसल्याही मदतीची गरज भासली तर मी तुमच्याकडे जावं, असं सांगितलं. माझ्या मुलाला तो नक्कीच मदत करेल, असंही म्हणाले म्हणून मी तुमच्याकडे आलो.'' तो पुन्हा बोलायचा थांबला. विचार जुळवणं ही वाटते तितकी सोपी गोष्ट नाही, हे अप्पांकडे वेळोवळी येऊन त्यांचे प्रश्न मांडणाऱ्या अनेकांमुळं मला ठाऊक झालेलं होते. त्यानं पाठ आसनाच्या पाठीला टेकून डोळे मिटले.

''ते सगळंच कसं एकदम घडलं; आणि त्याची आणि माझी भेट झाली. तेव्हा माझ्या वडिलांच्या तरुणपणाच्या फोटोंशी त्याचं साम्य बघून मी चक्रावलो. त्यावेळी तो वडिलांच्या सांगण्यावरून मला भेटायला आला होता. तो मला भाऊ आणि त्यांना वडील मानतो. आपण क्लोन आहोत ह्याची त्याला कल्पना नाही. मग वडिलांचा निरोप आला. अगदी लहानपणापासून माझ्या संगोपनाची व्यवस्था बघणाऱ्या स्त्रीला मी भेटावं, असा तो निरोप होता. आम्हा दोघांच्या मधला त्या दुवा होत्या. अगदी विश्वासू. माझ्या वडिलांवर त्यांची भक्ती होती. दुसऱ्या कुणाला कळू नयेत असे निरोप आम्ही त्यांच्याजवळ ठेवत होतो. तिथंच हाही वाढला होता; पण वडिलांनी त्याच्याशी फारसा संपर्क ठेवला नव्हता. मामींनी – त्यांना मी का ते ठाऊक नाही; पण मामी म्हणत असे – मला खोलीची किल्ली दिली. मी माझ्या खोलीत गेलो. त्यांनी ती खोली माझ्यासाठी अजूनही राखून ठेवलेली आहे. तिथंच माझ्या वडिलांनी माझ्यासाठी एक मायक्रोडिस्केट ठेवली होती. त्यामुळं हा भाऊ हा माझ्या वडिलांचा क्लोन आहे, हे मला कळलं.'' तो परत थांबला. त्यानं त्याचं पाकीट काढलं त्यातून एक मि.मी. व्यासाचा तो ठिपका काढला. व्यवस्थित जपून ठेवलेला असावा तो. एका चलनी नोटेवर चिकटवला होता. तो अप्पांना दिला. अप्पांनी त्यांच्या यंत्र सेवकाला सांगून त्यावरचा संदेश बघायची व्यवस्था करवली —

''एडवर्ड, मी एका महत्त्वाच्या कामगिरीवर जातोय. हे काम दुसऱ्या कुणाला सांगण्यासारखं नाही. तुला हेमिंग्वे भेटला असेलच. तो तुझा भाऊ नाही, तर माझा क्लोन आहे; पण हे त्याला कळू देऊ नकोस. सुमारे २० वर्षांपूर्वी मी एक शोध लावला. तो काय हे तुला मी यशस्वी झालो तर कळेलच. त्याचवेळी मी क्लोन

तयार करायचा निर्णय घेतला. माझ्या शोधासाठी मी धडपडलो, तर त्यात माझ्या जिवास धोका होईल, त्याची मला खात्री होती. हा व्यवस्थित वाढला की मग मी माझ्या शोधाची फलश्रुती करायला जाणार, असं ठरवलं होतं. तो आता १६ वर्षांचा आहे तेव्हा मला जायला हरकत नाही. मी यशस्वी झालो तर जगाचा नाही, तरी आपला भविष्यकाळ नक्कीच बदलेल. अयशस्वी ठरलो तर माझा मृत्यू ओढवलेला असेल. त्या परिस्थितीत तू हेमिंग्वेची काळजी घे. त्याचं नाव हेमिंग्वे ठेवायचं एक कारण आहे. 'द ओल्ड मॅन अँड द सी' नावाची कथा त्यानं लिहिली. माझं तसंच म्हणजे त्या ओल्ड मॅनसारखं आहे. 'द ओल्ड मॅन अँड द स्पेस.' हेमिंग्वेला शिकव. त्याचं आयुष्य त्याला जगू दे. – टोबियस.''

तो संदेश संपला. त्यातून म्हटलं तर काहीच हाती आलं नव्हतं. मी तसं बोलून दाखवलं. एडवर्ड म्हणाला, ''जाण्यापूर्वी ते मामींशी बराच वेळ बोलले होते. हेमिंग्वे शिकून खूप माठा होईल... असं ते सगळं भावनाविवश बोलणं होतं. काही वेळा काही शोध न लागलेलेच बरे असतात, असंही म्हणाले होते. हे शोध आपल्याला नको त्या मोहात पाडतात. मुलांसाठी तर आपण जगतो वगैरे बरंच बोलले. जवळ जवळ निरोपाचंच संभाषण होतं ते. मामींचं मला वाटतं टोबीवर प्रेम होतं. कारण त्या अस्वस्थ होत्या. मला म्हणाल्या, 'तू अवकाशदलात आहेस. त्यांचा शोध घे.' मी बरं म्हटलं. दरम्यान ती घटना घडली.'' एडवर्ड परत थांबला. त्याचा गोंधळ उडणं साहजिकच होतं. माझ्या आयुष्यात असं काही झालं असतं तर माझाही गोंधळ उडाला असता. ''मी टोबीच्या – तो लहानपणापासून वडिलांना 'टोबी'च म्हणत आला होता. – घरी गेलो. अवकाशदलात गेल्यावर त्यानं अवकाशतळाजवळच शासकीय निवासात राहायला सुरुवात केली होती. 'मैत्रिणी असतात बरोबर, वडिलांच्या घरी जाणं योग्य नाही; नाही का?' त्यानं विचारलं होतं. खरं तर त्याची गरज नव्हती. पृथ्वीपासून दूरच्या ग्रहांवर अजूनही जुन्या काळातलं वातावरण होतं ह्याचा पुरावा होता. दरम्यान 'हेम'ला एका कंपनीनं शिक्षणासाठी मदत द्यायचं कबूल केलं होतं. शिक्षण संपल्यावर पुढची पाच वर्षे त्यानं त्या कंपनीत नोकरी करायची अट होती. मी भेटण्यापूर्वीच मामींनी आणि त्यानं विचार करून ती मान्य केली होती. खरं तर त्याची गरज नव्हती, इतका पैसा टोबीला मिळत होता. त्याच्या पेटंटच्या रॉयल्टीत 'हेम' काही न करताही शिकू शकला असता, पण त्याची अर्थातच मामींना किंवा हेमला कल्पना नव्हती. त्या कंपनीच्या शिष्यवृत्तीसाठी वैद्यकीय तपासणी आवश्यक होती. तिथं काहीतरी गडबड झाली असावी. मी अवकाशदलात आहे. मीही वैद्यकीय तपासणीस सामोरा गेलेलो आहे. माझी वैद्यकीय तपासणी एक दिवसात संपली. आता तुमच्याशी बोलताना हे मला जाणवतंय, हेमची वैद्यकीय तपासणी तीन दिवस चालली होती.

त्यानंतर त्याच्या वागणुकीत बदल पडला. मुख्य म्हणजे त्यांनी कोणकोणत्या चाचण्या घेतल्या हेच मुळी हेम सांगू शकत नाही. मानसोपचार झाले. काहीच फरक पडला नाही. तेव्हा मग आम्ही तुमच्याकडे आलो.'' कॅप्टन बोलायचा थांबला.

''तू आता विश्रांती घे! मी काय ते बघतो!'' अप्पांनी त्याला सांगितलं. त्याला यंत्रसेवकाच्या ताब्यात दिल्यानंतर अप्पा मला म्हणाले, ''आता आपलं काम सुरू. काय करायला हवंय असं तुला वाटतं?'

''अप्पा, एक गोष्ट मला सांगा. नेहमी इतकी काळजी घेणारे तुम्ही, त्यांना थेट आत कसा प्रवेश दिलात? हे एक दुसरं म्हणजे ज्याअर्थी त्यांना प्रवेश देऊन इथं ठेवून घेतलंय, त्याअर्थी तुम्ही आधीच काही बेत आखले असणार. तिसरं म्हणजे कॅप्टन म्हणाला त्याप्रमाणे त्याला जर त्या वैद्यकीय तपासणीबद्दल शंका येत असेल तर त्या वैद्यकीय तपासणीचा अहवाल मिळवायला हवा.''

''तुझे सर्व मुद्दे बरोबर आहेत; पण माझ्या इलेक्ट्रॉनिकी यंत्रणांनी त्यांची तपासणी केली, त्यात ते नि:शस्त्र आहेत हे दिसून आलं. त्यांचं सामान आपण आणवलं, तेव्हा त्याची कसून तपासणी झाली. त्यात काही आढळलं नाही. त्या सामानात काही वावगं असतं तर त्यांनी ते सामान आपल्याला आणू दिलं नसतंच. ते टोबियस प्रकरण खरं आहे, कारण धाकटा हुबेहूब टोबियस आहे. अवकाशदलातील चौकशीत कॅप्टन एडवर्ड्सची माहिती मिळाली त्यानुसार तो खरंच कॅप्टन एडवर्ड्स आहे. त्याच्या आयकार्डवरचा फोटो आणि ह्या एडवर्डची प्रतिमा एकमेकांशी जुळतात, असं अवकाशदलानं सांगितलंय. मी त्यांना इथं ठेवायचं कारण त्यांच्या जिवाला धोका आहे की नाही, त्याची अजून आपल्याला कल्पना नाही आणि दुसरं म्हणजे कॅप्टन टोबियसचा मुलगा आहे. आता तो वैद्यकीय अहवाल आणि ती हेमला शिष्यवृत्ती देणारी कंपनी ह्यांची चौकशी.'' अप्पांनी लगेच त्रिमितदर्शी दूरध्वनीवरून संपर्क साधायला सुरुवात केली. अप्पांनी ज्या गुन्हेगारांना प्रामाणिक मार्गावर आणलं होतं त्यात काही संगणकी विद्वानही होते. चोराची पावलं चोराला ठाऊक असतात; ह्या म्हणीचा अप्पा पुरेपूर वापर करीत असत.

प्रथम त्यांनी अजयला फोन केला. अजय हे अर्थात सांकेतिक नाव. तो उत्कृष्ट प्रतीचा हॅकर होता. आता वर्ल्डस्पेसलाईनच्या संगणकाची सुरक्षा त्याच्या हाती होती. दुसरा फोन विजयला केला. हा अर्थतज्ज्ञ होता. कंपन्यांच्या आर्थिक कारभाराची आणि लफड्यांची त्यांना जाण होती. तिसरा फोन सुजयला केला. तो वैद्यकीय तज्ज्ञ होता. त्यांची टेलिकॉन्फरन्स सुरू झाली. अजयनं त्या कंपनीची आणि वैद्यकीय अहवालांची संगणकाद्वारे माहिती मिळवायची होती. ती ह्या दोघांनी तपासायची होती. मानसोपचारतज्ज्ञांचा अहवाल कॅप्टननं अप्पांच्या हाती सोपवला होता. तो

सुजयनं त्याला मानसोपचारतज्ज्ञ विश्वासू मित्राला दाखवायचा होता. नंतर त्या अहवाल तयार करणाऱ्या मानसोपचाराच्या विश्वासार्हतेची खात्री पटवायची होती. हे झाल्यावर मग ती सभा बरखास्त झाली. त्या प्रतिमा नाहीशा झाल्यानंतर आम्ही जेवलो आणि झोपी गेलो.

दुसऱ्या दिवशी सकाळी फारसं काही घडलं नव्हतं. दुपारी माहिती यायला सुरुवात झाली. हेमला प्रायोजक म्हणून मिळालेली कंपनी खरंच अस्तित्वात होती; पण तिच्या संगणकावर हेमची नोंद नव्हतीच आणि त्या कंपनीनं कुठल्याही विद्यार्थ्याला कधी मदत केल्याचंही दिसत नव्हतं. कुणीतरी हेमला त्या कंपनीचं नाव घेऊन फसवत होतं. त्या कंपनीचे वैद्यकीय अधिकारी सुजयशी थेटच बोलले. त्यांनी अशा कुठल्याही तरुणाची तपासणी केली नव्हती. एकतर त्यांचं काम आजकाल यंत्रंच करीत पण कायद्यानं वैद्यकीय अधिकारी माणूस असणं आवश्यक होतं. दुसरं म्हणजे सर्व वैद्यकीय तपासणी अर्ध्या तासात पूर्ण होत होती. त्यानंतर त्या व्यक्तीस थांबवून घेण्याची गरज नसे. रक्त, लघवी, थुंकी वगैरेच्या चाचण्यांचे निर्णय घेऊन ती व्यक्ती तिथून निघत असे. अप्पांनी आणखी काही चौकश्या मार्गी लावल्या.

'हेम' ला कुणी आणि का फसवावं, हा प्रश्न आता अप्पांपुढे उपस्थित झाला. दुसरं म्हणजे हेमला मिळणारी शिष्यवृत्तीही नियमित मिळत होती. सकाळी न्याहरीच्या टेबलाभोवती आम्ही जमलो होतो. त्या दोघांची विश्रांती पूर्णपणे शांततेत पार पडल्यानं त्यांचे चेहरे टवटवीत होते. काल चौकशी सुरू असताना त्यांनी दिवसभर एकमेकांशी गप्पा मारण्यातच बहुतांश वेळ घालवला होता. बाहेर पडायचा विचार त्यांच्या मनात आला नसावा. अप्पांनीही त्यांना तशी सूचना केली नव्हती. किंबहुना ते बाहेर पडले नाहीत ह्याबद्दल अप्पांनी समाधानच व्यक्त केलं होतं.

खाणं संपत आलं तेव्हा अप्पा म्हणाले, "आणखी एक दोन दिवस इथं राहिलात तर बरं. हेमनं काहीच घडलं नाही असं वागायला हवं. शिष्यवृत्तीही घ्यावी. दरम्यान आपण हे कोडं सोडवायचा प्रयत्न करूया. सुटलं तर छानच. ज्याअर्थी ते एवढा पैसा हेमवर खर्च करताहेत त्याअर्थी आज ना उद्या ते हेमकडे त्यांच्या अपेक्षा व्यक्त करतीलच. मग त्यावेळी तरी आपल्याला त्यांचा डाव नक्की काय आहे ते कळेल. त्यांचा डाव एकदा उघड झाला, की मग आपण काही उपाययोजना करू शकू." मग ते दोघं आपापल्या खोल्यांकडे निघून गेले.

अप्पा म्हणाले, "ज्याअर्थी त्याला आत्तापर्यंत शिष्यवृत्तीचे पैसे मिळाले आहेत आणि तो बँकेचा व्यवहार आहे, तेव्हा त्यांचा माग सहज काढता येईल. तोपर्यंत तू त्याला सुजयकडे ने आणि त्यांनी हेमच्या शरीरात काही यंत्रं वगैरे बसवलेली नाहीत ना, ते बघून घे. एखादा मागकाढ्या प्रक्षेपक किंवा त्याच्या मेंदूचं नियंत्रण करणारी, मेंदूच्या लहरी बदलणारी यंत्रणा अशा बाबींचा शोध घ्यायला सुजयला

सांग. त्याच्या वैद्यकीय प्रयोगशाळेत ही तपासणी झालेली बरी. कुठंही नोंद नको. आपण जर दुसऱ्याच्या संगणकात शिरू शकतो, तर दुसराही आपल्या संगणकात शिरू शकेल, नाही का?''

सुजयनं त्याची कसून आणि पूर्ण तपासणी केली. शरीरात कुठलाही सहज सापडेल असा प्रक्षेपक नव्हता. बरेचदा असे प्रक्षेपक आणि मायक्रोचिप्स त्वचेखाली किंवा एखाद्या स्नायूत बसवले जातात; पण तशी काही चिन्हं दिसत नव्हती. त्याच्या रक्त तपासणीचा अहवाल पाहून सुजयच्या चेहऱ्यावर गंभीर भाव दिसू लागले. कपाळावर आठ्या पसरल्या. त्यानं रक्ताचे काही थेंब काढून त्यांची काही विशिष्ट सूक्ष्मदर्शीखाली तपासणी केली. मग अजयला फोन केला; आणि बोलवून घेतलं. ''हे बहुधा तुझ्या क्षेत्रातलंच आहे.'' एवढंच तो म्हणाला. तो काय कशाबद्दल बोलतोय, हे अजयच्या लक्षात आल्यानं दूरसंपर्क करून काही वेळातच अजय सुजयकडे पोहोचला. त्यानं त्या इलेक्ट्रॉन सूक्ष्मदर्शीचा ताबा घेतला. संगणकावर भास प्रतिमा पाहताना त्याच्या तोंडून आपोआप शीळ गेली. ''व्वा!'' तो म्हणाला. ''हे भलतंच मजेशीर आव्हान आहे.'' असं म्हणून त्यानं संगणकाला फटाफट काही आज्ञा ऐकवल्या. त्या सूक्ष्मदर्शीच्या चाव्या पिळल्या. ''ज्या कुणी हे केलं तो खरा प्रतिभावंत आहे, अप्पांना म्हणावं धमाल आहे!'' अशा तऱ्हेचे उद्‌गार तो काढत होता. सुजयला आणि मलाही अजयच्या कार्यपद्धतीची सवय होती. त्याला कामात सोडून पोटपूजेस गेलो होतो.

थोड्या वेळानं आम्ही परतलो तेव्हाही तो सूक्ष्मदर्शी जोडलेल्या संगणकासमोरच बसला होता. मग बहुधा त्याचं समाधान झालं असावं. तो आमच्याजवळ आला. म्हणाला, ''थँक्स हं अप्पा! बऱ्याच वर्षांनी असं आव्हानात्मक काम आलं. त्याच्या रक्तात नॅनो रोबॉट्स आहेत त्यांना आमच्या भाषेत 'नॅनो बॉट्स' म्हणतात. आणि ते त्याच्या वागणुकीवर अधूनमधून प्रभाव पाडत असणार. कारण ते शरीरातील रसायनांचं नियंत्रण करणारे रोबॉट्स आहेत. ते आपल्या रक्त पेशींपेक्षा आकारानं लहान आहेत. आपल्या पांढऱ्या पेशींना ते शरीरातील पेशींसारखेच भासतात पण त्यांचा काही भाग प्लास्टॉन नावाच्या नव्या पदार्थांचा बनला आहे. प्लास्टॉन म्हणजे रक्तद्रवाची नक्कल करणारं कृत्रिम द्रव्य. शास्त्रीय भाषेत रक्तद्रवाला प्लाझ्मा म्हणतात. त्याच्यासारखं रूप घेऊन फसवणारे म्हणून प्लास्टॉन. माणसाच्या सुदैवानं ते बीबी ओलांडू शकत नाहीत.'' तो बोलायचा थांबला. माझ्या चेहऱ्यावरचा प्रश्नार्थक भाव त्याला कळला असावा. ''ब्लड ब्रेन बॅरियर.'' आपल्या मेंदूत वाट्टेल तो पदार्थ पोहोचू नये म्हणून निसर्गानं एक बांध तयार केलाय त्यापुढं असले पदार्थ पोहोचू शकत नाहीत. खरंतर काही प्रथिनं रेणूत किंवा चरबीसारख्या रेणूत हे नॅनो रोबॉट्स त्यांना बसवता आले असते; पण त्यामुळं हेमच्या जिवास धोका पोहोचण्याची

शक्यता त्यांनी गृहीत धरली असवी. हे नॅनोबॉट्स प्रायोगिक असणार; पण ज्या कुणी हे केलं त्यानं हे का केलं असेल?'' अजयनं विचारलं. ''मला वाटतं त्यांना हेमवर ताबा मिळवून त्याच्या स्मरणातील काही गोष्टी मिळवायच्या असाव्यात किंवा हेमला गुलाम म्हणून वापरायचा असावा. आता तू मला सांग त्याच्या रक्तातले हे नॅनो रोबॉट्स कसे काढून टाकायचे?'' अप्पा म्हणाले.

''ते सोपं आहे. त्याचं रक्त गाळणीतून गाळून घ्यायचं. मूत्रपिंड निकामी झाल्यावर डायलेसिस करतात तीच पद्धत!''

''अप्पा, त्यांना हा क्लोन आहे, हे ठाऊक असणार! टोबियसचा शोध जाणून घेण्यासाठी हा सगळा उद्योग असावा.''

''तू ग्रेट आहेस. तू बरोबर लक्ष्यवेध केलास. माझ्या डोक्याचा ताप वाचवलास. म्हणून तर तू मला नेहमी बरोबर असावा लागतोस. ठीक आहे. सुजयला ती रक्तशुद्धीमोहीम हाताळायला सांग. विजयला काय झालं ते विचार. मी कॅप्टनला भेटून ते क्लोनिंग कुणी केलं त्या डॉक्टरचा पत्ता विचारतो. अजूनही मानवी क्लोनिंगला बऱ्याच ग्रहांवर बंदी आहे; कारण त्यात धोके अधिक. फारच थोडे तज्ज्ञ मानवाचं यशस्वी क्लोनिंग करू शकतात. चलो, कामाला लागू!'' आम्ही अजयचा निरोप घेऊन निघालो.

डॉ. क्लॉड फॉन क्लाउस, पन्नाशीचे होते. स्वच्छ गुळगुळीत दाढी, पूर्वी कधीतरी त्यांच्या एखाद्या पूर्वजाचा किंवा दोन तीन पूर्वजांचा आफ्रिकन वंशी व्यक्तीशी संबंध आलेला असावा; हे दर्शविणारं नाक आणि ओठ. तांबडे केस, निळे डोळे. त्यांच्या कचेरीतील भिंतीवर ॐ चा एक त्रिमित होलोग्राम झळकत होता.

''तुम्ही हिंदू आहात का?'' डॉ. क्लाउसनी आम्ही आमची ओळख करून देताच पहिला प्रश्न केला. मी मान हलवली. ''महान संस्कृती, एकदा आपण कुठेतरी केवळ गप्पा मारायला भेटू या. माझ्या ग्रंथालयात हिंदू संस्कृती ठासून भरलीय.'' अप्पा अस्वस्थ बनलेत हे मला जाणवत होतं. अप्पा म्हणाले, ''डॉ. क्लाउस, तुम्ही टोबियसला ओळखत होता?'' खरं तर बरेचदा अप्पा इतका फटकन मुद्याला हात घालत नाहीत. डॉ. क्लाउसनी अप्पांकडे बघितलं. ''टोबियसबद्दल तुम्ही भूतकाळ वापरलात!'' ते म्हणाले.

''डॉ. क्लाउस वेळ फार कमी आहे म्हणून मी मुद्याला येतो. तुम्ही टोबियसचा क्लोन केलात हे कुणाकुणाला माहीत होतं?'' डॉ. क्लाउसनी अप्पांवर नजर रोखली. थोडा वेळ ते पुतळ्यासारखे स्तब्ध होते. मग अगदी हळू आवाजात पण प्रत्येक शब्द स्वच्छ एकू येईल असा उच्चारत ते बोलू लागले, ''अप्पा, तुमच्या आगमनाची वार्ता आली, तेव्हाच तुम्ही त्याविषयीच आला असणार हे मी ओळखलं होतं. तुम्हाला क्लोनिंगची कितपत माहिती आहे ह्याची मला कल्पना नाही. अगदी

कितीही काळजी घेतली तरी क्लोनिंगची माहिती गुप्त ठेवणं अवघड असतं. ह्याचं कारण क्लोनिंग हे एकटा माणूस करू शकत नाही. कृत्रिम गर्भाशय वापरलं तरी एकूणच हे एक सांघिक कार्य आहे, त्यामुळं सात आठ व्यक्ती आयुष्यभर हे कुठंही न बोलता गप्प बसतील हे अशक्य आहे. त्यात टोबियससारख्या प्रज्ञावंताचा संबंध असताना ती बातमी अजून कुठं गाजावाजा न होता मर्यादित वर्तुळातच राहिली हे आश्चर्य आहे.'' अप्पांना चेहऱ्यावरची निराशा झाकता आली नव्हती, तेव्हा डॉ. क्लाउस म्हणाले, ''आज माझा पाहुणचार घ्या. आत्ता मला खरंच वेळ नाही म्हणून; पण संध्याकाळी माझ्या क्लबवर भेटू. ही माहिती तुम्हाला कशासाठी हवीय ते सांगा. काही मार्ग निघतोय का बघू. टोबियसमुळं तर आज मी ह्या संस्थेचा संचालक आहे.''

संध्याकाळी अप्पांनी कसलाही आडपडदा न ठेवता सर्व हकिकत डॉ. क्लाउसना ऐकवली. ''हे फक्त एकाच व्यक्तीला शक्य आहे. नॅनोरोबॉट्सच्या साहाय्यानं मानवी मेंदूच्या नियंत्रणाचे प्रयोग डॉक्टर विंटरमायर करतो. त्याला भेटणं तसं अवघड आहे. हा त्याचा पत्ता.''

पुढचा मुक्काम डॉ. विंटरमायरच्या केंद्रावर हे उघडच होतं. तिकडे सुजयनं हेमचं रक्त पूर्णपणे नॅनोबॉट्विरहीत केलं होतं. हेमचा धोका टळला होता. अजयचा निरोप होता; 'येऊन जा' आम्ही मातृग्रहावर परतलो. डॉ. विंटरमायर अप्पांना भेटू इच्छित होते, आम्ही पोहोचलो आणि दोन दिवसातच ते अप्पांना भेटायला दाखल झाले.

विंटरमायर हे तसे नावाजलेले शास्त्रज्ञ होते. सरकार दरबारी त्यांना मान होता. ह्यापूर्वी अप्पांची आणि त्यांची कधी भेट झालेली नव्हती, तरी अप्पांना त्यांच्याबद्दल माहिती होती; तसंच मधल्या दोन दिवस त्यांनी आणखी माहिती मिळवली होती. विंटरमायरसारखा मोठा माणूस हेमच्या मेंदूशी खेळ करेल हे अप्पांना खरं वाटत नव्हतं; पण वैयक्तिक भावनांपेक्षा पुरावा अधिक बोलका असतो, असं स्वत: अप्पांनीच मला अनेक वेळा सांगितलं होतं. त्यामुळं अप्पांची मन:स्थिती द्विधा होती. तेव्हा प्रत्यक्ष विंटरमायरना भेटूनच ते काय म्हणतात ते आधी बघावं आणि नंतर काय तो निष्कर्ष काढावा, असं अप्पा म्हणाले. मी त्याला दुजोरा दिला. नाहीतरी अप्पांच्या विचारांचा श्रोता हीच माझी भूमिका असे.

ह्यावेळी आम्ही विंटरमायरना बोलू द्यायचं ठरवलं होतं. विंटरमायरनी ते ज्या ठिकाणी उतरले होते त्या ठिकाणी भेटायला येऊ शकाल का असं विचारलं होतं. आम्ही दोघांनी तिकडे जायचं ठरलं होतं. त्याप्रमाणे आम्ही ठरल्यावेळी विंटरमायर ह्यांच्या हॉटेलवर पोहोचलो. विंटरमायर यांच्या इभ्रतीस साजेल अशा

मोठ्या सूटमधे ते उतरले होते. आम्ही पोहोचल्याची वर्दी त्यांच्याकडे पोहोचली. हॉटेलचा एक सेवक आम्हाला त्यांच्या दारापर्यंत घेऊन गेला. खायची प्यायची व्यवस्था होती. पण...

पण विंटरमायरबरोबरच्या गृहस्थांना बघून अप्पांना आश्चर्याचा धक्का असला. ह्या गृहस्थांचं नाव मि. सिंपल्टन असं होतं; पण त्यांचा हुद्दा आणि व्यवसाय खरं तर त्या नावाला शोभणारा नव्हता. जागतिक शासनाच्या अंतर्गत सुरक्षा दलाचे ते प्रमुख होते. सर्व ग्रहांवरचे सुरक्षा प्रमुख त्यांना 'साहेब' म्हणून सलाम ठोकत होते. ते अप्पांचे चाहते होते. त्या दोघांची जुनी ओळख होती. ते अपरिहार्यच होतं. त्यांनी आमची आणि विंटरमायरची ओळख परस्परांना करून दिली. मग तेच म्हणाले, ''अप्पा, मी तुला आधीच विश्वासात घ्यायला हवं होतं; पण तू ह्या गुंत्यात येशील असं मला वाटलं नव्हतं. टोबियस एकाएकी नाहीसे झाले. त्यांचा शोध घेताना आम्हाला त्यांच्या क्लोनचा पत्ता लागला. टोबियस हा एक फार मोठा शास्त्रज्ञ आहे, हे तू जाणतोसच. तो कसलं संशोधन करतोय हे ते संशोधन पूर्ण होईपर्यंत कुणाला पत्ता लागू देत नसे. त्याचं संशोधन काही वेळा संरक्षण खात्याशी संबंधित असे. अप्पा, तुझा इतिहासाचा अभ्यास आहेच. विसाव्या शतकात निकोला तेस्ला नावाचा एक महान संशोधक होऊन गेला. त्याचं संशोधन जसं पुढची शंभर वर्षे तत्कालिन अमेरिकेच्या शासनानं गुप्त ठेवलं होतं. तेच टोबिअसच्या काही संशोधनाबाबत जागतिक शासनानं केलंय. अशा परिस्थितीत सध्या टोबियस कशावर संशोधन करीत होता, त्यानं त्याचा क्लोन का बनवला आणि तो कुठं गायब झाला, हे शोधून काढणं आम्हाला महत्त्वाचं वाटत होतं; म्हणून हेमवर हे प्रयोग करायचं आणि ठरवलं. टोबियसनं कॅप्टनला त्याचा क्लोन कुठं आहे ते कळवलं होतं. आम्ही आणि कॅप्टन जवळजवळ एकाच वेळी हेमजवळ पोहोचलो. त्यामुळं मग त्याला शिष्यवृत्ती द्यायचं आम्ही ठरवलं. नाहीतर मग पुन्हा कॅप्टन एडवर्डला गप्प कसं बसवायचं हा प्रश्न होता. शिवाय ह्या दोघांपैकी कुणालाही इजा झाली आणि ते टोबियसला कळलं तर तो काहीही करू शकेल असं मला वाटत होतं; म्हणून मी विंटरमायरची मदत घेतली. टोबियसनं त्याच्या संशोधनासंबंधीची माहिती किंवा त्याचा ठावठिकाणा हेममधे दडवला असेल असं मला वाटत होतं; म्हणून विंटरमायरनी ती माहिती मिळवण्याचे प्रयत्न केले, ते फोल ठरले. आता काय करावं ह्याचा आम्ही विचार करीत होतो. तेव्हां विंटरमायरची, आमच्या आधीच्या प्रयत्नांची माहिती मिळवायचा प्रयत्न सुरू असल्यानं आणि तो तुझ्या दूतांकरवी सुरू असल्याचं आमच्या लक्षात आलं. कॅप्टन आम्हाला गुंगारा देऊन हेमला घेऊन निघाला, तो तुझ्याकडेच पोहोचला, ह्याची मग मला खात्री पटली. तू हेमला आमच्या ताब्यात दे. विंटरमायर ते नॅनोरोबॉट काढून घेतील आणि मग आपण हे

विसरून जाऊ.''

''सिंपल्टन, आम्ही हेमचं रक्त शुद्ध केलंय. त्याच्या शरीरात नॅनोरोबॉट नाहीत. टोबियसचा तर पत्ता नाही. त्याचं रहस्य त्याच्याबरोबर नाहीसं झालं. हेमची पुढची सारी शिक्षणाची व्यवस्था मी करतोय. टोबियसनं त्याच्यासाठी विश्वस्तनिधीत भरपूर पैसा ठेवलाय. कॅप्टन आता एक विश्वस्त मंडळ तयार करतोय. तेव्हा आता हेमचा नाद तुम्ही सोडावा, हेच बरं.''

''अप्पा, त्याचा नाद आम्ही सोडलाच होता. आम्हाला तो फक्त ते नॅनोरोबॉट परत मिळवाण्यासाठीच हवा होता. ते काम तू केलंस, ते बरं झालं.''

''आणि त्या निमित्तानं प्रा. विंटरमायरची नि माझी ही ओळख झाली. आता दोन दिवस तुम्ही माझा पाहुणचार घ्यावात, अशी माझी विनंती आहे.''

दोन दिवसांनी हे शाही पाहुणे गेले. हेमच्या शिक्षणाची जबाबदारी अप्पांनी घेतल्यामुळं कॅप्टननेही निरोप घेतला. मग मी अप्पांना म्हणालो – ''अप्पा, काहीतरी चुकतंय असं नाही वाटत?'' अप्पांनी मान डोलावली ते म्हणाले, ''हा सिंपल्टन, वाटतो तेवढा साधा नाही. तू म्हणतोस ते खरंच, पण आपलं काम हेमची त्या दुःस्वप्नातून सुटका करणं होतं. पुढं काय ते टोबियस आणि काळच ठरवेल.'' ह्यावर मग मीही मान डोलावली आणि अप्पांचा निरोप घेतला.

■

क्लोन कशाला?

◈

कॅप्टन एडवर्ड्स आणि त्याचा भाऊ हेमिंग्वे एडवर्ड्स हे दोघं अप्पांकडे आले होते. त्यातला हेमिंग्वे उर्फ हेम ह्याला बरा करण्याचा प्रयत्न मानसोपचार तज्ज्ञ करून थकले होते. ह्या दोघांचे वडील टोबियस एडवर्ड्स हे महाप्रज्ञावंत शास्त्रज्ञ बेपत्ता होते. त्यांनी कॅप्टन एडवर्ड्ससाठी जो निरोप ठेवला होता त्यावरून हेमिंग्वे हा टोबियसचा मुलगा नसून क्लोन होता. जागतिक गुप्तचर संघटनेनंच हेमिंग्वेच्या शरीरात नॅनारोबॉट्स सोडून त्याच्या मेंदूतील माहिती बाहेर काढता येते का हे पाहण्याचा प्रयत्न केला होता. ह्या प्रयत्नात हेमिंग्वे कायमचा वेडा होण्याची किंवा मरण्याची शक्यता; होती पण अप्पांच्या प्रयत्नांमुळं हेमच्या शरीरातले सर्व नॅनोरोबॉट्स दूर करणं शक्य झालं होतं. मात्र टोबियसचा पत्ता लागला नव्हताच. जागतिक गुप्तचर संघटनेनं हेमिंग्वेची माफी मागितली. त्याच्या शिक्षणासाठी आर्थिक मदत दिली आणि ते प्रकरण मिटवलं होतं. एडवर्ड परत अवकाशदलात सामील होणार होता.

जागतिक गुप्तचर दलाचे प्रमुख मिस्टर सिंपल्टन यांनीच मग अप्पांना 'टोबियस सारखा महाशास्त्रज्ञ नाहीसा झाला, तर मग त्याला शोधायचा कसा? असा प्रश्न केला होता. मग ते अप्पांना म्हणाले, "अप्पा, दोन कामगिऱ्या तुमच्यावर सोपवतो. एक म्हणजे टोबियसचा पत्ता लावणे आणि दुसरी जर त्याचा पत्ता लागला नाही, तर तो कुठलं संशोधन घेऊन गायब झालाय ते पाहणे. आपल्याला टोबियस आणि त्याचं संशोधन ह्या दोन्हीही गोष्टी परत मिळवायच्या आहेत; पण टोबियसला पळवणाऱ्यांनी त्याचं संशोधन ताब्यात घ्यायच्याआधी आपल्याला ते मिळवणं भाग आहे." सिंपल्टनं बोलायचे थांबले.

"एकदा ते संशोधन ताब्यात आलं की तुम्ही टोबियसच्या जिवाची पर्वा करणार नाही हे उघडच आहे." अप्पा म्हणाले. त्यावर अर्थातच सिंपल्टननी

अप्पांना उत्तर दिलेलं नव्हतं. सिंपल्टनच्या ह्या भेटीनंतर अप्पा मला म्हणाले, "टोबियसचा शोध लावणं गरजेचं आहे, नाहीतर कुठून तरी ह्या सिंपल्टनचे दूत त्याचं संशोधन मिळवतील आणि सिंपल्टन अगदी सहज टोबियसला कायमचा नाहीसा करेल."

"अप्पा, तुम्हीच तर म्हणता, टोबियस जीनियस आहे. तरी त्याला हे मारतील?"

"तुला ह्या सरकारी नोकरांचा आणि राजकारण्यांचा स्वभाव माहीत नाही का? त्यांना फक्त स्वार्थ दिसत असतो. टोबियसच्या जगण्यामरण्याशी त्यांना काहीच देणं घेणं नसणार. उलट तो मेला तर त्याच्या संशोधनाचा बिनपैशात फायदा कसा मिळवता येईल ह्याचाच ते विचार करणार. शक्य झालं तर ते संशोधन चोरणार."

ह्या बोलण्यानंतर अप्पा कामाला लागले. त्यांनी एडवर्डला निरोप पाठवला होता. एडवर्डला त्यांनी रजा वाढवून घ्यायला सांगितलं. "तू माझा मदतनीस म्हणून काम कर; पण तसं कुणाला सांगू नको. रजा वाढविण्यासाठी हेमिंग्वेच्या नाजूक प्रकृतीचं कारण दे. अजून काही काळ त्यानं एकटं राहणं योग्य ठरणार नाही, असं वैद्यकीय प्रमाणपत्र देता येईल. ते खरंच आहे. हेमिंग्वेची तब्येत ही खरं तर शासकीय जबाबदारी आहे. तुला त्यामुळं अधिकृत काम म्हणूनही हेमिंग्वेबरोबर राहता येईल; पण तसं झालं तर ते काही काळानं तुझ्या जागी त्यांचा माणूस नेमू शकतात. एडवर्डनं थेट सिंपल्टनची भेट घेतली. अवकाशदलाकडून एडवर्ड गुप्तचर खात्याकडे तात्पुरता वर्ग केला गेला. मग सिंपल्टननी त्याला मोकळा सोडला. "तुझा भाऊ बरा होणं महत्त्वाचं." असं ते म्हणाले. एडवर्डला अप्पांनी नीट पढवूनच पाठवला होता. गुप्तचर खात्याच्या कुठल्याही वैद्यकीय केंद्रात न जाता एडवर्ड परतला तरी अप्पांनी पुन्हा त्याची पूर्ण तपासणी करवून घेतली. जी माणसं मानवी पेशींपेक्षा सूक्ष्म यंत्रे हेमिंग्वेच्या रक्तात घुसवू शकतात, त्यांचा काय नेम असं अप्पांचं म्हणणं होतं.

मग आम्ही कॅप्टनबरोबर टोबियसच्या घरी गेलो. त्या घराची आधीच कुणीतरी झडती घेतली होती. हे मोडलेल्या यंत्रसेवकावरून आमच्या लक्षात आलं. त्या सेवकानं टोबियसच्या परवानगीशिवाय ह्यांना घरात घ्यायला नकार दिला असणार हे उघड होतं. कुणीतरी त्या यंत्रसेवकावर लेझर गन चालवली होती. फक्त तो लेझरगन चालवणारा हे विसरला होता की यंत्रसेवक हा माणूस नव्हे. त्याच्या कमरेत त्याचे दोन तुकडे करून उपयोग नाही तर त्याचा संगणक नष्ट करायला हवा. सर्व यंत्रसेवकांचे संगणक हे खांदे आणि डोकं मिळून तयार होतात ह्याची त्या घरफोड्याला कल्पना नसावी. अप्पांनी त्या यंत्रसेवकाच्या तुटलेल्या तारांचं निरिक्षण केलं. कॅप्टन एडवर्डच्या कानात ते पुटपुटले. त्यानुसार कॅप्टन बाहेर पडला.

सार्वजनिक संपर्क व्यवस्थेतून त्यानं अप्पांच्या संगणकतज्ज्ञाला निरोप दिला. पूर्वी डॉक्टर नावाचा एका जबरदस्त गुन्हेगाराशी झालेल्या झटापटीत ह्या संगणकतज्ज्ञानं महत्त्वाची कामगिरी बजावली होती. अप्पांच्या अशा बऱ्याच साथीदारांची नावं त्यांना पुढं त्रास होऊ नये म्हणून गुप्त ठेवण्याची पद्धत अप्पांच्या सांगण्यावरून मी फार पूर्वीपासून अंगिकारली आहे. अप्पांच्या चरित्राचा मागोवा घेणाऱ्यांच्या ते लक्षात आले असेलच.

संगणकतज्ज्ञ येईपर्यंत टोबियसच्या त्या महालाची अप्पांच्या पद्धतीनं आम्ही पुनर्तपासणी केली. ''हे काम ज्यानं केलं तो फारसा वाक्‌बगार नसावा. बहुधा सरकारी कर्मचारी असणार. इतक्या निर्बुद्धपणे आणि निष्काळजीपणे दुसरा कुणीही हे काम अशा तऱ्हेनं करणार नाही. दुसरं म्हणजे त्याला पकडलं जाण्याची भीती वाटत नसावी. ह्याचं कारण ही मोडतोड करताना नक्की भरपूर आवाज झाला असणार. आधी माझ्या मनात एक वेगळीच शंका आली होती. कुणीतरी टोबियसच्या बुद्धिमान प्रतिस्पर्ध्यानं हा देखावा निर्माण केला असावा. प्रत्यक्षात त्याला जे हवं ते मिळाल्यानंतर ही मोडतोड केलेली असावी; पण जसजसा मी तपास करतोय तसतशी ती शक्यता दुरावत चालली आहे. संगणकाची मोडतोड केलेली आहे; पण तरी त्याचा स्मरणसाठा सुरक्षित असावा अशी मला शंका आहे. ह्या बबलमेमरीच्या संगणकांचं स्मरण ऐऱ्यागैऱ्याला चोरता येणं तसं अवघडच आहे.'' अप्पा म्हणाले.

त्यानं हाताला लागेल तेवढ्या वस्तू उचलल्या. चोरकप्पे शोधायचा प्रयत्न केला; पण टोबियस हा एक अतिप्रगल्भ बुद्धिमत्तेचा शास्त्रज्ञ असल्यानं, गायब होताना त्यानं ह्या सर्व गोष्टींचा विचार केलेला असणारच. अगदी निश्चितपणे केला असणार. त्यामुळे त्याचं घर फोडणं ह्या मंडळींना सोपं गेलं. महाविद्यालयात असतानाच तो त्याच्या खोलीत अशा करामती करत असे; की वसतीगृहातील इतर विद्यार्थी त्याच्याशी वेडंवाकडं वागायला घाबरत असत. एकदा त्याची गंमत करावी म्हणून एक विद्यार्थी त्याच्या खोलीत साप ठेवायला निघाला. साप बिनविषारी होता. टोबियसच्या खोलीचं दार कधीच लावले नसे. एखाद्या तत्कालीन मैत्रिणीला घेऊन टोबियस खोलीत असायचा, तेव्हाही दार फक्त ढकललेलं असे; पण कुणीही त्याच्या विक्षिप्तपणामुळं कधीही त्याचं दार ढकलायचा प्रयत्न केला नव्हता. त्याच्या दाराच्या जवळपास जरी गेलं तरी चित्रविचित्र भास व्हायचेच. 'मी इलेक्ट्रॉनिक चेटक्या आहे' असं तो क्वचित कधीतरी म्हणायचा.

तो सापवाला टोबियसच्या खोलीजवळ जाताच तो साप खूप वळवळू लागला. बिनविषारी सापसुद्धा जबरदस्त चावा घेतात, हे त्या दिवशी आम्हाला कळलं. त्यानं शंभर वेळा हात झटकला तेव्हा तो साप त्याच्या हातातून उडून

बाजूला पडला आणि नाहीसा झाला. तो दोन दिवस हातावर उपचार करून घेत होता. चांगल्या डॉक्टरला दाखवायची चोरी. मग कुणीतरी टोबियसला विचारलं, ‘काय केलंस?’ ‘मी कुठे काय केलं?’ टोबियस निरागस चेहऱ्यानं म्हणाला. मग कधीतरी एकदा त्यानं स्पष्टीकरण दिलं – ‘त्याच्या दारातून विद्युत चुंबकीय लहरी प्रक्षेपित होतात. त्यामुळं येणाऱ्या व्यक्तीच्या खिशात काय आहे त्यावरून पुढं काय ते घडतं. कुणीतरी धातूची वस्तू घेऊन आला तर आवाज होतो. जरी प्राणी गृहीत धरले नव्हते, तरी एखाद्या स्वत:ला सर्पतज्ज्ञ म्हणवणाऱ्याला स्वत:च्या बिनविषारी सापापासून जर स्वसंरक्षण करणं जमत नसेल, तर त्याला माझा नाइलाज आहेत. बहुतेक जमिनीलगत राहणाऱ्या, सरपटणाऱ्या प्राण्यांना चुंबकीय क्षेत्रातले बदल जाणवतात. भूकंपाचे वेळी असे बदल घडतात आणि ते प्राणी बिळातून बाहेर पडून उघड्यावर जायचा प्रयत्न करतात. त्यांच्या दृष्टीनं तो जीवन मरणाचा प्रश्न असतो.’

एकदा दोनदा असं काही विचित्र घडल्यावर टोबियसच्या खोलीत शिरून चावटपणा करायचा प्रयत्न पोरांनी सोडून दिला. टोबियसला मित्र असे फारसे नव्हतेच. त्याचं विश्व वेगळं आणि आमचं विश्व वेगळं होतं. तो बराचसा तिरसटही होता. अति बुद्धिमान माणसांप्रमाणे विक्षिप्तही होताच. त्याच्या शत्रूंनी खोलीबाहेर तो सापडला, की त्याला धडा शिकवायचा निश्चय केला होता. ही कुणकुण अप्पांना होतीच. त्यामुळं अप्पांचं ह्या विरोधी गटावर लक्ष असे. अप्पाही तसे कुणात फारसे मिसळणारे नव्हते. त्यांना टोबियसबद्दल कुतूहल वाटत असे. त्यांची चांगली ओळख असली, तरी मैत्री अशी नव्हती. भेटलं की ‘काय कसं काय’ एवढंच. अप्पांना त्याही आधीपासून मनुष्य स्वभावाचा अभ्यास करण्याचा छंद होता; त्यामुळं त्यांना टोबियस आणि त्याचे विरोधक ह्या दोघांबद्दलही कुतूहल वाटत असे. त्याचबरोबर अन्यायाला विरोध, हे तर त्यांच्या स्वभावात मुरलेलं होतं; खरं तर रक्तात मुरलेलं असं म्हणायला हवं. टोबियसचा मोठेपणा ओळखून त्याला त्याच्या मार्गानं जगू द्यावं असं अप्पांचं म्हणणं होतं. त्यांनी अर्थात ते कुणाला सांगितलं नव्हतं. त्या वयात कुणीच शहाणपणाचा सल्ला स्वीकारण्याच्या मन:स्थितीत नसतं. त्यामुळं राजकारण्यांच्या भाषेत बोलायचं, तर अप्पा परिस्थितीवर लक्ष ठेवून होते.

परिस्थितीवर नुसतं लक्ष ठेवून स्वत:च्या पोळीवर तूप आढून घेतात ते राजकारणी. परिस्थिती हाताबाहेर गेली तरच त्यांचा फायदा असतो. अप्पांना परिस्थितीवर लक्ष ठेवून कसलाही स्वार्थ साधायचा नव्हता. त्यांना टोबियसला अपाय होईल एवढी परिस्थिती हाताबाहेर जाऊ द्यायची नव्हती.

टोबियसच्या घराची तपासणी करताना अप्पा अधूनमधून ह्या आठवणींना

उजाळा देत होते. अप्पांच्या आणि टोबियसच्याही आयुष्यातले न उलगडलेले असे पैलू त्यामुळं मला पाहायला मिळत होते. अप्पांच्या पूर्वायुष्याबद्दल मला त्यांच्याकडून अशी माहिती अधूनमधून अचानक मिळायची. अप्पा हे सांगत असतानाच तो संगणकतज्ज्ञ दाखल झाला. त्यामुळं अप्पांचा हा काहीसा स्वगत आणि काहीसा प्रकट आत्मसंवाद थांबला होता. त्या संगणकतज्ज्ञानं सर्व यंत्रसेवक आणि संगणक ताब्यात घेतले. तो जे काही सांगू लागला त्यावरून हे घरफोडीचं कार्य सरकारी कर्मचाऱ्यानंच केलं असावं हे सिद्ध झालंच, पण टोबियसनेही त्या पुराव्यात भर पडेल अशी व्यवस्था केली होती.

"अप्पा, ज्या कुणी ही दरोडेखोरी केली, त्यानं ह्या संगणकांकडून आणि यंत्रसेवकांकडून माहिती मिळवायचा प्रयत्न केला. त्याला वेळ थोडा असणार. शासकीय नोकरीत तो मुरलेला असावा. नव्या पिढीचा असता, तर त्यानं त्याचं अपयश झाकायचा प्रयत्न केला नसता. तर टोबियसच्या प्रतिभेला दाद दिली असती. त्याऐवजी ज्या कुणी हा उद्योग केला, त्यानं हा बाह्य देखावा निर्माण केला." तो संगणक तज्ज्ञ म्हणाला. "ज्या कुणी हे काम केलं त्यानं टोबियसच्या संगणकाच्या वाटेस जाताच त्या संगणकानं तात्काळ ह्या खोलीत काही औषध फवारलं. त्यामुळं कालांतरानं संशय न येता ती व्यक्ती बेशुद्धावस्थेत गेली. मग त्या व्यक्तीच्या बोटांचे ठसे, बुब्बुळ प्रतिमा आणि डीएनएनचे नमुने यंत्रसेवकांनी घेतले. त्यावरून ती व्यक्ती शोधून काढली आणि संगणक शीतनिद्रेत गेला. ही व्यक्ती झोपेतून किंवा त्या गुंगीतून बाहेर पडली तेव्हा संगणक अकार्यक्षम झाल्याचं तिच्या लक्षात आलं. मग त्या व्यक्तीनं ही मोडतोड करून पळ काढला; असं मी निश्चित सांगू शकतो."

हे अगदी टोबियसच्या स्वभावाला धरून आहे. तो म्हणे, 'आधी काळजी घेतली की नंतर त्याचे फायदे मिळत राहतात.' मी सांगत नव्हतो की त्याच्या हितशत्रूंनी टोबियसला बाहेर काढून त्याचा काटा काढायचा प्रयत्न केला होता. टोबियस रोज सकाळी जॉगिंग करीत असे. तेव्हा त्याच्याबरोबर दोनतीन मित्र असायचे. तेव्हा त्याला काही इजा करणं तर शक्य नव्हतं. मग त्यांनी वार्षिक क्रॉस कंट्री स्पर्धेत टोबियसला भाग घ्यायला लावला. मला वाटतं टोबियसनं त्या स्पर्धेत मुद्दामच भाग घेतला असावा. मला मात्र तो खुळेपणा वाटला होता. ह्या स्पर्धेच्या निमित्तानं टोबियसचे हितशत्रू त्याचा घात करतील अशी मला चिंता वाटत होती. प्रत्यक्षात वेगळंच घडलं. टोबियसऐवजी त्याच्या शत्रूंची चिंता करायला हवी होती, असं मला नंतर वाटू लागलं.

टोबियसला वाटेत गाठण्याचे त्यांचे प्रयत्न टोबियसच्या हुशारीमुळं फसले. एके ठिकाणी रस्ता दाट झाडीतून जात होता. टोबियसच्या शिरस्त्राणातून एक

त्रिमित प्रतिमा त्याच्यापुढे दोन तीन मीटर पडेल अशी व्यवस्था टोबियसनं केली होती. त्याच्या शत्रूंनी त्या प्रतिमेवर हल्ला चढवला. टोबियसने त्याच्या सुया टोचणाऱ्या पिस्तुलानं औषध टोचून त्या दोघांना बेशुद्ध केलं. त्यांचे सर्व कपडे काढून घेतले आणि तो पुढं गेला. त्यांचे मित्र शर्यत संपायच्या ठिकाणी उभे होते. त्यांना टोबियस येताना पाहून धक्काच बसला. शेवटच्या काही स्पर्धकांत त्याचा समावेश होता ह्याचं कुणालाच आश्चर्य वाटलं नाही, कारण तो धावपटू म्हणून प्रसिद्ध नव्हताच. पण त्या स्पर्धेतले दोन स्पर्धक स्पर्धा पूर्ण न करता वाटेतूनच निघून गेले होते. असं यापूर्वी सहसा घडलं नव्हतं. दोन दिवसांनी ते परत आले तेव्हा आपण कुठे गेलो नि काय घडलं हेही त्यांना आठवत नव्हतं.

अप्पांनी टोबियसला ह्या स्पर्धेपूर्वी मदत देऊ केली होती. ती टोबियसने का नाकारली हे अप्पांच्या नंतर लक्षात आलं, पण अप्पांनी स्वत:हून मदत देऊ केली होती हे तो विसरला नव्हता. ह्याचा प्रत्यय अप्पांना आता इतक्या वर्षांनी आला होता. नाहीसे होताना त्यानं कॅप्टन एडवर्डला अप्पांची मदत घ्यायचा सल्ला दिला होता.

त्या संगणकतज्ज्ञानं टोबियसच्या संगणकातली जेवढी माहिती काढता येईल तेवढी मिळवली. त्याला काही वेळ लागला. ते साहजिकच होतं, कारण ती माहिती मिळू नये ही टोबियसची करामत होती. त्याचबरोबर काही वैशिष्ट्यपूर्ण अडथळे ओलांडल्यानंतर मात्र त्या माहितीचा ओघ झपाट्यानं सुरू झाला होता. त्यावरून टोबियसची योजना अधिककाधिक स्पष्ट होत गेली होती. मात्र टोबियस का बेपत्ता झाला ह्याचं कारण कळणं प्रथमदर्शनी तरी सोपं गेलं नव्हतं, असंच म्हणावं लागेल.

टोबियसनं हाताळला नव्हता आणि ज्यात टोबियसला गती नव्हती असा एकही विषय नसावा, असं त्याच्या संगणकाचा संकेतभेद करणाऱ्या संगणकतज्ज्ञाचं मत पडलं. त्याच्या संगणकातले जे संकेत आवाजी होते; जे केवळ टोबियसच्या आवाजावर अवलंबून होते; ते भेदून पुढं प्रगती करणं अवघड होतं. त्यावेळी अप्पांना हेमिंग्वे अस्तित्वात असण्याचं इंगित कळलं होतं. त्याच्या आवाजाला संगणक नक्कीच दाद देत होता. जेव्हा संगणकतज्ज्ञानं अप्पांना टोबियसच्या ध्वनीशिवाय ह्या संगणकाच्या स्मरणसाठ्यात प्रवेश करणं अवघड आहे, हे सांगितलं त्यावेळी अप्पा हसले. तो संगणकतज्ज्ञ थोडासा कातावून म्हणाला, "अप्पा, तुम्हाला हसू येतंय. माझी मति गुंग झालीय. बरं, उद्या तुम्हीच म्हणाल, 'तुझा काय उपयोग झाला' पण मी टोबियसचा आवाज कुठून मिळवू?"

"बघ, मी जर टोबियसचा आवाज मिळवला तर?"

"अप्पा, तुम्हाला ह्या संगणकाच्या हुशारीची माहिती नाही. टोबियसच्या

ध्वनिफिती मिळवून आपल्याला उपयोग नाही. त्यातून वेगवेगळे शब्द एकत्र करावे लागतील. त्याची ध्वनिमुद्रा म्हणजे व्हॉइसप्रिंट मूळ ध्वनिमुद्रेशी जुळत नाही.''

अप्पा पुन्हा हसले. ते म्हणाले, ''टोबियस हा महाप्रज्ञावंत आहे. ही अडचण आज ना उद्या येणार हे त्याला ठाऊक होतं. तो नाहीसा होण्याची योजना एका दिवसातली नाही. ती किमान वीस वर्षं तरी अमलात होती. त्यानं ती तयारी तेव्हा सुरू केली, ती का, हे आपल्याला दोन दिवसांत कळेल.''

''पण त्या ध्वनिमुद्रेचं काय?''

''तेच तर सांगतोय. दोन दिवसांत ह्या संगणकाचा संकेतभेद होण्याची ९९% शक्यता आहे. पैज मारतोस?''

अप्पांशी पैज मारू नये एवढं शहाणपण तो तरुण संगणकतज्ज्ञ अनेकवार पैजा हरण्याच्या स्वानुभवानं शिकलेला होता. त्यानं नकारार्थी मान हलवली. अप्पा कॅप्टन एडवर्डकडे वळून म्हणाले, ''हेमिंग्वेला घेऊन ये!'' मग काम बंद करायला लावून अप्पा त्या संगणकतज्ज्ञासह मला जेवायला घेऊन गेले. अप्पा गुन्हेगार पकडण्यातले तज्ज्ञ होते. काही माणसं त्यांना नशिबवान म्हणत. पण खाण्यापिण्याच्या बाबतीत तरी ते स्वकष्टाने तज्ज्ञ बनले होते; हे मी सांगू शकतो.

आम्ही परतलो. झोपलो. दुसऱ्या दिवशी एडवर्ड हेमिंग्वेसह परतला. त्या संगणकतज्ज्ञानं टोबियसच्या त्रिमित प्रतिमा बघितल्या होत्या. हेमिंग्वेला बघून तो चमकला. आयुर्वेदानं पंचकर्माच्या साहाय्यानं कात टाकून माणूस नौजवान होतो, हे त्याचं संगणकीज्ञान त्यानं प्रकट केलं तेव्हा अप्पा म्हणाले, ''टोबीनं क्लोनिंग करून का घेतलं हा प्रश्न आत्ता सुटला.''

हेमिंग्वेनं आज्ञा देताच 'खुल जा सिमसिम' म्हटल्यावर चोरांची गुहा उघडायची तसे संगणकाचे सर्व कप्पे उघडले. ''बरं झालं, मी पैज मारली नाही अप्पा. माझा बराच पगार ह्या अशा पैजांमुळं वारंवार तुमच्या खिशात गेलाय.''

''अप्पांना आता नवा बकरा शोधावा लागणार.'' मी म्हणालो. त्या संगणकाची रहस्यं उघडी पडली, तशी एडवर्डनं त्याच्या खिशातून एक कागद बाहेर काढला. अप्पा हसले. एडवर्ड म्हणाला, 'ह्या संगणक्याशी मी आधीच मैत्री करायला हवी होती. आता मीही कधी पैजा मारणार नाही. अप्पा, यू आर ग्रेट.' मी हे रहस्य सोडवीन हे अप्पांचे शब्द खरे ठरले. टोबियसनं क्लोन का करावा, हे मी तुला शोधून दाखवतोच पण त्या क्लोनमधेच ती गुरुकिल्ली दडलेली आहे, ह्या अप्पांच्या म्हणण्यावर एडवर्डनं खुळ्यासारखी पैज लावली होती. तो ती पैज हरला खरा; पण टोबियसनं त्या पैजेचीही काळजी घेतली होती.

संगणकातून माहिती मिळू लागली, तेव्हा टोबियसनं दिलेल्या सूचनांतली पहिली सूचनाच मुळी त्या पैजेबद्दलची होती. 'जर तुम्ही इथपर्यंत आला असाल तर

ती अप्पाची करामत असणार. मी असलो किंवा नसलो तरी हेमिंग्वेचं काम काय, हे त्यानं ओळखलेलं असणार. ह्याबाबत त्यानं एडवर्डशी पैज लावली असेल तर त्या पैजेच्या पैशांची व्यवस्था मी निर्माण केलेल्या विश्वस्त निधीतून व्हावी. त्या पैजेच्या रकमेएवढीच रक्कम माझ्या वतीनं अप्पाला द्यावी. दुसरा कुणी हरला असेल तर त्याच्या नुकसानास मी जबाबदार नाही. पण माझ्या वतीनं अप्पाला त्या पैजेच्या रकमेएवढी रक्कम द्यावी. ती त्यानं त्याच्या आवडीच्या मद्यावर खर्च करावी.'

"आम्ही शिकत होतो तेव्हा तो पीत नसे आणि बरेचदा आम्हाला मद्य पिण्यापासून परावृत्त करण्याचा प्रयत्न करायचा. पुढं हळू हळू मार्गावर आला." अप्पांनी स्पष्टीकरण दिलं.

टोबियसनं सुमारे बावीस वर्षांपूर्वी काही गणितं केली, काही निरीक्षणेही केली होती. इतर शास्त्रज्ञांच्या गणितांशी, निरीक्षणांशी आणि अंदाजांशी त्यानं ती ताडून बघितली होती. तेव्हा अवकाशातून एक संकट आपल्या दिशेनं येत असल्याचं त्याच्या लक्षात आलं होतं. ह्या संकटामुळं मानवी वसाहतींची वाताहात होण्याचा धोका होता. ह्या संकटाचं स्वरूप शासनाच्या कानावर घालून मोकळं होणं टोबियसला अजिबात मान्य होण्यासारखं नव्हतं. शासनाच्या समित्यांचा घोळ, केवळ टोबियसनं ह्या संकटाची कल्पना दिल्यामुळं ह्या संकटात काहीच अर्थ नाही असं म्हणणारे टोबियसचे विरोधक, त्यावर होणाऱ्या चर्चा आणि विचारांचा काथ्याकूट ह्यातून काहीच निष्पन्न होणार नाही याचीही टोबियसला खात्री होती. राजकारणी ह्यातून स्वत:च्या पोळीवर तूप ओढून घेण्याचा प्रयत्न करणार होते. त्यातून मानवी साम्राज्यात फूट पडणार होती. प्रचंड हिंसाचार आणि बंडाळी माजण्याची शक्यता होती. हेमिंग्वे पंचवीस वर्षांचा होईल तेव्हा संगणक त्याला सर्व काही कल्पना देणार होता. त्या आधीच त्या संकटापासून मानवी साम्राज्याचं रक्षण करण्याचा इरादा बाळगून योग्य वेळ येताच टोबियस बेपत्ता होणार होता. ती वेळ हेमिंग्वे १७ वर्षांचा असताना येणार होती. त्यानंतर साधारणपणे तीन वर्षांत टोबियस ते संकट हाताळणार होता. अप्पांच्या हाती टोबियस नाहीसा झाल्याचं प्रकरण गेलं, तर ते कोडं ह्या कालावधीत सुटणार होतं. तोपर्यंत जर टोबियस परतला नाही, तर पुढं अप्पांनी ते संकट हाताळायची व्यवस्था कशी करायची त्याच्या सूचना हेमिंग्वेच्या एकविसाव्या वाढदिवशी मिळणार होत्या. तोपर्यंत अप्पांनी ह्याबाबत काही करायचं नव्हतं. टोबियस यशस्वी झाला; तर तो परत येणार होता किंवा ती बातमी तरी अप्पांपर्यंत पोहोचणार होती. त्यानंतर अप्पांना तयारी करायला चार वर्षे मिळणार होती. नंतर त्यांनी सर्व सूत्रे हेमिंग्वेच्या हाती द्यायची होती. ही माहिती देऊन संगणक गप्प झाला.

''अप्पा, ह्यापुढं त्याच्याकडून माहिती काढायचा प्रयत्न केला तर त्याचं स्मरण पुसलं जाईल. तेव्हा हेमिंग्वेचा एकविसावा वाढदिवस केव्हा आहे ते बघा!'' संगणकतज्ज्ञ म्हणाला. ते ऐकून, 'पुढच्या वर्षी.' असं उत्तर एडवर्ड आणि हेमिंग्वेनं एकाच वेळी दिलं होतं. तेव्हा आता सर्वांनाच पुढील वर्षापर्यंत ह्या रहस्याचा उलगडा होण्यासाठी थांबणं भाग होतं.

भंगलेला हिरा

◈

नियती नावाचा एक भन्नाट प्रकार आहे. जेव्हा एखाद्या गोष्टीचा कार्यकारण भाव स्पष्ट होत नाही तेव्हा त्या घटनेमागं नियती असते, असं म्हटलं जातं. आधुनिक विज्ञानात कॉम्प्लेक्सिटी नावाचा एक सिद्धांत आहे. ह्याला साध्या सोप्या भाषेत घटनांचा गुंता म्हणता येईल. सामान्य माणूस हा गुंता सोडवून एखाद्या घटनाचक्राच्या पृथ:करणाच्या भानगडीत कधीच पडत नाही. त्याला ह्या गोष्टीत म्हणजे प्रत्येक घटनेच्या मुळाशी जाण्यासाठी पृथ:करण करण्यात रसही नसतो आणि वेळही नसतो. नाही ते उद्योग सांगितले कुणी? हा त्याचा प्रश्न तसा योग्य असतो. ह्यामुळेच तो एखाद्या अनाकलनीय घटनेस 'नियती' असं कारण चिकटवतो आणि मोकळा होतो. त्याच्या दृष्टीनं काही निरुद्योगी माणसं, लढाई का हरली, तर एक स्वार कमी पडला. तो स्वार का कमी पडला, तर त्याचा घोडा लंगडत होता. तो घोडा का लंगडायला लागला; तर त्याचा नाल सुटून पडला. त्याचा नाल का सुटला तर नेमका त्या दिवशी नालबंदाकडे एक खिळा कमी पडला, अशी कारणपरंपरा शोधतात. लढाई हरली, का? तर नियती! काम संपलं. तसंच ह्याबाबत घडलं.

ही बाब कुठली ते तर आपण बघणार आहोत. 'रिझोल्युशन' नावाचं एक अवकाशयान अवकाशात अशा ठिकाणी होतं की त्यांच्या आसमंतात अवकाश पोकळीच्या त्या भागात कुणी मानव असेल असं त्यांना वाटलं नव्हतं. हे रिझोल्युशन तसं जुन्या पद्धतीचं अवकाशयान होतं. ते अवकाशप्रवासाला निघालं तेव्हा कॅप्टन शिंदे यांना आपलं नाव मानवी अवकाश साम्राज्याच्या इतिहासात अजरामर होणार आहे याची अजिबात कल्पना नव्हती. शेवटी हे नियतीचेच खेळ असतात नाही का? शिंद्यांनी अवकाशदलात भरती होताना गरिबी टाळणे एवढा एकच उद्देश डोळ्यांसमोर ठेवला होता. अवकाशदलातल्या कर्मचाऱ्याला मोकळा वेळ खूप

असतो. त्याचा फायदा घेऊन त्यांनी बराच अभ्यास केला होता. अवकाशदलातले बिगर अधिकारी, म्हणजे खरंतर खलाशी जुगार खेळत असताना शिंदे अभ्यास करीत असत. अवकाशयान चालविण्यासाठी आणि त्याच्या देखभालीसाठी जे कौशल्य आवश्यक असतं ते आत्मसात करीत असत. बऱ्यापैकी रजा साठली, की अवकाशदलाच्या कर्मचाऱ्यांना मिळणाऱ्या सवलतींचा फायदा घेऊन ते त्या रजेच्या काळात एखादी परीक्षा देत. कालांतरानं त्यांच्याजवळ अवकाशदलातील नोकरीस आवश्यक आणि अनावश्यक अशा काही पदव्यांचा गठ्ठा तयार झाला. त्या जोरावर ते अवकाशदल सोडून देऊन नागरी आयुष्य जगू शकले असते. बऱ्यापैकी पैसा मिळवू शकले असते; पण त्यांना अवकाशदल सोडवत नव्हतं. त्यामुळंच अवकाशदलही त्यांच्यावर नवनव्या जबाबदाऱ्या टाकत होतं. त्यातली रिझोल्युशनचं कर्णधारपद ही एक जबाबदारी होती.

जेव्हा अवकाशदलानं शिंद्यांवर रिझोल्युशनची जबाबदारी सोपवली, त्यावेळी ह्या अवकशयानाच्या आधीच्या कर्णधारानं शिंद्यांना रिझोल्युशन ह्या नावाला इतिहास असल्याची जाणीव करून दिली होती. इ.स. १७७२ मध्ये कॅप्टन कुक जेव्हा दक्षिणध्रुव शोधायच्या मोहिमेवर निघाला तेव्हा त्यानं त्याच्या जहाजाचं नाव रिझोल्युशन असं ठेवलं होतं. तिथपासूनचा रिझोल्युशन ह्या नावाच्या युद्ध नौकांचा आणि अवकाशयानाचा इतिहास त्या निवृत्त होणाऱ्या कप्तानानं ह्या नव्या कप्तानाला ऐकवला होता. त्याचबरोबर रिझोल्युशनचा निरोप घेताना ही परंपरा शिंदे पाळतील अशी आशा प्रकट केली होती.

शिंद्यांना ह्या कामगिरीवर निघताना जे आज्ञापत्र हाती पडलं होतं त्यानुसार आजमितीस मानव जिथं पोहोचलेला नाही अशा अवकाशाच्या भागात मानवी वसाहतीस योग्य असे ग्रह शोधणे, तिथे ह्याआधी कुणी मानव पोहोचलेला नाही ह्याची ही खात्री करून घेणे, आकाशगंगेच्या ह्या भागात बुद्धिमान सजीव असतील तर त्यांच्याशी संपर्क साधणे, सजीव असतील पण ते प्रगत नसतील तर त्या ग्रहाभोवती पहारा बसवणे, त्या ग्रहाच्या पर्यावरणाचा कसून अभ्यास करणे, त्या ग्रहावर अनधिकृत वसाहत होणार नाही यासाठीची सर्व काळजी घेणे आणि त्या ग्रहाच्या पर्यावरणाला बाधा येऊ न देता तिथं मानवी ठाणं प्रस्थापित करणे. अशा बाबी त्यांना पार पाडायच्या होत्या.

ह्या आज्ञापत्रातील दोन तीन कलमे अध्याहृत होती. त्यातलं एक म्हणजे बरेचदा मानवी अवकाश-चाचे एखाद्या अज्ञात ग्रहावर त्यांचा तळ प्रस्थापित करून अवकाशप्रवासी व व्यापारी अवकाशयानांची लूटमार करीत असत. अशा प्रकारच्या चाच्यांचा तळ आढळला, तर ह्या कानाचा त्या कानाला पत्ता लागू न देता चाच्यांसह तो तळ नष्ट करणे; ही एक खाजगीतील सूचना असे. ह्याचं कारण त्या

चाच्यांना धरणं, जिथे मानवी वसाहत आहे अशा ग्रहावर नेणं, त्यांच्यावर खटला चालवणं, आरोप सिद्ध करणं हे फार वेळखाऊ काम असे. शिवाय त्यातून तांत्रिक कारणानं किंवा एखाद्या हुशार वकिलाच्या करणीनं ते चाचे सुटून जात. चकमकीत ते नष्ट झाले की बरेच प्रश्न मिटत असत.

ह्या आज्ञापत्रातील अध्याहृत असं दुसरं कलमही महत्त्वाचं होतं. जर एखाद्या ग्रहावर मानवेतर सजीवांची वस्ती असेल तर त्या सजीवांच्या प्रगतीचा आणि बुद्धिमत्तेचा अंदाज घ्यायचा. ते आक्रमक वृत्तीचे नसतील तर दोस्ती करायची नाही तर पळ काढून त्यांच्या अस्तित्वाची जाणीव जागतिक शासनास द्यावयाची, हे फार महत्त्वाचं होतं. जर एखाद्या बलाढ्य, जग जिंकण्याच्या इच्छेनं अवकाशसंचार करणाऱ्या बुद्धिमान सजीवांशी गाठ पडली तर अशा सजीवांच्या अस्तित्वाची कल्पना संपूर्ण मानवजातीस व्हावी, असा ह्यात उद्देश होता.

तिसरं अध्याहृत कलम म्हणजे जर हे यान कुठल्याही कारणानं संकटात आलं, तर यानावरच्या तीन जीवरक्षक यानांतून यानातले सर्वांत तरुण अवकाशप्रवासी, मग ते नागरी असोत की लष्करी, स्त्री अथवा पुरुष याचा विचार करता तीन वेगवेगळ्या मानवी वसाहतींच्या दिशेने प्रक्षेपित करायचे. त्यांच्याबरोबर संकटाचे स्वरूप, स्थान वगैरे माहिती पुरवायची, कॅप्टन कुकच्या अठराव्या शतकातील मूळ 'रिझोल्युशन' जहाजाला एवढ्या सूचना नव्हत्या. त्याच्या सूचना अल्प होत्या. कुणाचाही जीव धोक्यात न घालता दक्षिणी अज्ञात भूखंडाचा शोध घ्यायचा. जर तो खंड आढळला तर त्यावर युनियन जॅक हा झेंडा फडकवायचा आणि फ्रेंच तिथं पोहोचलेले नाहीत ह्याची खात्री करून घ्यायची. तसं बघायला गेलं तर संकटात सापडायचं नाही, मानवी वसाहत प्रस्थापित करायची आणि इतर परके बुद्धिमान सजीव त्या ग्रहावर पाहोचले नाहीत ना, हे बघायचं ह्यात साम्य आहे, नाही असं नाही. पण पृथ्वीवरली अंतरं अवकाशातील अंतरांच्या मानानं किरकोळ ठरतात, मात्र संकट तशी असतीलच याची खात्री नसते.

आज शिंद्यांना हे सर्व आठवायचं एक वेगळंच कारण होतं. त्यांच्या रेडिओ लहरींच्या संदेशांची देवाण-घेवाण करणाऱ्या तंत्रज्ञानं काही अस्पष्ट असे संदेश ऐकले असावेत, असा संशय घ्यायला जागा होती. संशय घ्यायला जागा होती असं म्हणायलाही एक कारण होतंच– संदेश अतिशय अस्पष्ट असे होते, त्यामुळं ते किती दुरून येतात, हे कळायला मार्ग नव्हता. ते मानवी आहेत, अमानवी आहेत की एखाद्या अवकाशी उत्सर्जन स्रोताकडून म्हणजे पल्सार किंवा क्वासारकडून येणारी प्रारणे आहेत हेही कळायला मार्ग नव्हता. अशा प्रसंगी अवकाशयानाच्या कप्तानाची पंचाईत होते. किंबहुना तो रेडिओ अधिकारी थोडा मठ्ठ असता तर अधिक बरं, असं म्हणायची पाळी येते. ह्याचं कारण त्यानं ते संदेश ऐकून दुर्लक्ष केलं की

काम संपलं; पण जेव्हा कप्तानाच्या कानावर ती बातमी घालण्यात येते तेव्हा पुढील निर्णय कप्तानानं घ्यायचा असतो. जर तो बरोबर ठरला तर कप्तानाची वाहवा होते. चूक ठरला तर खाली मान घालायची वेळ येते.

म्हणजे कसं, तर हे संदेश क्षीण आहेत, तेव्हा त्यांच्याकडे दुर्लक्ष करून जायचं ठरवलं आणि ते संदेश एखाद्या संकटात सापडलेल्या मानवी यानाचे असले किंवा परक्या बुद्धिमान सजीवांचे असले तर...? हा प्रश्न निर्माण होत राहतो; आणि खरंच तसं असेल तर संपलंच. बरं एखादं यान त्या संदेशांचा मागोवा घ्यायला गेलं आणि त्यातून काहीच निष्पन्न झालं नाही, तर वेळ फुकट जातो. अर्थात हे शिंद्यांचं रिझोल्युशन शोधयानच असल्यामुळं वेळेचा प्रश्न नव्हता; पण...

शिंद्यांनी दिशादेशक अधिकाऱ्यास बोलावून त्या संदेशांचा मागोवा घेण्याची सूचना दिली आपले यान आहे त्या दिशेनेच पुढे सरकताना जर त्या संदेशांचा मागोवा घेता आला तर फार बरं असं त्यांनी ठरवलं. त्याचबरोबर 'जर संदेश स्पष्ट झाले तर त्यांचा अर्थ लावा आणि मागोवा घ्या,' असं सांगून शिंदे विश्रांती घ्यायला गेले.

शिंद्यांच्या नशिबी विश्रांती नसावी; म्हणजे निदान त्यांना तरी तसं वाटलं. त्यांच्या शेजारचा दूरध्वनी त्यांना जागं करीत होता. त्यावेळी आपण पृथ्वीवर आरामात कुठंतरी मुलाबाळांत बसलोय असं त्यांना वाटत होतं; म्हणजे ते स्वप्न पाहत होते, पण अचानक पृथ्वीवरून अवकाशाच्या वास्तवात यावं लागल्यानं ते थोडेसे दचकूनच उठले होते. "सर, ब्रिज कॉलिंग!" त्यांच्या कानात आवाज शिरताच ते खाडकन भानावर आले. "थोडं उशिराच उठवलं, सर! ते एक मानवी यान आहे." कुठलं यान, कसलं यान, असले प्रश्न मागं पडले. "मी ब्रिजवर येतो." असं म्हणत दूरध्वनी ठेवून शिंद्यांनी कपडे चढवायला सुरुवात केली. ते अस्पष्ट संदेश स्पष्ट झाले होते तर; आणि कुणातरी अधिकाऱ्यानं चलाखी दाखवून कप्तानाला त्रास न देता त्या यानाचं मूळ शोधून काढलं होतं. तो निर्णय घेणाऱ्या अधिकाऱ्याला शाबासकीची थाप पाठीवर द्यायला हवी, असा विचार करीत शिंदे 'ब्रिज' म्हणजे नियंत्रण कक्षात दाखल झाले.

यानाच्या संगणकानं ते यान कुठं आहे, काय मापाचं आहे, लढाऊ आहे की नागरी आहे, त्याची यंत्रणा कशा प्रकारची आहे, हे सगळं कोष्टकात तयार करून त्यावरून ते एखाद्या श्रीमंताचं चैनीसाठी प्रवास करणारं 'स्पेस यॉट' प्रकारचं यान आहे, हे सांगितलं होतं. त्या यानावरून येणारे संदेश हे गप्पांच्या स्वरूपाचे होते. यानातल्या व्यक्तीला कप्तानाशी बोलायचं होतं. एकट्याने अवकाश प्रवास करणाऱ्या मानवी व्यक्ती बरेचदा दुसऱ्या मानवाशी बोलायला, त्याची पटलावरची छबी बघायला उत्सुक असतात, हे शिंद्यांना ठाऊक होतं; पण अशा व्यक्ती कुणाशीही

बोलतात. त्या व्यक्तीच्या हुद्याशी त्यांना देणं घेणं नसतं तर कुणाशी का होईना बोलायला मिळालं ह्याचा आनंद त्यांना उपभोगायचा असतो; पण हे यान श्रीमंती थाटाचं होतं. काही धनिकांना सामान्य माणसाशी बोलायला आवडत नाही. त्यातला हा एखादा अतिशहाणा असणार, असं शिंद्यांना वाटून गेलं. त्यांनी रेडिओ संपर्क संचालकाला खूण केली. त्यानं संगणकाला आज्ञा दिली. एक मिश्किल, खेळकर आवाज आला.

"बाळ शंतू, तुला लेका कॅप्टन केला, हे अवकाशयान तुझ्या ताब्यात दिलं, ते झोपा काढायला का रे?" कॅप्टन शंतनू शिंदे ह्यांनी काही क्षण विचारात घालवले, तोपर्यंत तो आवाज पुढे म्हणाला,

"अजून तुझी झोप उतरली नाही, झोपेपूर्वी काय प्राशन केलं होतंस?" शिंद्यांनी आवाज ओळखला.

"ए टोब्या, अरे, ही चेष्टा करायची तुझी सवय कधी जाणार? लोकांची झोपमोड करून काय मिळतं तुला?" त्यांनी टोबियस एडवर्डचा आवाज ओळखला होता. त्यांनी टोबियसचं नाव घेताच टोबियसनं त्याच्या संपर्क यंत्रणेची दृक् यंत्रणा चालू केली होती. थोडे केस पांढरे झालेले, चेहेऱ्यावर थोड्या प्रौढत्वाच्या खुणा एवढं सोडलं तर महाविद्यालयीन टोबियसमध्ये आणि ह्या टोबियसमध्ये कसलाच फरक नव्हता. वाह्यातपणाही तसाच.

"तू इकडे काय करतोयस?" टोबियसनं विचारलं.

"खरं तर हा प्रश्न मी तुला विचारायला हवा होता." कॅप्टन शिंदे म्हणाले.

"पण मी आधी विचारलाय?"

"बाबारे! हा पोरकटपणा सोड. ह्या भागात पूर्वी कुणी आलेलं नाही. इथे मानवी वसाहतीला धोका नाही, हे बघायला मी आलोय. ह्या भागाची पाहणी करणं, नकाशे तयार करणं चालू आहे. मला प्राथमिक अहवाल तयार करायचाय; आणि एक लक्षात ठेव, कायद्यानं मी संशयास्पदरीत्या अवकाशात वावरल्याबद्दल तुला ताब्यात घेऊ शकतो किंवा अटकेला विरोध केला म्हणून तुझ्या यानावर शस्त्रही झाडू शकतो."

"शंतू, माझ्या मित्रा, मला किती वर्षे ओळखतोस. मी कधी कुणाच्या दमदाटीला भीक घातली?"

"मित्रा, ही दमदाटी नाही, वास्तवाचं भान करून देतोय. आजचं जेवण, यानाच्या घड्याळानुसार रात्रीचं जेवण, घ्यायला माझ्याकडे येतोस?"

"मद्य मी आणणार!"

अशा तऱ्हेनं ती भेट झाली. दोन जुन्या मित्रांची भेट होती ती. आम्हाला मधे मधे काम आणून त्रास द्यायचा नाही, हे कॅप्टननी सुनावलेलं. अवकाश दलात

टोबियसचं नाव ठाऊक नाही अशी व्यक्ती शोधून सापडली नसती. विज्ञानाच्या सर्व क्षेत्रांत त्याचं नाव गाजत असलं तरी अवकाश संशोधनात तर तो सर्वांचा दादा होता. तो टोबियस आपल्या कप्तानाचा मित्र आहे, आणि त्याला जवळून बघायला मिळणार ह्या बातमीनं यानात उत्साह सळसळला. शिवाय टोबियस यानात राहणार होता आणि सर्वांना उद्या त्याची भेट घडविण्यात येणार होती, असं कॅप्टन म्हणाले होते. टोबियसच्या आगमनाची तयारी सुरू झाली. दोन यानं अवकाशात भेटतात आणि एकमेकांना जोडली जातात, तो सर्वांच्या कसोटीचा काळ असतो. ती साधी घटना असते; पण त्यावेळी होणारी क्षुल्लक चूक प्राणघातक ठरू शकते. हजारातल्या ९९९ वेळा काहीच घडत नाही, म्हणजे खरंतर सर्व व्यवस्थित घडतं. त्यामुळं हजाराव्या वेळा फाजील आत्मविश्वास नडू शकतो. सुदैवानं टोबियस हा चांगला अवकाशयान सारथी होता. त्यानं अगदी व्यवस्थित काळजीपूर्वक त्याचं यान रिझोल्युशनला भिडवलं, अवकाशवीरांच्या भाषेत बोलायचं तर त्यांचं व्यवस्थित जुळलं.

दोन मित्र भेटले. जुन्या मित्रांच्या आठवणी निघाल्या. अप्पा काय करतो, त्याच्याकडून काही कळलं का, असं टोबियसने विचारलं. बऱ्याच दिवसांत अप्पाशी संपर्क नाही असं शंतनू म्हणाला. मग त्यांचा एक जुना मित्र देवेन कौशिक याच्या गमती सांगून झाल्या. असं करत जेवण पार पडतं. ब्रँडी आली. शंतून म्हणाला, ''टोबी, यार अगदी खरं खरं सांग, तुझं काय काम आहे?''

''कसलं काम? मी गंमत म्हणून गात होतो. या भागात माझं गाणं कोण ऐकणार म्हणून मी ते प्रक्षेपितही केलं. मला काय कल्पना तू ते गाणं ऐकून खूष होशील आणि मला जेवायला बोलावशील? उलट तुझंच काहीतरी काम असणार. ते मला ऐकव.''

कॅप्टन शिंदे हसले. आता ते अवकाशदलाचे अधिकारी होते. ते त्यांच्या अधिकारी आवाजात आणि सुरात बोलू लागले. ''मिस्टर टोबिअस एडवर्ड्स, तुमचा ठावठिकाणा शोधण्यासाठी 'रेड ॲलर्ट' पुकारण्यात आलेला आहे. जिथे असाल तिथून तुम्हाला सुरक्षिततेसाठी ताब्यात घेऊन ताबडतोब जागतिक शासनाच्या ताब्यात द्यावं असा आदेश आहे.'' शिंदे म्हणाजे. मग हळू दोस्तीच्या आवाजात म्हणाले, ''टोबी, हे बघ. अखेरीस कर्तव्य म्हणून मला तुला अटक करावी लागेल. तू लहर आली म्हणून गात नव्हतास, तर तुला ह्या भागात मानवी यान आहे याचा शोध लागला तेव्हा तू संपर्क साधायचं ठरवलंस हे निश्चित. तू ठरवलं असतंस तर आम्हाला न कळत तू ह्या भागात बराच काळ वावरू शकला असतास. तू ज्याअर्थी तुझं अस्तित्व प्रकट केलंस त्याअर्थी तुला आमच्याशी संपर्क साधावा, असं नक्की वाटलं असणार आणि तू केवळ मानवी आवाज ऐकायची इच्छा झाली म्हणून

आमच्याशी संपर्क साधशील यावर मी तरी विश्वास ठेवू शकत नाही.''

''ठीक आहे, हा रेड ॲलर्ट कशासाठी? त्याच्यासाठी काही कारण दिलंय?'' टोबीनं विचारलं.

''निदान मला तरी त्याचं कारण ठाऊक नाही. शेवटी मी एक सैनिक. अवर्स इज नॉट टू आस्क व्हाय, बट टू डू ॲंड डाय; ह्या परंपरेतला माणूस.''

''तुला अप्पानं काय सांगितलं?''

''तुझी दोन मुलं त्याच्याकडे आहेत. दुसरा मुलगा मानसोपचार घेत होता, पण अप्पा मध्ये पडला. आता तो अप्पाच्या ताब्यात आहे. कॅप्टन एडवर्ड म्हणजे तुझा मुलगा दीर्घकालीन रजेवर आहे. तो तुला शोधण्यासाठी अप्पाला मदत करतोय.''

''ही सगळी मग अप्पाचीच करणी असणार. रेड ॲलर्ट वगैरे. आणखी काही?''

''तू कसला शोध लावलास, त्याबद्दल अप्पाचे काही तर्क आहेत. किंबहुना त्याच्या भेटीनंतरच मला इकडे यायची आज्ञा मिळाली. खाजगीत तुझा शोध घ्यायला सांगण्यात आलं. टोबी, मला सांग तू कसल्या भानगडीत गुंतलाहेस? अप्पात आणि तुझ्यात दुजाभाव तर निर्माण झाला नाही?'' शिंद्यांनी विचारलं.

''सांगतो. मीच अप्पाला यात गुंतवला. मला महाविद्यालयीन काळात फारसे मित्र नव्हते. तू अप्पा आणि कौशिक ह्या तिघांशीच मी क्वचित कधीतरी संपर्क साधत होतो. मला अप्पाबद्दल फार कुतूहल असे. तो माझ्या तोडीचा मेंदू असलेला आपल्या ग्रहावरचा एकमेव माणूस होता; पण त्याला का कोण जाणे विद्याभ्यासात रस नव्हता. पुढं का ते स्पष्ट झालं. आज माझ्या तोडीचा शास्त्रज्ञ नाही. तू अतिशय प्रामाणिक आणि सरळ स्वभावाचा असल्यामुळं मला आवडत होतास. कौशिक बुद्धिमान होता; पण त्याची बुद्धी गमती करण्यात, खोड्या काढण्यात जात होती. त्याला गंभीरपणा तो कसा माहीतच नव्हता. जेव्हा मला एखादी गोष्ट अडत असे किंवा माझं डोकं इतर कारणांनी भणभणत असे तेव्हा मी अप्पा किंवा कौशिकला शोधून काढायचो. ज्योवळी मला मदत हवी असेल तेव्हा तुझ्याकडे यायचो; पण यावेळी मला अशी मदत हवी होती, की ती केवळ अप्पाच करू शकत होता. त्यानं ती केली.''

''मित्रा, आता तू माझ्याकडे आलास तो मी प्रामाणिक आणि सरळ स्वभावाचा म्हणून आला आहेस असं मी समजतो. अप्पा आणि कौशिक बहुधा बरोबरच कामं करतात; पण तू जे व्याख्यान मला दिलंस त्यातून मला काहीच बोध झालेला नाही, त्याचं काय?''

''मी नाहीसा झालो, त्यावेळी मी माझ्या मुलाला अप्पाकडं जायला सांगितलं. नंतर पुढे काय झालं, माझी मुलं कशी आहेत, हे जाणून घ्यायचं होतं म्हणून मी

तुला भेटायला आलो. तुला ह्या अवकाशयानाचा प्रमुख नेमण्यात आल्याची बातमी मला कळली होती. तू ह्या भागात यायला निघालास हेही त्या बातमीत होतं. तेव्हाच मी अप्पाला दाद दिली होती. तो आपल्या काळातला शेरलॉक होम्सच आहे म्हणेनास. त्यामुळं माझ्या मुलांची बातमी तुझ्याकडून कळेल ह्याची मला खात्री होती. तसंच झालं. आता मी तुझा निरोप घेतो.'' म्हणून टोबियसनं हात स्वच्छ केले.

''उद्या माझ्या कर्मचाऱ्यांना भेट आणि जा. नाहीतर त्यांची निराशा होईल.'' कॅप्टन शिंदे म्हणाले. टोबियस त्याच्यासाठी खास तयारी केलेल्या केबिनमधे झोपायला गेला. दुसऱ्या दिवशी सर्वांचा निरोप घेऊन तो निघून गेला. रात्रीत टोबियसच्या यानावर रिझोल्यूशनच्या तंत्रज्ञांनी एक उपकरण बसवलं. अगदी छोटं सहज लक्षात येणार नाही असं उपकरण होतं ते. त्यामुळं टोबियस कुठं चाललाय त्याचा माग काढणं सहज शक्य होतं. टोबियसचं यान ज्या दिशेनं गेलं त्या दिशेनं बरंच अंतर ठेवून रिझोल्यूशन चाललं होतं.

''सर, टोबियस एका अवकाशी वस्तूच्या दिशेनं निघालेत.'' यानाच्या अधिकाऱ्यानं शिंद्यांना सांगितलं.

''ती अवकाशी वस्तू काय आहे आणि किती अंतरावर आहे, ते निश्चित करा.''

''सर, ती वस्तू निश्चित करायचा प्रयत्न केला तर त्यांना आपण त्यांच्या मागावर आहोत हे कळेल.''

''ठीक आहे, पण त्याला नजरेआड होऊ देऊ नका!''

''सर, टोबियसचं यान त्या लघुग्रहावर उतरणार किंवा त्याला धडकणार. त्या लघुग्रहावर बहुतांश कार्बनी संयुगं असावीत, असं आपले रसायन शास्त्रज्ञ म्हणताहेत.''

कॅप्टन शिंद्यांना रोज अशा बातम्या कळत होत्या. कधी ते नियंत्रण कक्षात असताना तर कधी ते त्यांच्या केबिनमधे आराम करताना. येणाऱ्या माहितीची सतत बातमी पुरवावी, हा त्यांचा हुकूम शब्दश: पाळला होता. टोबियसचं यान त्या लघुग्रहावर उतरलं ते त्यांना कळलं होतं. टोबियस मानवी कालगणनेनुसार दोन दिवस त्या लघुग्रहावर वावरल्याचं त्यांनी स्वत:च निरीक्षण केलं होतं. टोबियस त्यांच्या दिशेनं यायला निघाला तेव्हा टोबियसला अडकवायचा निश्चय त्यांनी केला होता; पण ''मी तुझ्या यानावर येत आहे.'' हा टोबियसचा संदेश ऐकून त्यांनी टोबियसला यानावर घ्यायची तयारी सुरू केली होती. टोबियसचं यान त्यांच्या यानाला चिकटल्यावर त्यांनी त्यांचं यान तिथून कमाल वेगानं त्या लघुग्रहापासून दूर नेलं होतं कारण टोबियसनं तसं त्यांना विनवून सांगितलं होतं. त्या लघुग्रहाचा विनाश त्यांनी बघितला होता. तोपर्यंत त्यांनी त्यांच्या ह्या विक्षिप्त मित्राला काहीच

विचारलं नव्हतं. तो स्फोट झाल्यानंतर जेव्हा टोबियसने समाधानाचा सुस्कारा टाकला तेव्हा मात्र शिंद्यांनी टोबियसला टोकलं.

''टोबियस, तो स्फोट व्हायला तू कारणीभूत आहेस. तो स्फोट तू कसा घडवलास हे मला ठाऊक नाही. एखादा लघुग्रह नष्ट करणे, हा गुन्हा आहे, की नाही तेही मला बघावंच लागेल आणि त्याबद्दल तुझ्यावर खटला भरला तर तू मोठे मोठे वकील देऊन सुटशील, पण खाजगीत एक मित्र म्हणून नक्की काय झालं ते मला सांगशील का?''

''शंतनू, आता ते सांगायला हरकत नाही. पण तत्पूर्वी माझं यश साजरं करायचंय, तेव्हा मद्य वगैरे मागव. महाविद्यालयात लेको किरकोळ कारणासाठी दारू प्यायलात, तर आता काय हरकत आहे?''

''आपण साजरं करतोय त्या यशाचं स्वरूप तर कळू देत. तुला केव्हाही मद्याची आंघोळ घालायला तयार आहे; आणि ज्या महाविद्यालयीन काळाच्या गोष्टी तू करतोस त्या काळात आम्ही मद्यप्राशन करतो म्हणून तू नाक मुरडत असायचास, त्याचं काय?''

''तेव्हा मला अभ्यासाची गोडी होती आणि गरज होती. माझ्याकडे पैसा नव्हता. शिष्यवृत्तीच अपुरी पडायची.''

''अरे लेका, तुझ्याकडे कोण पैसा मागणार होतं? अप्पाला विचार, कौशिककडून कधी पै तरी घेतली का ते? बरं ते जाऊ देत. काय घडलंय ते सांग.''

''मानवी वसाहती जेव्हा सूर्याच्या ग्रहमालेत वावरू लागल्या आणि पुढे त्या आकाशगंगेच्या पसाऱ्यात जाण्याची शक्यता निर्माण झाली त्यावेळी आर्थिक प्रश्न सोडविण्यासाठी एक जुनीच कल्पना नव्यानं वापरायचं ठरलं. ती म्हणजे धूमकेतू, लघुग्रह अशा अवकाशी गोळ्यांमधील धातूंचा वापर. ह्या गोळ्यांमधे भरपूर पाणी बर्फाच्या स्वरूपात होतंच पण प्लॅटिनम, निकेल, लोह असे बरेच धातूही मुबलक प्रमाणात उपलब्ध होते. अशाच एका लघुग्रहावर हिरे सापडल्याचाही उल्लेख होता. मी जेव्हा अवकाशात ह्या गोळ्यांमधे काय काय सापडू शकतं ह्याचा विचार करू लागलो तेव्हा जुने संदर्भ शोधायला सुरुवात केली. मानव चंद्रावर प्रथम गेला तेव्हापासून अशा योजना कागदोपत्री आखल्या जाऊ लागल्या होत्या. १९९३ मध्ये जॉन लुईस नावाच्या शास्त्रज्ञानं एका लघुग्रहाचा अभ्यास करून त्यावरच्या वेगवेगळ्या पदार्थांच्या किंमतीचा हिशोब केला. तो २००० अब्ज डॉलर एवढ्या किमतीचा लघुग्रह होता असं त्यांना आढळून आलं; पण तेव्हा कुणीच काही केलं नाही. एकविसाव्या शतकात ह्या लघुग्रहांवर माणूस जायला लागला. लघुग्रह ए, बी, आणि सी. ए म्हणजे अशनी किंवा पृथ्वीवरल्या खडकांसारख्या खडकांनी बनलेले लघुग्रह, बी म्हणजे धातुमय आणि सी म्हणजे कार्बनी. हे शास्त्रीय वर्गीकरण नव्हे,

तर ह्या ग्रहांवर खाणकाम करणाऱ्या अर्धशिक्षित मजुरांचं वर्गीकरण आहे. अजूनही रूढ आहे.

"इ.स. २१५० मध्ये हिऱ्यांनी मढलेला एक लघुग्रह मिळाला. त्यावरून ज्या मारामाऱ्या झाल्या त्यावर आधारित 'मॅकेन्नाज् डायमंड्स' नावाचा एक त्रिमिती-पट गाजला. मॅकेन्ना नावाच्या एका अवकाश यात्रीला प्रथम हे अवकाशी हिरे असलेला कार्बनी लघुग्रह मिळाला. तेव्हापासून अशा लघुग्रहांना 'मॅकेन्ना' म्हणायची पद्धत घडली. मानवानं सूर्याचं गुरुत्वाकर्षण ओलांडून दुसऱ्या सूर्याकडे जायचा प्रयत्न केला तेव्हा अशी धूमकेतू आणि लघुग्रहांची अडगळ सर्वत्रच आहे असं त्याला आढळलं. अवकाशात त्याला मॅकेन्नाही अधूनमधून आढळत. हिरे तयार व्हायला खूप दाब आणि तापमान लागतं. समजा अशा परिस्थितीचा एक स्रोत सापडला तर? ह्या विचारानं शहा-सेपोस्की नावाच्या एक शास्त्रज्ञानं एक गणित केलं. त्यावरून कृष्ण विवराच्या आसपास जर कार्बनी लघुग्रहाची आणि एखाद्या धातुक लघुग्रहाची टक्कर झाली तर त्यातून एखादा अद्‌भुत मॅकेन्ना तयार होईल. हा जर कृष्णविवराच्या आकर्षणातून सुटला तर एक जबरदस्त मोठा हिरा तयार होईल असा निष्कर्ष सेपोस्कीनं काढला होता.

"सेपोस्कीला शहा हे नाव लावणं आवडत नसे. त्याचे वडील शहा हिऱ्याचे व्यापारी होते. आपल्या मुलानं शास्त्रज्ञ न बनता हिऱ्याच्या व्यापारात यावं, असा त्यांचा आग्रह होता. त्यावरून बापलेकाचं वाजलं होतं. तेव्हापासून शहा-सेपोस्की फक्त सेपोस्की हेच नाव लावत होता. जेव्हा त्यानं त्याचा अवकाशात एखादा लघुग्रह पूर्णपणे हिऱ्यांचाच बनलेला असेल असा सिद्धांत मांडला तेव्हा सेपोस्कीच्या वडिलांचं त्याच्या संशोधनाकडे लक्ष गेलं. त्यांनी सेपोस्कीला पैसा पुरवायला सुरुवात केली आणि अशा एखाद्या काही किलोमीटर व्यासाचा हिरा शोधायला सेपोस्की अवकाशप्रवासास निघाला.

"सेपोस्कीचं पुढं काय झालं? अनेक तर्क आहेत. काही जणांच्या मते त्यांचं अवकाशयान कुठल्या तरी अपघातात नष्ट झालं. काहींच्या मते यानावर बंड झालं त्यात सेपोस्की मारला गेला. काहींच्या मते त्यांना तो महाप्रचंड हिरा सापडला आणि त्या हिऱ्याच्या दर्शनानं सर्वांनी एकमेकांचा जीव घेतला. कळायला मार्ग नाही. सेपोस्कीसह १६ व्यक्ती आणि एक अवकाशयान पुन्हा कधी दिसलं नाही. काही कारणानं मी सेपोस्कीच्या ग्रहावर गेलो, तेव्हा सेपोस्कीच्या स्मृती प्रीत्यर्थ उभारलेलं 'शहा-सेपोस्की विज्ञान-तंत्रज्ञान संग्रहालय' दिसलं. माझं कुतूहल चाळवलं. मी ते संग्रहालय बघितलं. सेपोस्कीचे मूळ शोधनिबंध तपासले. त्याच्या मृत्यूनंतर विज्ञान बरंच प्रगत झालंय. पण मला कसलंही नवं तंत्र न वापरताच त्याच्या निष्कर्षात काही दोष आढळले. मग मी त्याच्या नोंदवह्या आणि खाजगी कागदपत्र

तपासले. तेव्हा आपल्या सिद्धांताचा वापर वडील तो सिद्धांत विकून पैसे मिळवायला करतील अशी त्याला भीती वाटत होती, हे लक्षात आलं. त्यानं त्याच्या समीकरणात मुद्दाम काही चुका ठेवल्या होत्या. आणि तो नाहीसा झाल्यावर त्याच्या संशोधनाकडे दुर्लक्ष झालं व सेपोस्कीचे निष्कर्ष चुकीच्या पायावर आधारित आहेत, असा बोलबाला थातुरमातुर संशोधकांनी काढलेला होता. ते माझ्या पथ्यावर पडलं.

"मी नवी समीकरणं मांडली. सेपोस्की योग्य मार्गावर होता ह्याची मी खात्री पटवून घेतली होती. त्याला जर असा हिरा सापडला, तर त्याचं शास्त्रीय संशोधन न होता त्याचे पैसे केले जातील ही भीती वाटत होतीच. त्यामुळं त्यानं त्याच्या मोहिमेतही कुणाला कशाचा पत्ता लागू दिला नसावा. त्यांच्या काळात जे शक्य नव्हतं, ते मला शक्य होतं. यंत्रमानवचलित यानासह मी एकटाच प्रवास करू शकत होतो. कुणाला न कळवता मी निघालो. काही सुतं मागं ठेवली होती. योग्य व्यक्ती त्यावरुन स्वर्ग गाठू शकेल ह्याबद्दल मला खात्री वाटत होती."

"म्हणजे अप्पा? पण तुझ्या मोहिमेत काय निष्पन्न झालं?" कॅप्टन शिंद्यांनी विचारलं.

"अरे, एवढा वेळ एकटाच बोलतोय. शंतु, लेका तू माझ्यासमोर बसून हादडतोस. माझा घसा कोरडा पडलाय त्याची काळजी घे." म्हणून टोबियस गप्प बसला. टोबियसच्या कलानं घेतलं तरच खरं काय ते कळेल याची कल्पना असल्यामुळं कॅप्टन शिंदेही मग गप्प बसले. टोबियसच्या पोटात मद्याची आहुती पडली की त्याचा जठराग्नी प्रज्वलित होऊन त्याच्या ज्वाळा शब्दरूपानं बाहेर पडतील याची कॅप्टन शिंद्यांना खात्री होती.

दोन पेग पोटात गेले. टोबियसनं मग त्याच्या मित्राकडे बघितलं. "मला चढली की बोलतं करता येईल असं तुला वाटतंय, पण मी गप्प का बसलोय माहिती आहे?" अशा प्रश्नांना कधीच उत्तरं द्यायची नसता याची शिंद्यांना कल्पना होती. त्यांनी टोबियसच्या रिकाम्या होत आलेल्या चषकात मद्य ओतलं. "मी तुझी उत्सुकता ताणायचा प्रयत्न करीत होतो. काय रे, एखाद्या दोन-चार किलोमीटर व्यासाचा हिरा तुला मिळाला तर काय करशील? तू काहीच करणार नाहीस. ह्या अवकाशयानाला जे मिळेल ते सरकारजमा करायला हवं, खरं की नाही?"

"टोबी, तुला काय सांगायचं ते स्पष्ट सांग. तू हुशार आहेस, बुद्धिमान आहेस. मी एक खाकी माणूस. सांगणार नसलास तर राहू देत."

"मी शहा-सेपोस्कीचे निष्कर्ष खोटे नव्हते हे सिद्ध केलंय. हिरा हा स्फटिकातल्या क्युबिक प्रणालीत स्फटिकरूप मिळवतो. काही वेळ हे स्फटिक जुळे असतात. मला असा हिरा मिळाला. मी शहा-सेपोस्कीचं स्वप्न पूर्ण केलंच; पण त्याची शेवटची इच्छाही पूर्ण केली." शहा-सेपोस्कीची अखेरची इच्छा तुला काय ठाऊक?"

कॅप्टन शिंद्यांनी विचारलं.

"त्या हिऱ्यावर कोरली होती. ऐकायचीय?"

"हिरा सर्वांत कठीण पदार्थ. त्यावर कसं काय कोरणार?"

"लेझर, यानाचा फोटॉन ड्राईव्ह, काहीही असेल. ह्या हिऱ्यामुळं मानवी साम्राज्याचे तुकडे पडतील. आम्ही तर संपलोच आहो. जर कुणी सुज्ञ व्यक्तीस हा 'शहा-सेपोस्की हिरा' मिळाला तर त्यानं तो नष्ट करावा. असं त्यावर कोरलं होतं."

"तू तो हिरा नष्ट केलास?"

"ते तर अगदीच सोपं होतं. हिरा म्हणजे अखेरीस कार्बनच रे. जळला की कार्बन-डायऑक्साईड. मी त्या हिऱ्याला त्या जुन्या शहा-सेपोस्की यानाचा स्फोट घडवून जवळच्या ताऱ्याच्या दिशेनं पाठवला. तो त्या ताऱ्यात पडला की संपलं. कोळसा जाळला काय नि हिरा जाळला काय फलित एकच. तुला सरकारला काय कळवू याची काळजी पडली ना? कळव. टोबियस सापडले. त्यांना घेऊन परत येतोय." मग टोबियसनं प्याला खाली ठेवला आणि गुडनाईट म्हणून तो केबिनकडे चालू लागला.

■

अपुला आपण वैरी

ईजिप्तमधील पिरॅमिडखाली काही लाकडी पेट्या सापडल्या. प्रा. ऑलराईट आणि प्रा. सर्वचुके ह्या दोन पुरातत्त्वशास्त्रज्ञांना त्यात बऱ्याच पाट्या सापडल्यांची बातमी ह्यापूर्वीच आमच्या श्रोत्यांना आम्ही दिली होती. ह्या पाट्यांवरील मजकूर वाचण्यातही शास्त्रज्ञद्वयी यशस्वी झाली, असा दावा त्यांच्या प्रवक्त्याने एका पत्रकारपरिषदेत केला. त्यांनी पाट्यांवरील म्हणून जो मजकूर पत्रकारपरिषदेला सांगितला तो आम्ही आमच्या श्रोत्यांपुढे जसाच्या तसा सादर करीत आहोत. ह्यावर अधिक संशोधन होणे आवश्यक आहे. असे बऱ्याच शास्त्रज्ञांनी सांगितलं; हे इथं लक्षात ठेवणं आवश्यक आहे. तसं बघायला गेलं तर हे जे काही तुमच्यापुढं येतंय ते अधिकृतरीत्या अतिशय गुप्त आहे. फारच थोड्या लोकांना हे पहावयाची परवानगी आहे. तरीही ते सर्वांपुढं यायला हवं अशी धारणा असलेल्या काही व्यक्ती आहेत. त्यांचा मला पाठिंबा आहे; म्हणूनच अनेक शपथा, वचनं मोडून आणि धोका पत्करून मी हे धाडस करतोय. त्यात मी विशेष काही करतोय असं मला वाटत नाही. आपण एकदाच मरतो. आज ना उद्या मरायचंच आहे तर निदान काहीतरी चांगलं केल्याचं समाधान बरोबर घेऊन जावं, असं माझं मत आहे. इतर कुणाला ते पटलं नाही तर त्याची पर्वा करायचं मला तरी काही कारण नाही.

ह्या सर्वांची सुरुवात फार पूर्वी झाली. त्यावेळीही हा धोक्याचा इशारा काही जाणकारांनी दिला होता. त्यांना द्रष्टे म्हणावे असा तो इशारा होता. पण अशा द्रष्ट्यांचं महत्त्व आपल्याला कळतं तेव्हा फार उशीर झालेला असतो. ह्याचं कारण ते द्रष्टे असतात आणि आपण सामान्य असतो. त्यांना जे इतरांच्या आधीच कळलं होतं ते सर्वांनाच जाणवलं असतं तर त्यांना द्रष्टे म्हणायचं काहीच कारण नव्हतं असं आपण म्हणू शकतो. शिवाय बरेचदा असं घडतं की त्या त्या काळात स्वतःला समाजधुरीण म्हणवणारे जे कुणी असतात ते समाजाचं नेतृत्व करतात.

तेव्हा त्यांना स्वत:चा स्वार्थ कशात दडलाय ह्याची सर्वाधिक जाणीव असते. द्रष्ट्यानं दिलेल्या धोक्याच्या जाणीवेनं दोन तीन पिढ्यांनंतर कल्याण होणार असेल आणि जर द्रष्ट्यांची टिंगल करून, त्यांनी दिलेल्या इशाऱ्याकडे दुर्लक्ष करून तात्काळ फायदा होणार असेल तर बहुतेक वेळा तात्काळ होणाऱ्या फायद्यासाठी दूरदृष्टीचा त्याग केला जातो. मग ही अशी आपत्ती समाजावर कोसळते. तो समाज, ती जीवनपद्धतीच कायमची नाहीशी होते. अशाच एका सजीव समूहाचा एक प्रतिनिधी आपल्या समाजाच्या ऱ्हासाची कहाणी अतिशय त्रयस्थपणे आपल्यापुढे सादर करतोय. कदाचित तुम्हाला त्याचा फायदा होईल.

त्यानं आकाशाकडे बघितलं. आकाशात एकच चंद्र दिसत होता. दुसरा चंद्र उगवायला अजून अवकाश होता. त्यानं आपली दुर्बीण त्या ताऱ्यापासून तिसऱ्या ग्रहावर रोखली. त्या ग्रहावर सत्तर टक्के पाणी होतं. अतिशय विचित्र अशी जीवसृष्टी होती. मोठमोठाले प्राणीही त्या ग्रहावर एकेकाळी वावरत असावेत. त्यांच्या पुराण ग्रंथात त्या ग्रहावर एकेकाळी प्रचंड मोठी उल्का आपटल्याचा उल्लेख होता. त्यांच्या नोंदीही त्या ग्रहावर चित्रविचित्र जीवसृष्टीबद्दलची माहिती देणाऱ्या होत्या. तो ग्रह फारच अस्थिर होता. त्याच्या ग्रहावरून तो ग्रह निळसर दिसत होता. दिसणारच. केवढं पाणी त्या ग्रहावर होतं. नाहीतर आपला ग्रह, त्याच्या मनात विचार आला.

त्यानं पूर्वी त्या ग्रहावर गेलेल्या आपल्या अवकाशवीरांच्या नोंदी आठवल्या. त्या निळसर ग्रहावरून त्यांचा ग्रह तांबडा दिसत होता. त्या ग्रहाच्या तुलनेत त्यांच्या ग्रहावरचं पाणी य:कश्चित दिसत होतं. पहिल्यांदा त्या ग्रहावर गेलेल्या अवकाशवीरांनी त्या ग्रहावरचं पाणी आपल्या ग्रहावर आणण्याच्या काही योजनाही आखल्या होत्या. त्या अर्थात कधीच अमलात आणण्यासारख्या नव्हत्या. त्या फार खर्चिक तर होत्याच पण त्यातून काहीही निष्पन्न होण्यासारखं नव्हतं. त्या ग्रहावरचं पाणी इकडे आणण्यापेक्षा आपल्या ग्रहावरची वस्ती तिकडे नेणं सोपं ठरेल असे उद्गार एका राजकारणी माणसाने काढले होते. इतर कुणी तिकडे लक्षच दिलं नव्हतं. पण शास्त्रज्ञांच्या एका गटाने मात्र ते मनावर घेऊन आपल्या ग्रहावरची लोकसंख्या त्या ग्रहावर हलवायला काय करता येईल याबद्दलही विचार केलेला होता.

त्या ग्रहाबद्दल हेवा वाटावा असं त्या ग्रहावर बरंच काही होतं. ते कसं? आपल्या ग्रहावर पाणी कमी आणि जमीन जास्त अशी परिस्थिती होती. ध्रुवीय प्रदेशातील बर्फ वितळून वाहायला लागायचा तेव्हाच ह्यांच्याकडे पाणी मिळायचं. त्यामानानं त्या ग्रहावरच्या सागरातल्या पाण्याची सूर्याच्या उष्णतेनं वाफ व्हायची

आणि त्या वाफेचे ढग जमिनीवर पाऊस पाडायचे. पहिल्यांदा त्या ग्रहावरून परत आलेल्या शास्त्रज्ञांनी हे जेव्हा सांगितलं तेव्हा त्यांच्यावर कुणीच विश्वास ठेवलेला नव्हता. उलट त्या शास्त्रज्ञांवर खोटे बोलल्याचे आरोप करण्यात आले होते. तेव्हा पुढच्या मोहिमेत त्या शास्त्रज्ञांनी स्वच्छ आकाश, त्यात चमकणाऱ्या विजा, जमा झालेले वेगवेगळ्या आकारांचे-प्रकारांचे ढग, त्यांचे बदलते रंग आणि त्यातून पडणारा पाऊस ह्यांचे दृश्य चित्रण करून आणले होते. ढग, पाऊस हे शब्द त्यांच्या ताम्रवर्णी जगाला नवेच होते. धुळीची वादळे आणि क्वचित प्रसंगी होणाऱ्या ज्वालामुखीच्या उद्रेकात चमकणारी वीज ही त्यांना माहिती होती. पण आकाशात जमा होणारे ढग, तीन-तीन चार-चार दिवस आकाशातून सतत बरसणारं पाणी ह्या गोष्टी त्यांना ठाऊकच नव्हत्या. पाण्याची वाफ होऊन आकाशात जाऊ नये म्हणून त्यांना किती परिश्रम करावे लागत होते. निसर्गाचीसुद्धा कमालच असते म्हणा. तो ग्रह थोडासा मोठा; त्यामुळं त्याचं गुरुत्वाकर्षण जास्त पण त्यामुळे केवढा फरक पडला होता. त्या ग्रहावर पाण्याची वाफ होऊन परत पाण्याच्या स्वरूपात पडत होती. त्यामुळं तिथं वनस्पती वगैरे वाढत होत्या. वेगवेगळ्या प्रकारची जीवसृष्टी उत्क्रांत होत होती. ह्या ताम्रवर्णी ग्रहावर अपयशाला वाव नव्हता. जे पाणी होतं ते जपून ठेवणं भाग होतं. ते अवकाशात गेलं तर परत येणार नव्हतं. ग्रहाचं गुरुत्वाकर्षण ते पाणी आणण्याच्या दृष्टीनं कमी पडत होतं. त्यांच्या पूर्वजांनी त्या निळ्या ग्रहावर आणि त्या ग्रहाच्या उपग्रहावर आपटलेल्या मोठमोठया उल्का बघितल्या होत्या. तसं आपल्या ग्रहावर झालं तर आपली संस्कृती; आपल्या ग्रहावरचं जीवनच नष्ट होणार हेही त्यांनी बघितलं होतं. त्यामुळेच तर त्यांच्या ग्रहाच्या दोन्ही चंद्रावर त्यांनी अवकाश निरीक्षण वेधशाळा उभारल्या होत्याच आणि त्यांची अनेक अवकाशयानं असं संकट आपल्यावर येणार नाही याची काळजी घेण्यासाठी सतत पाचवा ग्रह आणि यांचा ग्रह यांच्या दरम्यान असलेल्या लघुग्रहपट्ट्यावर लक्ष ठेवून होती. ती कक्षा सोडून बाहेर पडलेला लघुग्रह हा इतर ग्रहांकडे वळविण्यात येत होता आणि त्याच्या धक्क्यांचे परिणाम हे शास्त्रज्ञ अभ्यासत होते.

तिसऱ्या ग्रहावर त्यांनी फार पूर्वी असाच एक लघुग्रह आपटेल अशी योजना आखली होती असं म्हणतात. खरं तर ती एक नैसर्गिक आपत्ती तिसऱ्या ग्रहावर कोसळली असावी. त्याचं श्रेय पूर्वज लाटू पाहत असावेत. कारण आमच्या ग्रहाची त्या काळात तेवढी प्रगतीच झालेली नव्हती. त्या काळात तिसऱ्या ग्रहावर महाकाय सरडे वावरत होते. त्यातल्या काही सरड्यांना तर दोन दोन मेंदू होते असं म्हणतात.

काही पूर्वजांच्या मते हे सरडे आमच्यासारखे बुद्धिमान बनू लागले होते. त्यामुळे त्यांना नष्ट करणं भागच होतं. कारण ह्या सरड्यांची नैसर्गिक सहज प्रवृत्ती अशी होती की त्यांनी जर आणखी प्रगती केली असती, समाजबांधणी केली

असती, अवकाशयानं बांधली असती तर ते आमच्या ताम्रवर्णी ग्रहावर पोहोचले असते आणि त्यांनी आम्हाला नष्ट केलं असतं. आक्रमण हे संरक्षणाचं सर्वोत्कृष्ट साधन आहे, असं काहीजण म्हणतात. त्यासाठी हे सजीव नष्ट करण्यात काहीच वावगं नाही असं आमच्या तत्कालीन धुरीणांनी ठरवलं आणि त्यांनी तो लघुग्रह तिसऱ्या नीलवर्णी ग्रहांकडे वळवला, असं म्हणतात.

आमचे बरेच इतिहासकार ह्या हकिकतीला दंतकथा म्हणतात, ह्याला दोन कारणं आहेत. काही इतिहासकार म्हणायचे की त्यावेळी आपली एवढी प्रगतीच झालेली नव्हती. विमानांचाही शोध लागला नव्हता; तर एखादी प्रचंड मोठी उल्का वळवून दुसऱ्या ग्रहावर सोडणं तर अवघडच होतं; पण ह्या घटना इतक्या जुन्या होत्या, की त्यांच्या खरेखोटेपणाबद्दल बोलणंच अवघड होतं. त्यात दोन वैश्विक युद्धांत भाग घेतल्यानंतर एखाद्या संस्कृतीची, इतिहासाची साधनं सुरक्षित राहतीलच ह्याची खात्री देता येत नव्हती.

दुसऱ्या पक्षाचे इतिहासकार म्हणायचे, की शासनानेच मुद्दाम त्या तारखांमधे घोळ करून ठेवला होता. कारण कितीही प्रयत्न केला तरी त्या नील ग्रहावर बुद्धिमान सजीव अवतरणार ही काळ्या दगडावरची रेघ होती. अशा परिस्थितीत जर एखाद्या अवकाशातल्या शत्रूनं खरी परिस्थिती नीलग्रहांवरील सजीवांना सांगितली तर ते सूड घेण्यासाठी ह्या मरणाकडे सरकणाऱ्या, दोन वैश्विक युद्धात नाक खुपसणाऱ्या ग्रहवासीयांना चांगलाच धडा शिकविणार होते. ह्यामुळे आपल्याच पूर्वजांनी हे पुरावे नाहीसे केले होते.

हे वाद कित्येक पिढ्या चालू होते; पण अधूनमधून एखाद्या मोहिमेत नवा पुरावा मिळाला, की हे वाद जरा जास्त उफाळून येत असत. दरम्यानच्या काळात आमच्या ग्रहावर बरीच प्रगती झाली होती. त्यातच निसर्गरक्षणचळवळ दडपून टाकणे राजकारण्यांना जड जात होते. ह्याची कारणं सोपी होती. काही राजकारण्यांनीच या चळवळीला सुरुवातीला पाठिंबा दिला होता, तर इतर काही राजकारण्यांनी ह्या चळवळीस हाताशी धरून इतर राजकारण्यांचा पाडाव केला होता. राजकारणातून सक्तीनं निवृत्त व्हावं लागलेले काही राजकारणी ह्या चळवळीचे अध्वर्यूही बनले होते आणि आपली जुनी देणी फेडत होते. ह्या निसर्ग संरक्षण मोहिमेत नीलग्रहावर जाऊन आलेला एक शास्त्रज्ञही सामील झालेला होता.

त्या शास्त्रज्ञानं ह्या चळवळीला नवी दिशा दिली होती. त्यानं नीलग्रहाचा सखोल अभ्यास केला होता. त्या ग्रहावर उत्क्रांती चालू होती. तो शास्त्रज्ञ नीलग्रहाला उत्क्रांतीची प्रयोगशाळा म्हणत होता. ह्या ग्रहावरच्या उत्क्रांतीत चार, सहा, आठ अवयव किंवा दोन, तीन, चार अशा अवयवांच्या जोड्या अशी रचना असलेले प्राणी वाढत होते. ताम्रवर्णी अशा आमच्या ग्रहापेक्षा जरा वेगळं असं हे

सूत्र होतं. त्या शास्त्रज्ञांच्या मते आपण ह्या उत्क्रांतीच्या प्रयोगशाळेत ढवळाढवळ करण्यात काहीच अर्थ नव्हता. त्याऐवजी ही उत्क्रांती कोणत्या दिशेनं जाते, त्या उत्क्रांतीमधे बुद्धिमान सजीव केव्हा आणि कधी निर्माण होतो, हे पाहणंच योग्य ठरलं असतं. किंबहुना आपल्या ताम्रवर्णी ग्रहावर उत्क्रांती ज्या त्वरेने अवतरली तशी ती त्या नीलवर्णी ग्रहावर का अवतरली नाही हे कोडं सोडवणं त्यांना महत्त्वाचं वाटत होतं. आपल्या पूर्वजांनी खरोखर त्या ग्रहावर अशनी पाडले की त्या नैसर्गिक, कुणीही घडवून न आणता कोसळलेल्या आपत्ती होत्या ह्याचं कोडं ह्यामुळं सुटेल असं त्यांना मनापासून वाटत होतं. त्याचबरोबर आपल्या ग्रहावर असं संकट कोसळण्याची शक्यताही ते अधूनमधून बोलून दाखवत होते. त्यांचा एक आवडता सिद्धांत अगदी पोरासोरांनादेखील ठाऊक झालेला होता. ह्या सिद्धांतानुसार सर्व विश्वच हेच मुळी बुद्धिमान एकक होतं. त्या बुद्धिमत्तेला फुटलेले धुमारे म्हणजे एकेक अभ्रिका. आपली आकाशगंगा ही अशीच एक अभ्रिका – एक गॅलेक्सी होती. हिच्या वळणावळणाच्या सर्पिल आकारामुळे तिला वलिताभ्रिका म्हणण्यात येत होतं. ती विश्वाची घटक असल्यामुळे स्वयंभु, बुद्धिमान होती. त्यामुळेच तिचे छोटे-छोटे घटक तारे, त्यांच्याभोवती फिरणारे ग्रह, उपग्रह, धूमकेतू, आंतरतारीय आणि वैश्विक धूळ यामध्ये एक उपजत बुद्धिमत्ता होती. तीच पुढे वाटली जाऊन त्या त्या ग्रहावरच्या सजीवांपर्यंत पोहोचली होती. पुढे उत्क्रांतीत ह्या बुद्धिमत्तेवर बरेच प्रयोग होऊन ह्या अनाहत बुद्धित्तेतून एखादा प्रगत बुद्धिमान सजीव निर्माण होत होता आणि तो हळूहळू आणखी प्रगत होत विश्वसंचारास निघत होता.

ह्या सिद्धांताची खूप टिंगलटवाळी झाली असली तरी त्यामुळे त्या शास्त्रज्ञालाही खूप प्रसिद्धी मिळाली होती. त्यामुळेच नीलवर्णीय ग्रहावरील (ह्या ग्रहाला त्या ग्रहावरचे त्या ग्रहावरचे सजीव वेगळं नाव देतील असं तो म्हणे, ते खरं होतं. पुढे ह्या ग्रहावर माणूस नावाचा बुद्धिमान सजीव अवतरला होता. त्यानं त्याच्या नीलवर्णी ग्रहाला पृथ्वी आणि त्यांच्या ताम्रवर्णी ग्रहाला मंगळ असं नाव दिलं होतं ह्याची त्या बिचाऱ्या शास्त्रज्ञाला कल्पना येणं शक्यच नव्हतं) पर्यावरणात तिथं चालू असलेल्या उत्क्रांतीच्या प्रक्रियेत ताम्रवर्णी ग्रहावरील शास्त्रज्ञांनी ढवळाढवळ करू नये, असा धोरणात्मक निर्णय ताम्रवर्णी ग्रहावरील शासनाला घ्यावा लागला होता.

ह्याच शास्त्रज्ञांनी ताम्रवर्णी ग्रहावरील बुद्धिमान सजीव आणि नीलवर्णी ग्रहावरील सजीव ह्यांच्याबद्दलही एक सिद्धांत मांडला होता. तोही बराच वादग्रस्त ठरला होता. हा सिद्धांत वादग्रस्त ठरायचं कारण मात्र वेगळंच होतं. ह्या सिद्धांतानुसार अवघड परिस्थितीत सजीव लवकर बुद्धिमान बनतात, कारण आपलं अस्तित्व कमी काळाचं आहे ह्याची त्यांना जाणीव असते. त्या मानानं जीवनास अनुकूल परिस्थितीत

ती सर्वेसर्वा निसर्गशक्ती जीवनास प्रयोग करू देते. अशा ठिकाणी उत्क्रांती टप्प्याटप्प्याने पण प्रदीर्घ काळ चालू राहते. अशा ग्रहावर बुद्धिमान प्राणी किंवा सजीव कालांतरानं अवतरतात आणि हळूहळू प्रगत होतात; पण एकदा ते प्रगत झाले की ते झपाट्याने विश्वसंचारी बनतात.

ह्याउलट परिस्थिती जीवनास अवघड परिस्थितीतील ग्रहावर असते. इथले सजीव झपाट्याने उत्क्रांत होतात. निसर्गदत्त किंवा आकाशगंगेतील बुद्धिमत्तेचा आपला वाटा उचलतात आणि आपला ग्रह सोडायचा प्रयत्न करतात. ह्यात जे यशस्वी होतात ते वैश्विक संस्कृतीचा भाग बनतात. (इथपर्यंत ह्या सिद्धांताला कोणाचाच विरोध नव्हता. किंबहुना ह्या सिद्धांताच्या एवढ्याच भागावर तो शास्त्रज्ञ ठाम राहिला असता, तर त्याला अनेक पुरस्कार मिळाले असते) जे अयशस्वी होतात, जे आपले आणि वैश्विक संस्कृतीचे नाते ओळखत नाहीत ते नष्ट होतात, कालौघात त्यांच्या खाणाखुणाच नष्ट होऊन जातात असे त्या शास्त्रज्ञाचे मत होते. त्यासाठी त्याने 'नीलवर्णी आणि ताम्रवर्णी ग्रहांचा तौलनिक अभ्यास' नावाचा एक महाप्रबंध लिहिला होता. बऱ्याच जणांनी तो पूर्णपणे वाचलाही नव्हता तरीही त्यांनी त्या सिद्धांतावर प्रच्छन्न टीका करायला सुरुवात केली होती.

सुमारे साडेचार अब्ज वर्षांपूर्वी दोन्ही ग्रह अस्तित्वात आले होते. त्यांच्यावर सुमारे चार अब्ज वर्षांपूर्वी पहिले सूक्ष्म जीव अवतरले होते. जवळजवळ दोन अब्ज वर्षे ह्या दोनही ग्रहांवरची उत्क्रांती समांतर चालली होता. मग मात्र ह्या उत्क्रांतीच्या वेगात आणि पद्धतीत फरक पडला होता. नीलग्रहावर खूप वेगवेगळया सजीव जाती अस्तित्वात आल्या होत्या. त्यामागे काही वैशिष्ट्यपूर्ण योजना असावी असं जाणवत नव्हतं. एखाद्या लहान मुलाने आपला खेळ पसरावा तसे नीलवर्णी ग्रहावर सजीव वाढले. बहुतेक सर्व सजीव पाण्यात वाढलेले होते. इकडे ताम्रवर्णी ग्रहावरची सजीव सृष्टी पाण्यातून केव्हाच बाहेर पडली होती आणि स्वयंपूर्ण वैशिष्ट्य वागवत वाढू लागली होती. आश्चर्याची गोष्ट म्हणजे ह्या काळात ताम्रवर्णी ग्रहावरील प्राणिजाती हळूहळू कमी होऊ लागल्या होत्या. ताम्रवर्णी ग्रहावरच्या बुद्धिमान सजीवांनी तंत्रज्ञान आत्मसात केलं तेव्हा नीलवर्णी ग्रहावरची जीवसृष्टी पहिल्यांदा सुमारे चारशे कोटी वर्षांपूर्वी मोठ्या प्रमाणावर नाहीशी झाली आणि त्या ग्रहावर मोठ्या प्रमाणावर वनस्पती वाढू लागल्या. ताम्रवर्णी ग्रहावरच्या समाजानं अवकाशप्रवास करायला सुरुवात केली तेव्हा नीलवर्णी ग्रहावर मोठमोठाले सरपटणारे प्राणी वाढत होते. एक एक प्राणी एखाद्या टेकाडाएवढा होता. काही प्राणीजातींना दोन दोन मेंदू होते. आणि आकाशातून आलेली (इथं इतिहास जरा धूसर होता. खरं खोटं ह्यांचं बेमालूम मिश्रण ह्या ठिकाणी आढळत होतं. त्यामुळे नक्की खरं काय आणि खोटं काय हे ठरवणं अवघड जात होतं.) एक प्रचंड मोठी उल्का त्या ग्रहावर

आदळली होती. त्या ग्रहावरचे महाकाय प्राणी नष्ट झाले होते. त्यालाही आता सहा साडेसहा कोटी वर्षे लोटली होती.

नंतर कधीतरी त्या ग्रहावर प्रथमच एक वेगळा प्राणी वावरू लागला होता. हा मागच्या पायांवर चालत होता. पुढच्या पायांचा उपयोग शस्त्र पकडायला करू लागला. ह्या प्राण्याला बुद्धिमत्ता असावी असं ताम्रवर्णी ग्रहाचे संशोधक मान्य करू लागले होते. वादाला सुरुवात इथं होत होती.

हा वाद वेगवेगळ्या स्तरांवर होत होता. ह्याचं कारण त्या संशोधनास देण्यात आलेली प्रसिद्धी. कुठलीही घटना समाजनिरपेक्ष कधीच नसते. ती नुसतीच समाजसापेक्ष असते असेही नाही. समाजाचे वेगवेगळे घटक तिच्याकडे वेगवेगळया नजरेनं पाहतात. काहींना ती घटना योग्य वाटते, काहींना चुकीची वाटते, काहींना विकृती वाटते, काहीजण त्या घटनेचे व्यापारी भांडवल कसे करता येईल ते बघतात. इतर काहीजण ह्या घटनेचं राजकीय भांडवल कसं करता येईल ते बघतात. तसंच ह्या सिद्धांताकडे वेगवेगळ्या नजरेनं बघणाऱ्यांचं झालं होतं. म्हणजे काय? तर एक गट पूर्णपणे ह्या शास्त्रज्ञांच्या बाजूला होता. त्यांच्या मते हळूहळू ताम्रवर्णी ग्रहावरील परिस्थिती गंभीर बनत जाणारी होती. तेव्हा भविष्यकाळात येणारी संकटे ओळखून आपण वेळीच आपला ग्रह सोडून अवकाशात दुसरं वसतिस्थान शोधायला हवं. आता ह्या मताच्या लोकांमध्येही दोन गट होते. त्यातल्या एका गटाच्या मते नीलवर्णी ग्रह वसाहतयोग्य करता येणं शक्य होतं. तिथं आपण जाऊन राहावं. तिथं काही प्रमाणात वाळवंटी परिस्थिती निर्माण करणं शक्य होतं. तसंच तो ग्रह मातृग्रहाजवळ होता. तिथं जाऊन राहिल्यामुळे तिथल्या बुद्धिमान सजीवांच्या उत्क्रांतीवर नियंत्रण ठेवणंही शक्य होतं.

ह्याउलट हा तारा सोडून आकाशगंगेत कुठं तरी जावं. ते ज्यांना मान्य होणार नसेल त्यांनी मातृग्रहावर राहावं आणि ज्यावेळी मातृग्रहावर राहणं अशक्य होईल त्यावेळी अवकाशातल्या वसाहतींकडे धाव घ्यावी. असं त्या पहिल्या गटातल्या दुसऱ्या उपगटाचं म्हणणं होतं.

दुसऱ्या गटाला हे म्हणणं म्हणजे हा सिद्धांत एक स्वस्तात प्रसिद्धी मिळवायचा एक प्रयत्न वाटत होता. हा सगळा चावटपणा आहे. आपल्या मातृग्रहास कसलाही धोका नाही. आपल्या ग्रहाला आणखी काही अब्ज वर्षे तरी धाड भरत नाही. पुढंच पुढं बघू. ज्या कोणाला ग्रह सोडून जायची इच्छा असेल (हे त्यांनी काही वेळा अतिशय असभ्य भाषेत म्हटलं होतं.) त्यानं खुशाल जावं. नीलवर्णी ग्रहाचं ते काय करतात ह्याच्याशी आपल्याला काहीही देणं घेणं नाही. ज्यांना नीलवर्णी ग्रहाचं फार प्रेम आहे त्यांनी त्या ग्रहावर जाऊन काय तो गोंधळ घालावा, इथं आमची डोकी खाऊ नयेत, असं त्यांचं थोडक्यात म्हणणं होतं.

हा वाद बरीच वर्षे चालला होता. हा वाद तात्त्विक स्वरूपाचा होता तोपर्यंत त्याकडे सामान्य जनांचं विशेष लक्ष गेलं नव्हतं. पण पुढे एका गटानं कृतिसमिती स्थापन केली. ताम्रग्रह बचाव समिती. सुरुवातीस मोर्चे, निदर्शने ह्यामध्ये ही समिती समाधान मानत होती. पुढे ह्या चळवळीचं नेतृत्व काही उचापती, आक्रमक आणि प्रसिद्धिलोलुप तरुणांकडे गेलं. आपल्याला उपद्रव मूल्य आहे, हे लक्षात येताच ह्या तरुणांची आक्रमकता वाढली. काही राजकीय पुढाऱ्यांनी ह्या तरुणांना हाताशी धरल्याने त्यांच्या उचापतीही वाढल्या. पुढे त्या पुढाऱ्यानं ह्यांना दूर केलं, तेव्हा त्यांचा संतापही वाढला आणि हिंसाचाराला सुरुवात झाली. ह्यात नवीन असं काहीच नव्हतं. इतिहासापासून कोणीच कधीही कसलाही बोध घेत नसतं हे पुन्हा एकदा सिद्ध झालं. इकडे सामाजिक, सार्वजनिक आणि राजकीय पातळीवर जसे आक्रमक वीर होते तसेच तिकडे वैज्ञानिक क्षेत्रातही शास्त्रज्ञांचे दोन तट पडलेले होतेच. त्यातही काही युयुत्सू, युधामन्यू आणि आक्रमक तरुण होते. त्यांनी अर्थात उघड मतभेद टाळले असले तरी त्यांच्या गुप्त संघटना अस्तित्वात होत्या. काही शास्त्रज्ञांच्या, विशेषतः उच्चपदस्थ शास्त्रज्ञांच्या आकस्मिक मृत्यूची कारणं उघड झाली नसली तरी हे आकस्मिक मृत्यू सदराखाली अंत्यविधी झालेले शास्त्रज्ञ शांततावादी होते इकडे दुर्लक्ष करून चालणार नव्हते.

हे विचार मनात बाळगतच आपला तरुण शास्त्रज्ञ ताम्रग्रहाचे दोन उपग्रह न्याहाळत होता. ह्या उपग्रहांना त्याच्या योजनेत फारच महत्त्व होतं, कारण त्यांच्या गुप्त माहिती केंद्रांना ताम्रग्रहांवर स्थान नव्हतं. सुदैवाने त्यांच्यातल्या काही डोकेबाज तंत्रज्ञानी अशा गुप्त ठाण्यांची त्या दोन उपग्रहांवर आधीच सोय करून ठेवली होती. हे दोन उपग्रह नैसर्गिक नसावेत – असा संशय व्यक्त करण्यापुरते काही पुरावे त्यांना मिळाले होते. ते जाहीर करण्याची वेळ अजूनही आलेली नव्हती. ताम्रवर्णी ग्रहाला धक्का द्यायच्यावेळी ते हत्यारासारखे वापरण्यात येणार होते.

त्यांची योजना तशी सोपी होती. सोप्या, विशेष गुंतागुंत नसलेल्या योजना यशस्वी होण्याची खूप दाट शक्यता असते. जितकी गुंतागुंत जास्त, तितके अनेक घटकांचे परस्परावलंबित्व जास्त. मग ह्यातली एक छोटी घडी विस्कटली की झालं, संपूर्ण योजनाच उद्ध्वस्त होते. ह्यामुळेच ह्या तरुणांनी आपली योजना कमीत कमी गुंतागुंतीची ठेवलेली होती.

डिमॉसवर काही प्रचंड गुहा होत्या. त्या कशा तयार झाल्या हे अज्ञात होतं. त्या गुहांमधून अजूनही तरुणांची टोळकी साहसाच्या अपेक्षेने येत. चार-पाच कोटी वर्षांपूर्वीपासून ह्या गुहांत वावर असल्यानं त्यात आता साहसाचं नावही खरं तर उरलं नव्हतं. मग खोटी साहसी परिस्थिती निर्माण केली जात असे. म्हणजे तिथला ऊर्जा पुरवठा बंद करणे. मग त्या अंधारातून ह्या तरुणांनी मार्ग काढणे वगैरे.

ह्यातल्या काही गुहांकडे कोणी कधी फारसं फिरकत नव्हतं. अशा काही गुहा बाहेरून बंद केल्या. काही धोकादायक आहेत म्हणून त्यावर पाट्या लावल्या; सूर्याच्या ग्रहमालेबाहेर पोहोचणार संस्कृतीच्या तरुणांनी गुहा शोधण्याऐवजी अवकाश पोकळीत नवनवे ग्रह शोधावेत असा, हळूहळू पण पद्धतशीर प्रचार सुरू केला. मग ह्या गुहांतून प्रयोगशाळा उभ्या राहिल्या.

त्यांच्या संस्कृतीचं एक जुनं दुखणं होतं. अवकाशगामी बनल्यावर बरेच ताम्रग्रहवासी आकाशगंगेत दूरदूरच्या ताऱ्यांभोवती फिरणाऱ्या ग्रहांवर वसाहतीस गेले होते. तिकडेच ते स्थिरावले. सुरुवातीस काही वर्षे त्यांनी ताम्रवर्णी ग्रहाशी संबंध ठेवले पण तिकडे हळूहळू वसाहती वाढल्या, पिढ्या बदलल्या तेव्हा मातृग्रहाचं विस्मरण झालं. काही ठिकाणी तर मातृग्रह ही दंतकथा मानण्यात येऊ लागली होती. त्यामुळे नीलवर्णी ग्रहांवर वसाहत वाढली तर मातृग्रह विसरला जाणार नाही. ह्या ग्रहावरच्या उत्क्रांतीचा नुसताच अभ्यास करण्यात काय अर्थ आहे; असा विचार ह्या गटाच्या डोक्यात होता. ते नीलवर्णी ग्रहांवर वसाहत करणारच होते. त्यांचा तो निश्चयच होता. त्या ग्रहांवर अनेक धोके होतेच. त्याचं गुरुत्वाकर्षण, तिथल्या हवेतील आर्द्रता, जंबूपार किरण अडविणारे तिथले ओझोनसारखे वायू ह्यामुळे तिथं जास्ती काळ वावरणारे शास्त्रज्ञ परत आले की त्यांना रुग्णालयात जावं लागत होतं. शिवाय तिथून येणाऱ्या जीवजंतूंचा धोका होताच. तरीही ह्या अडचणींवर मात करणारी सामुग्री शोधून काढावयाची (तशी खरं तर ह्या प्रगत संस्कृतीकडे होतीच आणि पूर्वी त्यांनी तसा प्रयत्नही एकदोनदा केला होता. पण आपलं अपयश झाकून टाकण्याकडे सर्वांचाच कल असतो नाही का?) आणि नीलवर्णी ग्रहांवर जायचं. ही योजना कसली? तर ही योजना इथंच संपत नव्हती जैविकअभियांत्रिकीच्या साहाय्यानं असे काही जीव निर्माण करावयाचे, की अवकाशयानांना लागणारे धातू ते खातील; कमकुवत करतील. त्यामुळे नीलवर्णी ग्रहावर पोहोचलेले यात्री सोडले तर कुठलाही ताम्रग्रहवासी पुन्हा त्याचा ग्रह सोडून बाहेर पडू शकणार नव्हता. नीलवर्णी ग्रहावर जायचं पक्कं झालं की जाता जाता ते सूक्ष्म जीव ताम्रवर्णी ग्रहावर सोडायचे आणि पळ काढायचा. ह्यानंतर ताम्रवर्णी ग्रहांवर अवकाशयान उतरलं, की ते मग पुन्हा उडूच शकणार नव्हतं.

आपण जे योजतो ते सर्व तसंच्या तसं कधीच घडत नसतं. कदाचित विश्वाला बुद्धिमान बनविणारी ती कर्तुमकर्तुम शक्ती काही डाव खेळत असेल, कदाचित त्याला काहीजण नशीबही म्हणतील; पण ह्यांची योजना कार्यान्वित झाली तरी त्यांच्या अपेक्षेप्रमाणे ती पूर्ण झाली नव्हती. त्यांनी ताम्रवर्णी ग्रहावर ते सूक्ष्म जीव सोडले. ते नीलवर्णी ग्रहावर पोहोचले. नीलवर्णी ग्रहावर त्यांनी एक वाळवंटी अगदी त्यांच्या ग्रहासारखा भाग शोधला. तिथे चार बाजू त्रिकोणी असलेलं पिरॅमिड

बांधले. त्यात प्रयोगही सुरू केले.

त्यांनी जर नीलवर्णी ग्रहाचा अधिक अभ्यास केला असता, तर कदाचित त्यांना आणखी काही सावधगिरीच्या योजना आखताही आल्या असल्या. ह्या ग्रहाचं कवच अस्थिर होतं. त्यामधून काही वेळा शिलारस बाहेर पडत होता. तर काही वेळा ते नुसतंच हलत होतं. ह्या संकटाची त्यांना कल्पना नव्हती. ते ज्या भूखंडात उतरले त्या वाळवंटाच्या दक्षिणेला तर जमीन केव्हाही फाटत होती. त्यातून बदबदा तप्त शिलारस बाहेर येत होता; आणि त्यावेळी वादळात झाडं हलावीत तशी भूमी गदगदा हलत होती.

त्यांच्या वसाहती त्यात टिकणं अशक्य होतं. यानं कोलमडून पडली होती. ते अडकले होते. सगळाच डाव फसला होता. ताम्रग्रहावर हाहाकार माजला असणार हे उघड होतं. कारण इथं एक यान मोडलं तेव्हा नमुने म्हणून आणलेले ते सूक्ष्म जीव सुटले होते. यानाचं भस्म झालं होतं. सगळाच डाव अंगाशी आला होता. ताम्रग्रहावर अण्वस्त्रं होती त्यातून प्रचंड प्रमाणावर ऊर्जा मुक्त झालेली इथून दिसत होती. ह्या यानांच्या अणुभट्ट्या अशाच फुटल्या नव्हत्या का? एक संस्कृती अशा तऱ्हेने नष्ट झाली होती त्याचं कारण कोणालाच कळणारं नव्हतं.

मग मलाच कसं हे माहीत? मी ह्या कटातला एक साथीदार हे सगळं लिहून ठेवतोय. पुढं मागं कोणालातरी हे सापडेल. कोणीतरी याचा अभ्यास करेल व अर्थ लावील आणि आमचा गाढवपणा त्यांच्या लक्षात येईल म्हणून लिहितोय. आमच्यापैकी थोडेजण आता हयात आहेत. आम्ही द्विपाद प्राण्यावर काही प्रयोग करतोय. आमचे गुणधर्म त्यांच्यात मिसळवायचा प्रयत्न करतोय. त्यांच्या मेंदूत बदल घडवून आणून त्यांना प्रगतीपथावर न्यायचा आमचा प्रयत्न आहे.

पुढे काय ते भविष्यकाळच ठरवील. नाही का? नमस्कार. ∎

शाप की वरदान

◈

"अरे, ओ.कें.कडे जाऊन येतोस का, मुलाखत देताहेत का बघ!" संपादकांनी मला विचारलं. खरं म्हणजे ती आज्ञाच; पण आजकाल कुणी कुणाला थेट हुकूम सोडत नाही. ओ.के. म्हणजे बडं प्रस्थ. संगीत, नाटक, चित्रपटलेखन सर्वच क्षेत्रांत त्यांनी नवनवे पराक्रम केले होते. एकविसाव्या शतकाच्या पूर्वार्धात त्यांनी स्वत:चं युग निर्माण केलं, असं आम्हीच वारंवार पहिल्या पानावर छापत होतो. विसाव्या शतकाचा आढावा घेतानासुद्धा महराष्ट्रातील प्रज्ञावंतांच्या यादीत त्यांचं नाव आघाडीवरच होतं. अशा ओ.कें.कडे मला मुक्त प्रवेश होता ह्याची संपादकांना कल्पना होती आणि त्यामुळंच मला आमच्या वृत्तपत्रात अनेक सवलतीही मिळत होत्या. काही चुकांवर पांघरुणंही घातली जात होती. ओके नी साठी नुकतीच ओलांडली होती. एकसष्ठीनिमित्त त्यांचा जंगी सत्कार वगैरे झाला होता. एकसष्ठ वर्षांचा तरुण असा मुख्यमंत्र्यांनी त्यांचा गौरव केला होता. ह्या सत्काराचे वेळी दादा म्हणाले होते – आम्ही जवळची माणसं त्यांना दादा म्हणायचो –

"माझा एकसष्ठीनिमित्त सत्कार करताय आणि तुम्ही, मी असंच लिहित रहावं, कविता कराव्या, गात रहावं, अशा विविध इच्छाही व्यक्त करताय. धन्यवाद. मला मात्र आता वय जाणवू लागलंय. गेली काही वर्षे मी विविध विकारांनी आजारीच असतो. मला जास्त वेळ उभं राहवत नाही म्हणून आजही बसून बोलतोय, त्यामुळंच रंगभूमी, चित्रपटसृष्टीला रामराम ठोकलाय. आजकाल मी क्रिकेटचे सामने बघणंही सोडलंय. त्या खेळाडूंची धावपळ बघून माझीच दमछाक होते." असं म्हणून दादा दम घ्यायला थांबले होते. साठीला शोभणार नाही अशा थरथरत्या हातांनी त्यांनी पाणी भांड्यात ओतून तांब्या टेबलावर ठेवला होता. ते बघून मला खूपच वाईट वाटलं होतं. परवाच त्यांना कुठलातरी पुरस्कार मिळाला

होता. आज संपादकांच्या आज्ञेवरून मी त्यांना फोन केला आणि येतो म्हणून कळवलं होतं. तेव्हाही त्यांच्या बोलण्यात शारीरिक अस्वाथ्याबद्दलची नाराजी होतीच. नेहमीच्या उत्साहानं ते बोलले नव्हते. मला वाईट वाटलं.

मी त्यांच्या घरी पोहोचलो. नमस्कार चमत्कार झाले. अनिता बाईंनी चकल्या आणि त्यावर लोण्याचा गोळा असं खाणं माझ्यापुढं ठेवलं. मग ओ.के. म्हणाले,

"लेका, तू एवढं विज्ञानावर लिहितोस, डॉक्टरांच्या मुलाखती छापतोस तर माझ्या आजारावर काही उपाय शोध. म्हणावं, असं एखादं औषध शोधून काढा की सगळे आजार गायब. सायनाइड नको, नाहीतर तू ते आणून देशील. आजारही गायब आणि मीही गायब!" ओ.के. नेहमीच्या शैलीत बोलले. वरती राख जमली तरी निखारा धगधगत होता. मला बरं वाटलं. मग त्यांची नेहमीची मुलाखत पार पडली. बक्षिसांचा विषय झाला. कुणीतरी त्यांचं नाव एका संस्थेच्या अध्यक्षपदासाठी सुचवलं होतं. त्यावर चर्चा झाली. वृत्तपत्रात छापण्यायोग्य आणि वाचकांना हवी तशी कॉपी देण्यात ओ.के. कधीच मागं पडले नव्हते. संपादक तो मजकूर वाचून खूष होणार ह्याची मला खात्री होती.

ह्या मुलाखतीनंतर चार दिवसांनी किंवा आठवड्याभरानं असेल; उपेंद्र जोशी पुण्यात येणार आहेत, तुम्ही काही करणार का, असा कुणाचा तरी दूरध्वनी प्राप्त झाला. वृत्तपत्रातून असे बरेच संदेश घ्यावे-द्यावे लागतात. संपादकांना मी उपेंद्र जोशींची मुलाखत छापण्याबद्दल विचारलं. दूरध्वानी करणारानं त्यांचा बायोडाटा फॅक्स केला होता. जोशी अमेरिकेतील गाजलेले वैद्यकतज्ज्ञ होते. विशेषत: सध्या गाजत असलेल्या बीजपेशी ऊर्फ स्टेमसेल संशोधनातले ते एक अग्रणी वैद्यकशास्त्रज्ञ होते. अत्यंत प्रतिष्ठित वैद्यकीय शोधपत्रिकांमधून त्यांचं संशोधन प्रसिद्ध होत होतं. त्यांना अनेक महत्त्वाची पारितोषिकं मिळाली होती. ही सर्व माहिती पुरवणाऱ्यानं त्यांचं नाव नोबेल पुरस्कारांच्या चर्चेत आहे, असंही सुचवलं होतं. मुख्य म्हणजे जोशी इथंच म्हणजे ह्या गृहस्थांकडे काही काळ राहणार होते. त्यांचं वास्तव्य मर्यादित होतं. ते मराठी चांगलं बोलत होतेच; पण आमच्या वृत्तपत्राचे बालपणी वाचक होते. हे भांडवल त्यांच्या अनेक मुलाखती घ्यायला पुरेसं होतं. ठरल्यावेळी मी डॉ. जोशींना भेटायला गेलो. जोशी हसतमुख होते. दार उघडून त्यांनी मला आत घेतलं. काय घेणार हे विचारलं. त्यांनी एका मोठ्या हॉटेलात एक फ्लॅट असावा तसा सूट भाड्यानं घेतला होता. फोनवरून त्यांनी पेयं मागवली. मुलाखत घेणं फारसं अवघड गेलं नाही. क्लोनिंगपासून बीजपेशी संशोधनापर्यंत नानाविध प्रश्नांची उत्तरं त्यांनी दिली. विशेषत: बीजपेशी संशोधनावर त्यांचा जोर दिसला. वृद्धत्वाशी जोडले गेलेले बरेच विकार हे त्या त्या संबंधित अवयवांच्या पेशी जीर्ण होतात आणि मरतात, त्यांची जागा घ्यायला नव्या पेशी निर्माण होत नाहीत, त्यामुळं

होतात, असं ते म्हणाले. आता वेगवेगळया तंत्रांनी मेंदूसह कुठल्याही शरीरांतर्गत अवयवात डोकावणं शक्य झालं आहे. त्यामुळे एखाद्या विकाराचं मूळ नक्की कुठं आहे, ते शोधून काढता येतं. ह्यामुळं पूर्वी असाध्य वाटणाऱ्या अनेक विकारांतून आता माणूस मुक्त होऊ शकतो. अगदी आनुवंशिक विकारांवरसुद्धा आता उपचार करणं शक्य आहे, वगैरे माहिती बारकाव्यांसह त्यांनी मला सांगितली. तेव्हा मी त्यांना आपला नेहमीचा बालबोध प्रश्न विचारला, ''ह्या सर्वांना किती खर्च येतो?''

''सध्या हे सर्व प्रायोगिक अवस्थेत आहे. त्यामुळे त्याला बराच खर्च येतो; पण ह्या सर्व प्रक्रियांमधे कंगोरे घासून पुसून काढले गेले, तर येत्या काही वर्षांमधे ह्यातले बरेच उपाय जानसामान्यांच्या नक्कीच आवाक्यात येतील.'' डॉ. जोशी म्हणाले. मग त्यांनी घड्याळ बघितलं. ''तुम्हाला जर फार घाई नसेल तर बसा. माझ्या भेटीला एक गृहस्थ यायचे होते. दिल्लीत खूप धुकं असल्यानं त्यांचं विमान उडालंच नाही तेव्हा ती भेट पुढं ढकलली गेली. माझ्याबरोबरच जेवण घ्या. मला तरी इथली परिस्थिती काय आहे ते कळेल.'' मी संपादकांना दूरध्वनी लावला. डॉ. जोशीच त्यांच्याशी बोलले. मी थांबलो. आम्ही अनेक विषयांवर बोललो. जोशींचं महाविद्यालयीन जीवन, त्या काळातले चित्रपट, नाटकं, गाण्यांच्या मैफिली. आता शहरात झालेला बदल. आलेले उत्तर हिंदुस्थानी लोक आणि दक्षिणात्य ह्यांच्या वागण्यातला फरक. अमेरिकेतले मराठी लोक त्यांची पुढची पिढी. झुंपा लाहीरीचं साहित्य. अशा विषयातून मधूनच ओ.कें.चा विषय निघाला. जोशी महाविद्यालयात होते तो काळ म्हणजे ओ.कें.चं सुवर्णयुग होतं. त्यावेळी मी प्राथमिक शाळेत होतो; पण आता दूरचित्रवाणीवर त्या काळातल्या ओ.कें.चं दर्शन घडायचं. तेव्हा ओ.के. स्वत: भूमिका वठवायचे, गायचे दिग्दर्शन करायचे. त्या काळात जोशी डॉक्टर बनू पाहत होते. त्यांच्या वैद्यकीय महाविद्यालयाच्या नाटकातून काम करीत होते. एकदा ओ.कें.ना भेटलेही होते.

ओ.कें.चा विषय आम्हाला बराच वेळ पुरला. ओघाओघानंच मी, माझा आणि ओ.कें.चा परिचय असल्याचं जोशींच्या निदर्शनास आणलं. त्याबरोबर ते म्हणाले, ''त्यांची आणि माझी भेट झाली तर मला बरं वाटेल. त्यांच्या दुखण्यावरही इलाज निघतोय का ते बघता येईल.'' मी 'बरं' म्हणालो.

जोशींना मी दोन दिवसांनी फोन केला. त्यांना मोकळा वेळ केव्हा असेल ते विचारलं. मी ओ.कें.च्या भेटीसाठी विचारतोय हे मी न सांगताच त्यांच्या लक्षात आलं. ''ओ.के.ना भेटायचं असेल तर अर्ध्या तासाची सूचना पुरेल. मी माझ्या इतर भेटीगाठी रद्द करीन. शिवाय पुढचे ४ दिवस दुपारी दोन पर्यंतचा वेळ माझ्या नातेवाइकांसाठी आणि काही जुन्या मित्रांसाठी ठेवलाय. त्यामुळं त्या वेळातून कसाही वेळ काढता येईल.'' जोशी म्हणाले.

मी ओ.कें.कडे गेलो. जोशींची माहिती त्यांना दिली. ते ओ.कें.चे वाचक असल्याचं सांगितलं. त्यांनी भेटीची इच्छा व्यक्त केल्याचं ओ.कें.च्या कानावर घातलं.

''तू म्हणतोस तसा मोठा माणूस असेल, तर त्याला वेळ असेल त्यावेळी घेऊन ये! रात्री दोनला वगैरे नको. तुम्हा पेपरवाल्यांच्या वेळा विचित्र असतात!'' ओ.के. नेहमीच्या मिस्किलपणे म्हणाले. मी लगेचच तिथूनच जोशींशी दूरध्वनीवरून संपर्क साधला. जोशीही लगेचच येतो म्हणाले. त्याप्रमाणे अर्ध्या तासातच ते ओ.कें.च्या घरी दाखल झाले.

जोशी आधुनिक वैद्यक शास्त्रज्ञ होते. ओ.के. प्रज्ञावंत होते. ह्या दोन बुद्धिमतां-वरिष्ठांच्या संवादाचा मला लाभ होत होता. जोशींनी त्यांच्या तारुण्यातील गमती-जमती, ओ.कें.ची बघितलेली नाटकं वगैरे ऐकवतानाच त्यांच्या एकमेव भेटीची आठवण दिली. ओ.के. म्हणाले, ''वैद्यकीय महाविद्यालयानं आणि अभियांत्रिकी क्षेत्रात – पूर्वी पैशावर प्रवेश नव्हता त्या काळाबद्दल बोलतोय बरं कारे (हे मला) – बरेच बुद्धिमान तरुण जायचे. मराठीतले बरेच मोठे लेखक, कवी, नाटककार, नट, चित्रकार अशी मंडळी ह्या दोन क्षेत्रांमधून आले आहेत. बरं झालं जोशी साहेब, तुम्ही नाटकाकडे वळला नाहीत ते. वैद्यकक्षेत्रात जरा कमी शोध लागले असते.'' ह्यावर जोशी म्हणाले, ''दादासाहेब, तुम्ही मला साहेब वगैरे म्हणू नका. उपेंद्र म्हटलंत बरं वाटेल. 'अरे, उपेंद्र' अधिक चांगलं!''

''ठीक आहे! तुम्हीही मला दादासाहेब न म्हणता, साधं दादाच म्हणा!'' हा करार माझ्या देखतच झाला. त्यानंतर जाण्यापूर्वी परत भेटायचं, असं जोशी दादांना म्हणाले. त्यांची भेट ठरली. मीही यावं, असं दोघंही म्हणाले. मी ते अर्थातच एका पायावर मान्य केलं होतं.

दुसऱ्या भेटीत ओ.कें.च्या प्रकृतीचा विषय निघणं अपरिहार्य होतं. पहिल्या भेटीनंतर डॉ. जोशींच्या अनेक मुलाखती प्रसिद्ध झाल्या होत्या. मी छापलेली मुलाखत वाचून इंग्रजी वृत्तपत्रांनाही जाग आली होती. 'माणूस अमर होणार' इथपासून 'आता कुठल्याही विकारावर मात शक्य' इथपर्यंत ह्या किंवा अशाच अर्थाच्या मथळ्याखाली ह्या मुलाखती छापून आलेल्या होत्या. डॉक्टर जोशींनी आपल्या रुग्णालयात यावं, वर्षाचे काही काळ तरी निदान काम करावं म्हणून शहरातील पंचतारांकित रुग्णालयांनी त्यांना अनेक प्रलोभनं दाखवायला सुरुवात केली होती. मोठमोठे मान्यवर डॉ. जोशींच्या भेटी मागू लागले होते. त्यांनी डॉ. जोशींनी शहरात वैद्यकीय केंद्र सुरू करावं म्हणून देणग्या द्यायची तयारीही दाखवली होती. हे सर्व ओ.के. आता रोजच्या वृत्तपत्रांमधून वाचत होतेच.

दुसऱ्या भेटीत ओ.कें.ना जोशींनी विचारलं, ''नवं काय लिहिताय?'' हे ऐकून ओ.के. म्हणाले ''अरे, आता कसलं लिहितो? रंगमंच सुटला, चित्रपटाची धावपळ जमेना, गाणं शक्यच नाही म्हणून लिहित होतो. आता ह्या विविध आजारांनी शरीर पकडलंय. अशक्य झालंय. लेखनिक येतो. त्याला थोडंफार सांगतो. बहुतेक वेळी हा औषधांचं वेळापत्रक सांभाळण्यातच जातो. तुम्ही वैद्यकक्षेत्रातले जादूगार म्हणवता, निदान हा तरी तुमचं वर्णन तसं करतो. बघा तुमची जादू चालवून. पुन्हा एकदा गावं, रंगमंचावर यावं, नव्या जोमानं लिहावं, भाषणं द्यावी, असं वाटतंय खरं; पण आता ह्या जन्मी तरी अशक्य आहे. पैसा भरपूर आहे पण त्याचा काय उपयोग? तुम्ही उपचार करताय, म्हणाल तेवढे पैसे देतो.'' ''दादा, प्रश्न पैशाचा नाही. तुमच्यासाठी मी केव्हाही काहीही करीन. तुम्हाला माझ्या प्रयोगशाळेत दीड वर्षे तरी उपचारासाठी राहावं लागेल. तुमची आणि वहिनींची माझ्या घरीच राहायची सोय करतो. तुमचे सर्व वैद्यकीय अहवाल माझ्याकडे द्या. मी सांगतो त्या तपासण्या इथं करून घ्या. मग माझ्याकडे या. पुढच्या महिन्यात मी तिकडे पोहोचतोय. गेल्यावर सर्व तयारी करतो. तुमचे वैद्यकीय अहवाल तपासतो आणि कळवतो.''

हे बोलणं झालं. ते छापायचं नाही असं ठरलं. डॉ. जोशींच्या शब्दाला तिकडे बराच मान असावा. दादा, वहिनींबरोबर मीही तिकडे गेलो. वृत्तपत्रविद्येचा अभ्यास करण्यासाठी मला तिथं सेवा-वृत्ती मिळाली होती. ओ.कें.नी शब्द टाकल्यामुळं इथली माझी नोकरी सुरक्षित राहिलीच, पण तिकडून पाठवलेल्या बातम्यांबद्दल मला पैसे मिळतील अशीही सोय झाली. ओ.कें.नी परवानगी देताच त्यांच्या उपचारांविषयी सर्व काही बित्तंबातमी देणारी वार्तापत्रं मी आमच्या वृत्तपत्रासाठी लिहायची एवढी एकच अट वृत्तपत्राच्या मालकांनी घातली होती. आम्ही अमेरिकेत पोहोचलो. दादांवरचे उपचार सुरू झाले.

हे उपचार सगळेच सविस्तर सांगणं शक्य नाही. काही बाबी जोशींनी अनेकवार समजावून सांगूनही मला नीटशा कळल्या नाहीत हा माझाच दोष म्हणायला हवा. प्रत्येक उपचाराआधी ते माझ्या आणि वहिनींच्या उपस्थितीत ओ.कें.ना आता काय करणार ते समजावून सांगत होते. सर्वसाधारणपणे हे उपचार दोन प्रकारचे होते. एक म्हणजे जननअभियांत्रिकी. जे आनुवंशिक विकार ओ.कें.ना त्रास देत होते; त्या विकारांवर आनुवंशिक दोष काढून टाकण्यासाठी नवीन गुणसूत्रं घालणं ह्या प्रकारचे हे उपाय होते. त्यामुळं ओ.कें.चा कर्णबधिरपणा नाहीसा झाला; रंगांधळेपणा गेला; असे जे खास पिढ्यान् पिढ्या चालत आलेले आणखी दोन-चार दोष होते तेही गेले.

दुसरे उपचार म्हणजे ज्या अवयवांच्या पेशी झिजल्या होत्या, तिथल्या झिजलेल्या पेशींच्या जागी नव्या पेशी घालणे. बीजपेशींच्या वापरानं हे शक्य झालं होतं. त्यामुळं विस्मरण, कंपवात, मधुमेह असे ओ.कें.चे नुकतेच सुरू झालेले विकार

बरे झाले होते. गुडघेदुखीसाठी दान्ही प्रकारचे उपचार करण्यात आले. हृदयविकार होऊ नये म्हणून नॅनोतंत्रज्ञानानं रक्तवाहिन्या साफ करण्यात आल्या. आता ओ.के. ठणठणीत बरे झाले होते. न दमता तीन मजले चढत होते. टेनिस खेळत होते. त्यांना अपचनाचा त्रास होत नव्हता. फुप्फुसं पूर्ण कार्यक्षम झाली होती. यकृत व्यवस्थित कार्य करत होतं. स्वादुपिंड इन्शुलीनची निर्मिती करत होतं. ६३ वर्षांचे ओ.के. ३६ वर्षांचे वाटू लागले होते. चेहऱ्यावरच्या वयोमानपरत्वे आलेल्या सुरकुत्या काढून टाकायला मात्र त्यांनी नकार दिला होता. अजून ते फारसे बोलत नव्हते. अनेक चाचण्या, इंजेक्शने, शस्त्रक्रिया ह्यांना त्यांनी न कंटाळता तोंड दिलं होतं. त्यांचे हात आता थरथरत नव्हते, गुडघे दुखत नव्हते, जेव्हा बोलत तेव्हा शब्द उच्चारले जात होते. रक्तदाब तरुणांप्रमाणे व्यवस्थित होता, हृदय कसलीही तक्रार न करता धडधडत होतं.

रुग्णालयातून ते जोशींच्या घरी आले. मी कोरे कागद आणि वेगवेगळी दोन-तीन प्रकारची भारी पेनं त्यांच्या जवळच्या टेबलावर ठेवली आणि माझ्या उद्योगास निघून गेलो. जोशीही त्यांच्या कामाला गेले. ओ.कें.ना एकांत मिळावा म्हणून आम्हीच ही योजना केली होती. वहिनींवर काही उपचार करायचे होते म्हणून त्यांना आता रुग्णालयात ठेवलं होतं. मी मला हवी ती खरेदी करून आलो तेव्हा ओ.के. त्यांच्या खोलीत नव्हते. मी शोध घेतला. ते गच्चीत येरझारा घालत होते. मी पुढं झालो. जेवायची वेळ झाली असं त्यांना सांगितलं आणि खाली घेऊन आलो. ते काहीही न बोलता माझ्या मागं आले. नेहमी विनोद करणारे ओ.के. गंभीर बघून मग मीही काही बोललो नाही. जेवण झालं. मी त्यांच्या खोलीत शिरलो. कागद कोरेच होते.

जवळजवळ आठवडाभर असंच चाललं होतं. ओ.कें.चं लक्ष नाही असं पाहून मी कागद तपासायचो. मग आम्ही त्यांच्या खोलीत बाजाची पोटी ठेवली. हार्मोनियम वादन हा ओ.कें.चा जिवापलीकडे जपलेला छंद. ओ.कें.च्या खोलीतून सूर ऐकू येतील म्हणून मी वाट पाहू लागलो. तेही ऐकू येईनात. एक दिवस मी आवरण्याच्या निमित्तानं कागद बघितले. त्यावर काहीच लिहिलेलं नव्हतं. ओ.के. खोलीत आले असावेत, पण ते मला कळलंच नव्हतं. त्यांच्या आवाजानं मी दचकलो. माझ्या हातून कागद सुटून खाली पडले.

"आवरू नकोस." ओके म्हणाले. "त्यांचा काहीच उपयोग नाही आता."

मी त्यांच्याकडे बघितलं. त्यांच्या डोळयांत अश्रू होते.

"तुम्ही नसता तेव्हा मी लिहायचा प्रयत्न करतो. काही सुचतच नाही. डोक्यात विचारच येत नाहीत. पेटी घेऊन बसतो, सूरच निघत नाहीत. गाणं तर जमत नाहीत. पूर्वी देव वर द्यायचे त्यावेळी काही अटी घालायचे. 'तारुण्य देतो

पण कला काढून घेतो' असे. आधी सांगितलं असतं तर 'नको' म्हटलं असतं. काय करू कळत नाही.''

मी थक्क झालो. दादांची तब्येत सुधारेल. हा शब्दप्रभू पुन्हा नवनिर्मिती करेल, गायील, काही नवे अविष्कार घडवील म्हणून हा खटाटोप केला होता. त्याला ही अशी फळं येतील असं वाटलं नव्हतं.

संध्याकाळी मी डॉक्टर जोशींना दादांचं म्हणणं सांगितलं. ते दादांना भेटण्याआधीच त्यांना सर्व कल्पना दिली. दादांकडे जाताना आम्ही दादांच्या जुन्या गायनवादनाच्या, एकपात्री प्रयोगांच्या, कथाकथनाच्या ध्वनिफिती बरोबर घेतल्या. त्या ऐकता ऐकता काही चमत्कार घडून धक्का मारल्यावर गाडी सुरू व्हावी तशी दादांची प्रतिभा जागृत होईल, असं आम्हाला वाटलं होतं. तसं काहीच घडलं नव्हतं. उलट त्या जुन्या ध्वनिफिती ऐकून दादांच्या डोळयातले अश्रू बांध फोडून वाहू लागले.

आम्ही दादांना त्यांच्या खोलीत सोडून बाहेर पडलो. जोशी गंभीर बनले होते. त्यांनी बरीच रात्र झाली असूनही दूरध्वनी आकडे दाबायला सुरुवात केली. दुसऱ्या दिवसाची एक वेळ ठरवली. दूरध्वनीवर त्यांनी 'महत्त्वाचं काम आहे,' एवढाच निरोप ठेवला होता. मग ते मला म्हणाले, ''तो फार मोठा मेंदूतज्ज्ञ आहे. त्याच्या मानसोपचारतज्ज्ञ साहाय्यकालाही बोलावलंय. तू पण चल.'' त्या रात्री झोप अशी लागलीच नाही. सकाळीच जोशींनी दूरध्वनीवरूनच त्या दिवशीचे इतर सर्व अधिकृत कार्यक्रम रद्द केले. मी तर मोकळाच होतो. ठरल्या वेळी आम्ही दोघं डॉ. जुड आणि डॉ. सोनेनबर्गना भेटायला गेलो.

प्रथम जोशी बोलले. त्यांना दादांची पार्श्वभूमी समजावून दिली. दादांनी स्वत:चं असं एक युग निर्माण केलं, त्याची माहिती दिली. ते किती प्रतिभावंत होते ते सांगितलं. त्यांचे वेगवेगळे आजार, त्यांची चिडचिड, त्यांची बदलती मन:स्थिती हे सर्व सांगून झाल्यावर मग त्यांच्यावर कोणकोणते उपचार कोणकोणत्या कारणासाठी करण्यात आले, तेही सांगितलं. समोरच्या दोन्ही डॉक्टरांनी ते सर्व ऐकून घेता घेता काही नोंदी केल्या. हे सर्व ऐकून घेतल्यावर ते आणि डॉ. जोशी ह्यांच्यामधे काही प्रश्नोत्तरं झाली. मी ते ऐकून समजून घ्यायचा प्रयत्न करीत होतो; पण त्यांची भाषा इतकी तांत्रिक आणि जडजंबाळ शब्दांनी भरलेली होती, की त्याक्षणी तरी मला त्यातून काही फारसा बोध होत नव्हता. नंतर डॉ. जोशी म्हणाले, ''आमचं बोलणं तुला कळलं नसेल ते समजावून देतो.'' त्यामुळंच त्या भेटीत नक्की काय बोलणं झालं ते मला कळू शकलं. डॉ. जुड हे मेंदूतज्ज्ञ होते तर डॉ. सोनेनबर्ग हे मानसोपचारतज्ज्ञ होते. त्या दोघांनी मिळून जे सांगितलं त्याचा मथितार्थ असा – मानवी मेंदू हे जसं कुणाला न समजलेलं कोडं आहे त्याचप्रमाणे अनुवंशशास्त्रात

प्रचंड प्रगती होऊन आणि मानवी गुणसूत्रांचा नकाशा पूर्ण करण्याचे प्रकल्पाचे काम पूर्ण होऊनदेखील मानवी गुण कसे वाहून नेले जातात आणि ते दोन भावंडांपैकी एकाला अद्वितीय प्रतिभावंत कसे बनवतात आणि दुसऱ्याला अतिसामान्य कुवतीचा का बनवतात हे सांगण तसं अवघडच आहे. 'टच्ड विथ फायर' नावाच्या ग्रंथात के रेडफील्ड जेमीसन ह्यांनी अनेक प्रतिभावंतांचा अभ्यास केला आहे. हे सगळे 'मॅनिक डिप्रेसिव्ह' होते. म्हणजे काही वेळा आशेच्या शिखरावर असायचे तर काही वेळा निराशेच्या गर्तेत असायचे. अशा दोलायमान मन:स्थितीला एखादा झोका इतका जोरदार बसायचा की ह्यातल्या काहींना मनोरुग्णालयात ठेवावं लागलं होतं. लिथियमसारखे औषधोपचार करून ह्यांच्या मानसिक आंदोलनाची तीव्रता कमी केली, ही दोलायमान परिस्थिती थांबवली तर त्यांचं सृजन बंद पडायचं.

दुसरं म्हणजे अनुवंशशास्त्राच्या अभ्यासानं ज्या काही गोष्ट आपल्याला कळल्या आहेत त्यानुसार मानवी जीनची संख्या मर्यादितच आहे. पूर्वी ती अमर्याद वाटत होती तशी नाही. काही जीन मानवाच्या बालपणात एक कार्य बजावतात. व्यक्ती वयात आली की जी संप्रेरकं शरीरात स्रवतात त्यावेळी ह्या जीनचा एक कार्यकम सुरू होतो आणि दुसऱ्या गुणाधर्माचं प्रकटीकरण होऊ लागतं. पुढं वृद्धापकाळात त्यांचं हे दुसरं कार्य थांबतं. काही वेळा ते तिसरं एखादं कार्य करू लागतात किंवा अचानक ते पहिलं कार्य सुरू करतात. अशावेळी म्हातारपण हे दुसरं बालपण ह्याची आपल्याला प्रचिती येते.

ओ.कें.ना तरुण करण्याच्या प्रयत्नात त्यांना जी औषधं दिली गेली; जी संप्रेरकं टोचली गेली; जे नवे जीन त्यांच्या शरीरात घुसविण्यात आले आणि त्यांचे जे जीन शारीरिक दुर्बलता निर्माण करणारे होते, ते सुधारण्यात आले त्या सर्वांचे परिणाम म्हणून त्यांची प्रतिभा हतबल झाली असावी, हा एक तर्क आहे. दुसरा तर्क म्हणजे ओ.कें.नाच नवनिर्मिती नको असावी. त्यांच्या काळात जसं वातावरण होतं ते आता उरलेलं नाही. त्यांचे समकालीन मित्र आणि शत्रू हळूहळू संपत चालले आहेत. अशा परिस्थितीत आपण एक वेगळाच लाभ मिळवतोय, ही अपराधीपणाची भावना त्यांना प्रचंड मोठ्या प्रमाणावर त्रास देत असावी. नक्की सांगणं अवघड आहे. आजमितिस बहुतेक सर्व प्रज्ञावंत हे त्यांच्या विचित्र आणि विक्षिप्त वागण्याबद्दल प्रसिद्ध होते आणि प्रज्ञेचा जननिक पातळीवर संबंध असावा. ओ.कें.च्या विकारांबरोबर त्यांची प्रज्ञाही नष्ट झाली हे खरं; पण तसंही ते अंथरुणाला खिळल्यामुळं सृजन करू शकत नव्हतेच नाही का? आता निदान ते सुखानं जगू शकतील. त्यांचे शारीरिक हाल तरी होणार नाहीत.

त्या दोन तज्ज्ञांचे हे विचार मला पचायला जड गेले.

"ओ.कें.चे शारीरिक हाल होणार नाहीत हे खरं; पण मानसिक हालांचं

काय?'' मी जोशींना विचारलं. ते म्हणाले, ''हा प्रश्न माझ्याही मनात आला. ओ.के. लहानपणापासून फार सुदृढ कधीच नव्हते. किंबहुना आजच्याएवढी त्यांची प्रकृती कधीच चांगली नव्हती. मला वाटतं, कालांतरानं त्यांची प्रकृती हळूहळू बिघडू लागेल तसतशी त्यांची प्रज्ञा परत येईल. तसं होईलच ह्याची जशी खात्री देता येत नाही, त्याचप्रमाणे तसं घडणारच नाही ह्याचीही खात्री नाही, असं ते दोघं म्हणतात. पण हे ओ.कें.ना सांगू नकोस नाहीतर ते प्रकृती बिघडवायला जातील आणि भलतंच काही तरी घडेल. आता वाट बघणं एवढंच आपल्या हाती आहे. तेव्हापासून गोदोची वाट पहाण्याचा माझा उद्योग चालू आहे.

■

शरीरसंबंध

"**ए** बहिरट!'' मोठ्यानं हाक आली. सुधेंदू विश्वासना अशी हाक मारणारे फारच थोडे लोक होते. आजकाल बहुतेक सर्वजण त्यांच्या आगेमागे 'सर, सर!' करीत हिंडत असत. हांजी हांजी करणे हा वाक्प्रचार मराठीत रूढ व्हायला, मुसलमानी शाही दरबार कारणीभूत झाले होते. सरकारी प्रयोगशाळांमुळे ह्या वाक्प्रचारांची जागा 'सर, सर करणे' हा नवा वाक्प्रचार घेईल असं त्यांना वाटून गेलं. त्यांच्या चेहऱ्यावर स्मितहास्य उमटलं.

"सुध्या, किती वेळ हाक मारतोय, आज दुपारीच लावलीस काय?'' राजेंद्रने विचारलं. "आणि हसतोस काय, साला मला पण ऐकव, एखादा नवा विनोद!''

सुधेंदूने नकारार्थी मान हलवली. राजेंद्रला बसायची खूण केली आणि सुधेंदू विश्वास आपल्या खुर्चीच्या पाठीवर रेलले.

"काय घेणार?'' त्यांनी राजेंद्रला विचारलं.

"काय आहे? साधं सरबत की जळजळीत पेय?''

"राजू, अरे रविवार असला तरी अजून सूर्य डोक्यावरसुद्धा आलेला नाही. शिवाय आज ती कुठल्यातरी वाहिनीची तरुण वार्ताहर मुलाखत घ्यायला यायचीय.''

"म्हणजे तू अगदी आजोबाच झालास ना? लग्न कर लेका, तू आता लग्नाचा झालास, असं नाही तुला वाटत? आणि काय रे, स्कॉचचा एखादा पेग मारलाच तर लगेच ती काय तुझा मुका घ्यायला नकार देणार आहे का?''

"राजू, जिभेला हाडबीड काही आहे का? अरे, आम्ही एकदा फोनवर बोललो. लगेच तू मुक्यापर्यंत पोहोचलास. आपल्या देशात असं काही अजून तरी घडत नाही. बरं जा, फ्रीझमधून बाटली आणि तसंच येताना ग्लास,पाणी घेऊन ये.''

"च्यायला, हे बरं आहे. मी सूचना केली तर मलाच कामाला लावलंस.''

''हे बघ, मी बागेत पेपर वाचायला आलो. आरामखुर्चीत पडलो. तू मद्यपानाची बात काढलीस. मी का हलावं!''

''तू लेका दाढी का वाढवलीस ते आत्ता मला कळलं.''

''म्हणजे!''

''आपण कधीच चुकत नाही, हा तुझा दावा. दाढी करताना दाढी नीट व्हावी म्हणून कान पकडावा लागतो. तेही तुला मान्य नाही, तर दुसऱ्या कुणाला कशाला कान पकडू देशील? मला वाटतं. म्हणूनच तू लग्नही करत नाहीस.''

''मला कोण मुलगी देणार? तीन पिढ्या महाराष्ट्रात वाढलो, अजून तुम्ही मला बंगाली समजता.''

''येड्या, तसं काही नसतं. कोण कुणावर भाळेल आणि का भाळेल हे सांगता येत नाही.''

हे संभाषण झाल्याला दोन आठवडे झाले होते. राजू आणि सुधा हे दोघे बालमित्र होते. गद्धेपंचविशीत होते. दोघेही प्रज्ञावान शास्त्रज्ञ म्हणून प्रसिद्ध होते. मराठी मध्यमवर्गीय बालपण असल्यामुळे मिळालेला पैसा व्यवस्थित राखून होते. आईवडिलांचा लग्नाचा आग्रह धड मोडवतही नाही, पण मुलगी बघून पसंत करणे, ह्या जुनाट पद्धतीला मान तुकवणं जमत नाही म्हणून अविवाहित होते. ह्यांचा गडगंज पैसा आणि आंतरराष्ट्रीय कीर्ती ह्यामुळे काही मुली ह्यांना बिचकत होत्या, तर काही अतिलगट करायच्या म्हणून ह्यांना नावडत होत्या. आपण त्या पेचात आयुष्यभर ब्रह्मचारी राहणार, ह्या एकमेकाला टाळी देऊन उच्चारलेल्या एकेकाळच्या वाक्याला चुकून ब्रह्मदेवानं 'तथास्तु' तर म्हटलं नाही ना, असं त्यांना वाटू लागलेलं होतं.

सुधा त्या दिवशी त्याचीच मुलाखत प्रसारित झालेली बघत होता. तंदुरुस्तीची रक्षा करणारा साबण, काखेतला घामाचा वास घालवणारा फवारा, आचरटपणाची कमाल असलेल्या जाहिरातींच्या मधून त्या मुलाखतवालीचा चेहरा उगवायचा. ती काहीतरी फार क्रांतिकारक प्रश्न विचारला जातोय असा चेहरा करायची, मग अत्यंत मूर्खपणाचा आणि आचरटासारखा एक प्रश्न विचारायची. त्या प्रश्नाच्या लांबीमुळे, तो प्रश्न संपेपर्यंत प्रश्नाची सुरुवात बहुधा तीच विसरायची. जांभया झाकत तो काहीतरी बोलत असे. मग ती प्रेक्षकांना तो बोलला ते कसं महत्त्वाचं आहे, हे समजावून द्यायची. त्यानं दोन प्रश्नांनंतर ती मुलाखत बघणं सोडून दिलं.

काय करावं? रविवारची सुट्टी त्याच्या जिवावर येत असे. त्यात आता अमेरिकन पद्धतीनं त्यांच्या प्रयोगशाळेला शनिवार, रविवार सुट्टी देण्यात येत होती; पण तो भारतात असल्यामुळे त्या दिवशी प्रयोगशाळेत जाऊन त्याच्या कक्षात बसून काम करू शकत नव्हता. त्याला दोन कारणं होती. सुरक्षाव्यवस्थेचे पहारेकरी

अतिशय नाइलाजानं त्याला दारं उघडून द्यायचे आणि त्याच्या साहाय्यकांशी दूरध्वनीवरून संपर्क साधायचे. कारण ह्या साहेबाला चहा-सँडविच पुरवण्याचं काम करणं त्यांच्या जिवावर यायचं. ते दोन दिवस ते सुरक्षा कर्मचारी आळीपाळीने मद्यपान आणि पत्त्याच्या जुगाराचे दिवस समजत असत. हा साहेब त्यात बिब्बा घालत असे.

आलेला साहाय्यकही नाराज असायचा. बरेचदा हा साहाय्यक त्याच्यापेक्षा वयानं मोठा, वृत्तीनं सरकारी, मनानं संसारी असायचा. त्याला त्याच्या संसाराची फिकीर अधिक असे. बायकोला सोडून सुट्टीच्या दिवशी गावाबाहेरच्या त्या प्रयोगशाळेत यायचं त्याच्या जिवावर यायचं. दुपारी उशिरा जेवावं, दूरचित्रवाणीवर चित्रपट बघावा, वगैरे त्याच्या बेतावर पाणी पडत असे. ती नाराजी चेहऱ्यावर वागवतच तो यायचा. त्यामुळे सुट्टीच्या दिवशी प्रयोगशाळेत जाणं सुधानं सोडून दिलेलं होतं. तो घरीच इंटरनेट लावून बसायचा. दुर्दैवानं आज त्याच्या यंत्रणेनं संप पुकारला होता. त्यानं तक्रार नोंदवली होती. मग काय करावं म्हणून त्याने राजूला फोन लावला. मोबाइलचा हा एक फायदा होता. निदान शासकीय दूरध्वनी यंत्रणेची तक्रार तरी नोंदवता येत होती. जर 'सर्व लाइन्स बिझी आहेत' हा संदेश नसेल तरच अर्थात ते शक्य होत होतं, ती गोष्ट वेगळी.

"तूच इकडे ये. माझे फोन चालू आहेत. इंटरनेटवर एक मजेशीर साईट आहे!" धडाम्. राजूनं फोन ठेवला होता.

ह्या राजूचं हे सगळं असंच होतं. त्याला सगळ्याच गोष्टीत हुकूम सोडायची सवय होती. काही वेळा सुधा वैतागत असे. राजूचं असं बोलावणं असलं की जाऊच नये असं त्याला कधीकधी वाटत असे. पण त्यांची मैत्री अशी होती की सुधा राग गिळून राजूचं वागणं सहन करायचा. सुधासारख्या प्रज्ञावंताला असा एखादा बुद्धिमान आणि पाय जमिनीवर ठेवायला लावणारा मित्र आवश्यकच असतो, असं त्यांना ओळखणारे मित्र म्हणत असत.

सुधानं हातातलं काम ठेवलं आणि तो राजूकडे जायला निघाला. रिक्षा मिळायला थोडा वेळ लागला. सुधा स्वत: वाहन चालवत नसे. विचारांच्या तंद्रीत अपघात घडण्याची शक्यता, त्याच्या बाबतीत अधिक होती, हे त्यानं वेळीच ओळखलं होतं. त्याला ड्रायव्हरसह गाडी बाळगणं शक्य होतं. पण तो फारसा कुठं जात नव्हता. जवळपास जायचं झालं, तर पायी जाणंच तो पसंत करायचा. कधी तरी सायकलवरून लांब चक्कर मारायचा आणि इतर वेळी रिक्षा वापरायचा.

राजू त्याची वाटच पाहत होता. सहज कंटाळा आला म्हणून फोन केला, हे त्याचं स्पष्टीकरण नवं नव्हतं. इंटरनेटवर कृत्रिम बुद्धिमान यंत्रमानव, ह्या विषयावर चर्चा करणारी एक साईट त्याला सापडली होती. त्याबद्दलही त्याला सुधाशी चर्चा

करायची होती. त्या चर्चेचं वादात रूपांतर व्हायला अर्थातच वेळ लागला नव्हता. अशावेळी ते चांगलेच हमरीतुमरीवर येत. बरेचदा त्यातून एखादी पैज लागायची. ती पैज केवढ्याची, कोण जिंकतो ह्याला महत्त्व नव्हतं. काही वेळा ती मोठ्या हॉटेलमधे जेवणाचीही असे तर काही वेळा 'तू तीन दिवस बाजूला बस' अशीही असे. हे बाजूला बसणं म्हणजे त्या तीन दिवसात हरलेल्यानं संगणकाला अजिबात स्पर्श करायचा नाही, ह्या स्वरूपाचं असे.

मात्र ह्या पैजांमधून दरवेळी काहीतरी चांगलंच निष्पन्न व्हायचं. ह्या पैजा म्हणजे बुद्धीला धार लावायचा दगड आहे, असं ते दोघं समजत होते. त्यांना त्या पैजा ह्यामुळेच हव्याहव्याशा वाटत होत्या. कृत्रिम बुद्धिमत्तेच्या क्षेत्रात काम करणाऱ्या लोकांमध्ये दोन गट माणसापेक्षा बुद्धिमान यंत्र बनवणं अशक्य आहे, ह्या मताचा होता, तर दुसरा गट आज ना उद्या माणसापेक्षा बुद्धिमान यंत्र निर्माण झाल्याशिवाय राहणार नाही या मताचा होता. या दोन गटांचे जाहीर वाद गाजत होते.

आश्चर्याची गोष्ट म्हणजे, सुधा त्या वादात अजिबात रस घेत नव्हता. ह्याला दोन कारणं होती. मानवसदृश यंत्रमानव निर्माण करणाऱ्या आघाडीच्या तंत्रज्ञांमधला एक अशी त्यांची ख्याती होतीच, पण वाद घालण्याच्या बाबतीत तो आघाडीचा 'वादक' होता, असं राजूचं मत होतं. किंबहुना मानवसदृश म्हणजे हुबेहूब माणसासारखे दिसणारे यंत्रमानव निर्माण करण्यासाठी झगडणाऱ्या तंत्रज्ञांची बाजू घेऊन तो जबरदस्त लढला होता. ह्या प्रयत्नांवरची भारतासह अनेक देशांतील बंदी उठविण्याच्या प्रयत्नात तो आघाडीवर होता. अनेक राष्ट्रप्रमुखांशी त्यानं वाद केला होता. अखेरीस ते जिंकले होते. मात्र 'माणसापेक्षा बुद्धिमान यंत्रमानव' ह्या वादात सुधानं कधीच भाग घेतलेला नव्हता. राजूलाच काय, पण इतर अनेकांना ह्याबाबत आश्चर्य वाटलं होतं.

सुधा आल्यावर नेहमीप्रमाणे प्राथमिक सलामी झडली. एकमेकांच्या उखाळ्यापाखाळ्या काढून झाल्या. मग सुधाला राजूनं डिवचलं.

"तुझा वेळ जात नाही म्हणतोस तर तू लग्न का करीत नाहीस?"

राजू म्हणाला. अपेक्षेप्रमाणं सुधा चिडला मात्र नाही.

"खरं सांगू, तशी मुलगीच आढळली नाही, पण तू का लग्न केलं नाहीस?" सुधानं विचारलं.

"माझ्याशी कोण लग्न करणार? मी हा असा बेवडा, निरुद्योगी माणूस!" राजू हसत हसत म्हणाला.

"तेही खरंच! तुला सालं लग्न न करायला कारण तरी आहे. मला तर तेही नाही." सुधानं भलताच गुगली टाकला. राजूची दांडी उडाली.

"काय रे सुध्या, माझ्या मनात एक कल्पना घोळतेय. परवा क्रिकेटचं धावतं

समालोचन ऐकत होतो. तेव्हा कुणीतरी समालोचक म्हणाला, 'बायका क्रिकेटच्या पिचप्रमाणं असतात, कधी कशा वागतील, हे सांगत येत नाही,' त्यामुळे एखादीला मी आवडेनही, पण माझ्या डोक्यात एक विचार आला. बायकांना नक्की काय हवं असतं, ते ठाऊक करून घ्यायचं. म्हणजे काय करायचं, ते सांगतो. एक सुंदर, देखणा, विद्वान, पैसेवाला तरुण – तू नाहीस बरं – यंत्रमानव निर्माण करायचा. त्याला उच्चभ्रू समाजापासून तळागाळापर्यंतच्या समाजापर्यंत सर्वत्र वावरू द्यायचं. समाजशास्त्रात डॉक्टरेट करतोय म्हणत तो झोपडपट्टीत वावरू शकेल, आणि पैसेवाला म्हणून रात्रीच्या पार्ट्यांना हजेरी लावेल. त्याचे अनुभव एकत्रित करायचे. त्यावरून आताच्या तरुणींना नक्की कसा जोडीदार अपेक्षित आहे, हे लक्षात येईल, मग आपल्याला म्हणजे मला तरी एखादी मुलगी 'हो' म्हणेल, अशी सापडवता येईल.''

''राजू, तू भलताच उत्तेजित झालेला दिसतोस. सापडवता येईल काय, मातृभाषेचे तुम्ही असे मुडदे पाडणार, कशी मुलगी मिळणार?''

''ओ विद्वान, तुम्हाला माझ्या मराठीची परीक्षा घ्यायला सांगत नाही, तर एक यंत्रमानव तयार करायला सांगतोय!''

''ते कळलं, पण तूही ह्याच क्षेत्रात वावरतोस, तूही यंत्रमानवशास्त्रज्ञ म्हणून गाजतोयस, माझ्याइतका नसशील, पण तूही बुद्धिमान म्हणून ओळखला जातोस.......''

''तुझा प्रश्न कळला आणि अक्कलही लक्षात आली. मी हा यंत्रमानव बनवला तर काय होईल? एक यंत्रमानवशास्त्रज्ञ श्री. सुधेंदू विश्वास ह्यांचं म्हणणं तुला ऐकवतो. 'जेव्हा एखादा यंत्रमानवतंत्रज्ञ यंत्रमानव निर्माण करतो त्यावेळी तो यंत्रमानव हा बऱ्याच प्रमाणात त्याच्या निर्मात्याचं प्रतिनिधित्व करतो,' सोप्या म्हणजे तुला कळेल अशा भाषेत बोलायचं तर यंत्रमानवावर त्याच्या निर्मात्याची छाप असते. आता मी यंत्रमानव तयार केला तर त्याच्यावर माझ्या व्यक्तिमत्त्वाची छाप असणार, म्हणजे ज्या मुलीशी संपर्क साधायचा तिला काही प्रमाणात तरी मी कसा आहे, हे लक्षात येणार, तेच तर मला टाळायचंय. शिवाय बावळट माणसाला स्त्रिया लवकर वश होतात, असा माझा एक सिद्धांत आहे. त्यामुळे तुझ्या व्यक्तिमत्त्वाची छाप असलेल्या यंत्रमानवाला स्त्रिया झटपट वश होतील, असं मला वाटतं.'' राजू म्हणाला.

''पुढं 'अडला नारायण' ही म्हण, म्हणजे मी तुझं काम लगेच उरकतो!'' स्वत:चे पाय पुढं करीत सुधा म्हणाला. दोघं हसले. ग्लास भरले गेले. 'टू द बावळट मोस्ट' असा टोस्ट झाला आणि त्याचा फावल्या वेळचा कार्यक्रम सुरू झाला. सुधा आपलं काम करणार ह्याची राजूला खात्री होती. त्यानं मुद्दामच सुधावर ती कामगिरी सोपवली होती. कारण त्या क्षेत्रात म्हणजे यंत्रमानवाच्या निर्मितीत

सुधाचा हात धरणारा दुसरा कुणी नव्हता. राजू उत्कृष्टातला एक असेल तर सुधा उत्कृष्टोत्तम होता, यात शंका काढायला जागाच नव्हती.

सुधानंही यावेळी यंत्रमानवनिर्मितीत जातीनं लक्ष घातलं. त्यामुळं त्याच्या सहकाऱ्यांनाही जोर चढला. महिनाभर स्वत: चाचण्या घेऊन मग सुधानं राजूशी संपर्क साधला होता.

"राजू, तुझं काम झालंय बघ!"

"माझं काम? माझं कसलं काम?" राजूनं प्रतिप्रश्न केला.

"तुला मुलगी पटवायचीय ना?"

"हो, मग?"

"तुला हवा तसा यंत्रमानवही निर्माण केला आणि दरम्यान स्त्रियांशी कसं वागावं, हे कळण्यासाठी एक यंत्रस्त्रीही निर्माण केलीय बघ!"

"ओह! तू भलतंच मनावर घेतलेलं दिसतंय!"

"हो ना, तुझे एकदा दोनाचे चार झाले की मी सुटलो!" सुधा म्हणाला.

"ए नाटक्या, माझे वडीलही अजून असं म्हणत नाहीत!"

"त्यांना तू अजून कुकुलं बाळच वाटतोस ना!"

राजू आणि सुधाच्या ह्या अभिनव प्रयोगाची अशा रीतीनं सुरुवात झाली होती.

सुधानं तयार केलेले दोन्ही यंत्रमानव घेऊन सुधा राजूकडे आला.

"हे तुझे दोन साथीदार. तुला ह्यांना जी नावं ठेवायची ती ठेव. माझ्या दृष्टीनं हे नुसतेच अनुक्रमांक आहेत. आर आर वन आणि आर आर टू – राजूज् रोबॉट वन आणि टू." असं म्हणून सुधा निघून गेला. राजूनं मग दोन्ही यंत्रमानवांच्या हव्या त्या चाचण्या केल्या. आपल्याला हवे तसे ते दोन्ही यंत्रमानव आहेत याची खात्री पटल्यानंतर त्यानं राणी आणि राजशेखर अशी नावं त्यांना दिली आणि त्याचा तो प्रयोग सुरू झाला.

राणी राजूबरोबर राहू लागली. स्त्रीच्या सहवासाची सवय व्हावी, ह्यासाठी राजूचा हा प्रयोग होता. राजशेखर वेगवेगळ्या पार्ट्यांना जाऊ लागला. संशोधनाच्या निमित्तानं तो समाजाच्या वेगवेगळ्या थरात वावरू लागला. त्याचाही ह्या निमित्तानं निरनिराळ्या स्त्रियांशी संबंध येत होताच. दर दोनतीन दिवसांनी वेळ मिळेल त्यानुसार राजू राजशेखरची उलट-तपासणी घेत होता. त्याचबरोबर राणीशीही घसट वाढवायचा प्रयत्न करीत होता. सुधाच्या प्रयोगशाळेतील ज्या तरुणीचा राणीच्या निर्मितीत वाटा होता, तिलाही आता राजू भेटू लागला होता. राणीशी कसं वागावं, राणीच्या आवडीनिवडी वगैरेंची तो माहितीही करून घेत होता. राणी यंत्रस्त्री आहे, हे त्याला ठाऊक होतं. तो केवळ एक हुकूम सोडून राणीकडून हवं ते काम करून

घेऊ शकला असता, हेही त्याला ठाऊक होतं. पण त्याला तसं वागायचं नव्हतं. एखाद्या अनोळखी मुलीचा परिचय करून घेतोय आणि हळूहळू तिला आपलंसं करायचंय, ह्या दृष्टीनं कोणती पावलं उचलावी, ह्याचा युद्धशास्त्रीय सराव, ह्या दृष्टिकोनातून तो राणीशी परिचय वाढवत होता. रोज तिच्याबरोबर कॉफी प्यायला जाणं, गप्पा मारणं असं त्याचं पायरीपायरी पुढं सरकणारं प्रणयाराधन त्याला करायचं होतं. ते कसं करावं ह्याचा सल्ला तो राजश्री, म्हणजे राणीच्या निर्मितीत सहभागी झालेल्या स्त्रीकडून घेत होता. मात्र राजश्रीला भेटायला आपण गेलो की सुधा छद्मी हसतो की काय, अशी एक शंका राजूला येऊ लागली होती. राणी आता राजश्रीकडे राहायला गेली होती. ह्याचं कारण राणी ज्या दिवशी त्याच्याकडे राहायला गेली त्याच दिवशी राजश्रीनं त्याला पहिला सल्ला दिला होता. "तिला घराबाहेर काढा. ती तुमच्याच घरी येऊन राहिली तर हळूहळू परिचय वाढणं, हे शक्य होणार नाही. त्यासाठी मी तिला माझ्या घरी घेऊन जाते, म्हणजे मग सुरुवातीस परकेपणाची भावना निर्माण होईल. मग हळूहळू तुमचा परिचय वाढू लागला की मग काय हवं ते करा."

हे राजूलाही पटलं होतं. तो त्याचं काम संपलं की राणीला घ्यायला जायचा. एकदा राजश्री म्हणाली, "मी तिला हिंदी पिक्चरसारखं प्रोग्रॅम करायला हवं होतं, म्हणजे आधी भांडण, मग रुसवा काढणं, संकटातून वाचवणं, झाडांभोवती नाचगाणं असं सगळं पद्धतशीर पार पडलं असतं." ह्यावर राजूच लाजला होता. राणी नुसतीच हसली होती.

"यंत्रच ते!" सुधा म्हणाला. "तिच्या समोर लाजलास तर काय फरक पडतो? उगीच मनाला लावून घेऊ नकोस!" तिच्यासमोर राजश्रीनं काहीही म्हटलं तरी तिला काय फरक पडणार आहे?

"तू म्हणतोस ते एक प्रकारे खरं आहे. ती यंत्रमानव आहे, हे मी काही वेळा विसरतोच, पण तुला एक सांगतो, काही वेळा मात्र ती जवळ आली की अस्वस्थ व्हायला होतं बघ!" राजूनं मित्राजवळ कबुली दिली.

"मला वकिलाचा सल्ला घ्यायला लागेल असं दिसतंय!" सुधा गंभीर झाला होता. त्याच्या चेहऱ्यावर त्रासिक भाव आणि कपाळावर आठ्या होत्या.

"का रे, एकदम वकिलाची आठवण झाली तुला. असं काय झालं?"

ह्यावर सुधा हसला. त्याच्या हसण्यानं राजू गोंधळला.

"तुझ्यामुळे मला वकिलाची आठवण झालीय, राजू! ती जवळ आली की तू अस्वस्थ होतोस. उद्या तुझा हा अस्वस्थपणा वाढला. तुझ्या हातून भलतंच काही घडलं – खरं म्हणजे त्याला भलतंच का म्हणतात ते मला कळत नाही ते घडण्यासाठी तर सगळी धडपड असते, असं घडलं काही वेळा 'नको ते घडलं'

असं म्हणतात, खरं तर ते दोघांना हवं असतं म्हणा, पण आपण शब्दांची थोडीच चर्चा करायला बसलोय. तर समजा, 'मै माँ बननेवाली हूँ' हा डायलॉग झडायची वेळ आली, तर कायदा काय म्हणतो ते बघायला हवं नाही का?''

''पण ते घडेलच कसं? नाही म्हणजे तू म्हणतोस ते घडलं, तरी तिला दिवस कसे जातील? ती यंत्रस्त्री आहे.''

''येड्या, म्हणूनच मी म्हणतोय ते. ती खरी स्त्री असली तर कायद्यानं वयात आलेल्या व्यक्तींनी परस्पर सामंजस्यानं काही केलं, तर तो गुन्हा ठरत नाही. फक्त पुरुषाला आजकाल डीएनए चाचण्यांमुळे पुढच्या प्रजेचा भार मात्र उचलावा लागतो, हे लक्षात ठेव. प्रश्न तो नाही. आज आपण एकविसाव्या शतकात आलो तरी ब्रिटिशांनी एकोणिसाव्या शतकात केलेले कायदेच अजून भारतात प्रचलित आहेत. त्या कायद्यानुसार पुरुषानं स्त्रीशी आणि स्त्रीनं पुरुषाशी ठेवलेले शरीरसंबंध सोडले आणि तेही परस्पर सामंजस्यानं वयात आलेल्या म्हणजे वय वर्षे १८ च्या वरच्या स्त्री-पुरुषांनी परस्परांशी एकमेकांच्या सहमतीनं ठेवलेले संबंध सोडले तर इतर कुठल्याही प्रकारचे शरीरसंबंध हा कायद्यानं गुन्हा आहे.''

''पण मी कुठं काय केलंय?'' आपण मित्र एवढं लांबलचक भाषण देईल ह्याची कल्पना नसलेला राजू बावचळून म्हणाला.

''मी आपलं तुला सावध केलं रे!''

राजू इतका गोंधळला होता की तो नुस्ताच बराच वेळ बसून राहिला होता. मग सुधानं बुद्धीचं वंगण घेऊ या, असं म्हणत स्कॉचची बाटली उघडली तेव्हा तो थोडासा माणसात आला.

''राजशेखर काय म्हणतोय?'' सुधानं विचारलं.

''त्याचीही काही प्रगती नाही बघ! तो पार्ट्यांना जातोय, त्याला मैत्रिणी मिळतातही, पण काही दिवसांनी त्याच त्याला कटवू लागतात. विशुद्ध मैत्रीपलीकडे काही त्यांचं पाऊल जात नाही. तो देखणा आहे, बुद्धिमान आहे, विनम्र आहे, त्याची वागण्याची पद्धत निर्दोष आहे पण...! पण त्याच्या प्रेमात पडायला कुणी तयार नाही बघ!'' हताशपणे राजा म्हणाला. ''ते जाऊ दे, बापू येतोय!''

''अरे वा! त्यालाही अखेरीस भारतात परतावं असं वाटतंय तर!''

''तो कायमचा परतत नाही, काही दिवसांसाठी येतोय. बरेच दिवसांच्या गप्पा राहिल्यात असं म्हणाला. माझ्याकडे किंवा तुझ्याकडेच उतर असं मी त्याला सांगितलं. एकटाच येतोय. म्हटलं हॉटेलात कशाला उतरतोस? तयार झाला.''

''बेस्ट! चारआठ दिवस बिनकामाचे घालवू. त्याच्या क्षेत्रात काय चाललंय ते ऐकू, तेवढाच बदल.''

बापू त्यांचा बालमित्र. पुढं तो डॉक्टर झाला. मानवी प्रजोत्पादनाविषयी जी नवी

तंत्रं आली त्यांचा तज्ज्ञ बनला. अमेरिकेत राहून खोऱ्यानं पैसा ओढत होता. राजू म्हणायचा त्याप्रमाणं तिकडेच त्याची गरज. दोन अब्जापर्यंत लोकसंख्या गेलेल्या देशात प्रजोत्पादन थांबवण्याचे उपाय करणाऱ्यांची आवश्यकता होती. तरीही बापूला भारतात आल्यावरही उसंत मिळत नव्हती हे विशेष.

बापू आला. दिवस मजेत जाऊ लागले. जुने मित्र भेटायला बोलावले गेले. पार्ट्या रंगल्या. ज्यांचं बरं चाललं होतं, त्यांनी घरी बोलावलं होतं. ज्यांचं फारसं बरं चाललं नव्हतं किंवा जे मागं पडेल होते ते लाजतबुजत आले. त्यांची दुःखं ऐकवली गेली. त्यांच्या पुढच्या पिढ्यांना मदत द्यायची आश्वासनं दिली गेली. एक दोन चिठ्ठ्या, एखादा दुसरा फोन, ई-मेलवरून मदतीचे सोपस्कार पार पडले. एखादा सुदामा छोटीशी भेट घेऊन येत होता. ही मोठी माणसं आपल्याला ओळख देतात, ह्याचंच त्याला अप्रुप होतं. त्यातलाच एखादा घरीही बोलवत होता. हे जात होते. सर्व उपचार संपले. आता पुन्हा तिघेच एकत्र होते. मध्यंतरी बापूच्या नातेवाइकांकडे, तसंच दूरच्या शहरांमधल्या धंदेवाईक भेटींच्या संदर्भात बापूचे भ्रमण झाले होते. आता जाईपर्यंत निवांतपणा होता. तिघं सुधाच्या फार्महाऊसवर येऊन राहिलेले होते.

"काय रे बेट्यांनो, तुम्ही अजून बिनलग्नाचे कसे?" बापूनं विचारलं.

"माझ्या अनुभवावरून सांगतो, तुमच्यामागं बरेच वधुपिते किंवा त्यांच्या मुली लागायला हव्यात!" तो पुढं म्हणाला.

"अरे, आमची तीच तर शोकांतिका आहे. बरं, आम्हाला मुलीच मिळत नाहीत, म्हणजे निदान मला तरी मिळत नाहीत, सुध्याचं मला ठाऊक नाही!" राजूचं हे बोलणं ऐकून सुधा हसला, म्हणाला,

"राजूचे प्रयत्न तर जारीनं सुरू आहेत. सध्या नेट प्रॅक्टिस करतोय! बहुधा यश येईल असं वाटतंय!"

"अरे कसलं यश आणि कसलं काय? मला ह्यानं कायद्याची भीती दाखवलीन, आणि तो आमचा शेखर, त्याचीही प्रगती होईना!" राजू नकारार्थी मान हलवत निराशेनं म्हणाला.

"काय झालं तरी काय?" बापूनं विचारलं, ते दोघंही एकदमच बोलू लागले. बापूनं त्यांना हातानंच थोपवलं. मग सुधा आणि राजूची हकिकत त्यानं दोघांकडूनही व्यवस्थित ऐकून घेतली. त्यांचं बोलणं ऐकून झाल्यानंतर तो मोठ्यानं हसला, म्हणाला,

"तुम्ही साल्यांनो, गणिती! स्वतःला फार शहाणे समजता. जीवशास्त्राकडे तुच्छतेनं बघता. त्याची फळं तुम्हाला ही अशी भोगावी लागतात बरं."

"ह्यात जीवशास्त्राचा संबंध येतोच कुठं?" राजू आणि सुधा एकसुरात उद्गारले.

''तुम्ही सजीव आहात?'' बापूनं विचारलं.

त्या दोघांनी होकारार्थी मुंडी हलवली.

''मनुष्य हा प्राणी आहे, हे मान्य आहे का?''

त्यावरही त्यांना नकार देता येणं शक्य नव्हतं.

''मग यंत्रमानवावर सराव करून तुम्ही मानवी स्त्रीला कसे पटवणार?''

''का?''

''खुळ्यांनो, कॉलेजचे दिवस आठवतात?'' बापूनं जो खुळे ह्या अर्थी शब्द वापरला तो इथं वापरणं शक्य नाही. त्याऐवजी 'खुळा' हा सौम्य शब्द वापरलाय. समझनेवाले को इशारा काफी है.

''तेव्हा आपण वारंवार आश्चर्य व्यक्त करायचो, एखाद्या कुरूप, टकल्या आणि ढापण्यावर एखादी सुंदर, सुकुमार तरुणी कशी भाळते? आपल्या ह्या प्रश्नाला विज्ञानानं उत्तर शोधलंय; तुम्हाला ठाऊक आहे?''

ह्यांनी पुन्हा मुंडी हलवून नकार दिला.

''द्या, जीवशास्त्राला शिव्या द्या.'' बापू म्हणाला.

''ए बाप्या, साला किती अंत पाहशील? आणि आम्ही कधी रे तुझ्या जीवशास्त्राला शिव्या दिल्या?''

''तशा थेट 'तुझ्या मायला' अशा शिव्या नाहीत, पण आमच्याकडे तुम्ही कायम तुच्छतेनं बघत होता, ते मला आठवतंय. संगणक शिकल्यावर तर तुमचा माज आणखी वाढला होता.''

''ते विसर, भरपूर बोलून घेतलंस त्या विषयावर!'' सुधा म्हणाला.

''मुद्याचं बोलू!'' राजूनं री ओढली.

''तर बालकांनो, एखादा उमदा, देखणा, पैसेवाला आणि तितकीच सुंदर पत्नी असलेला पुरुष एखाद्या कुरूप, बेढब अशा तरुणीच्या नादानं का वाहवतो? किंवा आपण म्हणत होतो, त्याप्रमाणं एखादी सुंदर मुलगी ढापण, टक्कल असणाऱ्या पुरुषामागं का धावते, ह्याचं कारण त्यांच्या डोळ्यांत दोष असतो, हे नसून त्यांचे लिंगगंध एकमेकांना खुणावतात हे असतं!''

''ही काय भानगड आहे?'' राजूनं विचारलं.

''वत्सा, तेच तर तुला समजावून सांगायचा प्रयत्न करतोय रे! अजाण बंधो, प्रत्येक माणसाचा लिंगगंध वेगळा असतो. मग ती स्त्री असो किंवा पुरुष असो; हा गंध – इंग्रजीत ह्यास फेरोमोन म्हणतात तो बोटाच्या ठशाप्रमाणेच त्या व्यक्तीपुरता वैशिष्ट्यपूर्ण असतो. तो आपल्या घामातून आसमंतात दरवळतो. फार खोलात शिरत नाही, पण ह्या लिंगगंधामुळे स्त्री-पुरुष एकमेकांकडे आकर्षित होत असतात. तर काही वेळा प्रथमदर्शनीच एकमेकांपासून दूरही जातात. बरेचदा स्त्रिया एखाद्या

पुरुषाकडे पाहून नाक मुरडताना दिसतात. ह्याचं कारण सुप्त पातळीवर त्यांना तो पुरुष आवडलेला असतो; पण तशी कबुली देणं, हे सांस्कृतिक बंधनांमुळेही त्यांना अवघड वाटत असतंच; पण निसर्गात नरानं मादीच्या मागं लागणं हे संयुक्तीक ठरतं. त्यामुळे नैसर्गिकरीत्या 'तू मला आवडलाहेस' हे कबूल करणं त्यांच्या दृष्टीनं योग्य ठरणार नसतं. हा उत्क्रांतीचा प्रभाव आहे. तुम्हाला अधिक माहिती हवी असेल तर संदर्भ देईन. तर हे असं त्रांगडं आहे. यंत्रमानवात फेरोमान नसणार, त्यामुळे राजशेखरला मैत्रिणी मिळतील, पण प्रेयसी मिळणं अवघड आहे; आणि म्हणूनच तुमचा हा प्रयोग फसणार हे उघड आहे!'

"पण मग मला राणीचं आकर्षण वाटतंय, ते कसं?" राजूनं विचारलं.

"ते मी सांगतो. पण चिडायचं नाही, मारहाण करायची धमकी द्यायची नाही!" सुधा म्हणाला. त्यानं ग्लासात मद्य ओतलं. ते ज्याचं त्याला दिलं.

"कोण चिडणार? कुणाला मारहाण करणार?" बापूनं विचारलं.

"राजू चिडणार! मार मला पडणार!" सुधाच्या ह्या उत्तरावर उरलेल्या दोघांचे चेहरे प्रश्नार्थक बनले.

"सांगतो!" सुधा म्हणाला, "डोकं शांत ठेवून ऐकणार असाल तर सांगतो. राजूकडे असलेली यंत्रस्त्री ही खरोखरची स्त्री आहे. तिच्यात यंत्राचा लवलेशही नाही. राजूनं भलतं सलतं काही करू नये म्हणून आणि तिनंही राजूला भलतं सलतं काही करायला भाग पाडू नये म्हणून पहिल्याच दिवशी तिला आम्ही राजश्रीकडे पाठवली. शिवाय मी राजूला घाबरवायला कायद्याची भाषा वापरली. यंत्रमानवाशी संबंध ठेवणं हा काही कायद्यानं गुन्हा होऊ शकत नाही, हे मला ठाऊक होतं. त्यामुळे मी वकिली भाषेत बोललो. प्रत्यक्षात त्याला थेट तसं सांगितलं नाही. कारण मग माझ्यावर खोटं बोलण्याचा आरोप राजू करू शकला असता."

सुधाचं हे बोलणं दोघांनीही शांतपणे ऐकून घेतलं होतं, ह्याचं कारण दोघंही ते ऐकून अवाक झालेले होते. सुधानं बोलणं थांबविल्यानंतर काही काळानं दोघांनाही कंठ फुटला होता.

"कमाल आहे!" बापू म्हणाला.

"काय म्हणतोस काय, राणी खरी आहे?" राजूनं विचारलं.

ह्यावर सुधानं होकारार्थी मान हलवली.

"म्हणजे मी तिच्याशी लग्न करू शकतो?" राजूनं विचारलं.

"हो!" सुधा म्हणाला.

"तिचं काय म्हणणं आहे ते आधी विचार!" बापूनं सुचवलं.

"ती नाही म्हणेलसं वाटत नाही!" राजू म्हणाला. त्याच्या चेहऱ्यावर आनंद आणि आश्चर्य असे दोन्ही भाव होते. तो पंजाबी असता तर त्यानं नक्कीच भांगडा

नाच केला असता. तो मराठी असल्यामुळे तो खुर्चीतून उठला, परत खाली बसला. परत उठला. ग्लास रिचवला. पुन्हा भरला आणि मग "कमाल आहे!" असं म्हणत खुर्चीत विसावला. मग म्हणाला,

"सुधा गाढवा, पण हे असं का केलंस?"

मारहाणीची भीती उरलेली नाही, हे पाहून सुधा हसत बोलू लागला,

"राजश्री आहे की नाही, ती मला आवडू लागली होती. बुद्धिमान आहे, चलाख आहे. माझ्याकडे ती व्यवस्थापक म्हणून आली. तिनं व्यवस्थापन तर नीट केलंच, पण आपल्या क्षेत्रातही डोकं चालवलं. तिनंच मला एकदा विचारलं,

'सर, तुम्ही लग्न कधी करणार?'

'मला कोण मुलगी देणार? मी हा असा!'

'तुमच्याशी कुणीही लग्न करायला तयार होईल!' असं ती म्हणताच, कसा कोण जाणे मी बोलून गेलो, 'तू करशील?'

'माझी हरकत नाही, पण मी वेगळ्याच कारणानं विचारलं होतं!'

'तू माझ्याशी लग्न करणार, तर आता कारणं कसली आणतेस?'

'सर, माझी बहीण आहे, राणी! तिचं लग्न झाल्यानंतरच मी लग्न करणार. त्याशिवाय नाही!'

'हे बघ, आता आपण लग्न करणार, तेव्हा हे 'सर' बंद कर; मग दार बंद कर! मी चक्क असं बोललो, माझाच विश्वास बसत नाही!'

"राणीसाठी तू आदर्श नवरा आहेस असं आम्हाला वाटलं. तेव्हा तुझ्या गळ्यात राणी मारायचा विचार आम्ही करू लागलो. त्यामुळेच आम्ही लग्न ठरवलंय, हे कुणाला कळू द्यायचं नाही, असं आम्ही ठरवलं. तुझं जमवून दिलं की एकदमच दोन्ही लग्नांची बातमी जाहीर करायची असा आमचा बेत होता. नेमकी त्याच सुमारास तुझ्या डोक्यातून ती यंत्रमानव जोडीदाराची कल्पना बाहेर पडली. राजशेखर बनवताना राणीला यंत्रस्त्रीसारखं वागायचं शिक्षण राजश्रीनं दिलं. मला ती कल्पना आधी पटली नव्हती. धाकधूक वाटत होती, पण राणीची तयारी बघितल्यावर मीही त्या योजनेला होकार दिला. आता राणी 'जाळ्यात गावला मासा' हे गाणं म्हणायला मोकळी झाली. काय? अभिनंदन!"

"मी अजूनही नाही म्हणू शकतो, पण सुध्या तुझ्यावर ते प्रकरण शेकेल म्हणून नाइलाजानं 'हो' म्हणतोय."

"चिअर्स टू युवर मॅरेज प्लॅन्स!" बापू म्हणाला. "इथून पुढं जीवशास्त्रीय घटना महत्त्वाच्या असतात हे लक्षात ठेवलंत तर बरं!"

"चिअर्स, पण एक मिनिट! मी हे त्या दोघींना कळवतो." म्हणून सुधा उठला.

"थांब, मी फोन करतो. निदान ह्यावेळी तरी मला पुढं होऊ दे." राजू म्हणाला.

"ती नाही म्हणाली तर रे?"

"तर मी बापूला दोष देईन, माझा गंध नीट करायला सांगेन आणि परत फोन करीन!" राजू फोन करायला सरसावला आणि ह्या दोघांनी पेले उचलले.

"टू राजूज् सक्सेस" म्हणेपर्यंत राजू परतलादेखील.

"का रे, काय झालं?"

"तू माझ्याशी लग्न करशील का, हा किती अवघड प्रश्न आहे, हे कळलं. प्रथम धीर होईना, ती 'हो' म्हणाल्यावर विश्वास बसेना. फोन हातातनं निसटला आणि मी परतलो."

"धन्य आहे तुझी!" असं म्हणत मग सुधानं फोनवरून त्या दोघींना बोलवून घेतलं आणि तो राजूला म्हणाला, "चिअर्स, टू युवर डेअरिंग आणि तिघेही हसू लागले."

■

प्रश्न वारसाचा

◈

सर्वसाधारणपणे खून, मोठ्या प्रमाणावरची आर्थिक फसवाफसवी अशा खटल्यांच्या वेळी न्यायालयात लोकांची गर्दी होते. भारतात अजूनतरी न्यायालयीन कामकाज दूरचित्रवाणी वाहिनीवर दाखवण्याची सुरुवात झालेली नव्हती. न्यायालयाच्या जागेत मावतील तेवढेच वार्ताहर, शिकाऊ वकील आणि दोन्ही पक्षकारांच्या जवळचे काही लोक यांना त्यामुळे हा खटला ऐकता येणार होता. बेलिफानं आरोळ्या ठोकून न्यायालय स्थानापन्न झाल्यानंतर न्यायमूर्तींनी प्रथमच जमलेल्या सर्वांना न्यायालयाची प्रतिष्ठा आणि आब राखण्याबद्दल सूचना दिली होती. त्यानंतर त्यांनी दोन्ही वकिलांना जवळ बोलावून त्यांच्या-त्यांच्या पक्षकारांना सामोपचार करायचा असेल, तर अजूनही वेळ गेलेली नाही, असं सांगितलं. दोन्हीही वकिलांनी नाकारार्थी मान हलवल्यानंतर मग न्यायालयाचं कामकाज सुरू झालं.

या खटल्याची पार्श्वभूमी आधी आपण समजावून घेऊया! म्हणजे मग आपल्याला खटल्याच्या प्राथमिक साक्षी-पुरव्यांची आणि कुणाचं वय किती आणि कोण कुठे जन्माला आला अशा बाबतीत वेळ घालवायचं कारण उरणार नाही. या प्रकारचा खटला यापूर्वी कुठल्याही देशातल्या कुठल्याही न्यायालयात चाललेला नाही, असा हवाला एका सुप्रतिष्ठित राष्ट्रीय वृत्तपत्राने दिला होता, तर दुसऱ्या एका राष्ट्रीय वृत्तपत्राच्या संपादकीयामध्ये खटल्याचा निकाल कुठल्याही बाजूने लागला तरी आता एका बदलत्या काळाबरोबर कायदेही झपाट्यानं बदलायची वेळ आली आहे, असं म्हटलं होतं.

याचबरोबर खटल्याचं स्वरूप, त्यातले आरोप, त्यातला आरोपी यांच्यामुळंही खटल्याला प्रसिद्धी मिळालेली होतीच. भारतातील एक सुप्रसिद्ध उद्योगपती या खटल्यात प्रमुख आरोपी होते. त्यांच्यावर वारसांनी खटला भरलेला होता.

खटल्याचं कारण उद्योगपतींनी नुकतंच केलेलं मृत्युपत्र हे होतं आणि हे उद्योगपती मरण्याआधीच त्यांचे वारस या मृत्युपत्राविरोधात न्यायालयात दाखल झाले होते.

त्यांच्या वारसांच्या मते, हे उद्योगपती हे मृत्युपत्र करूच शकत नव्हतं; कारण ते पूर्वीचे उद्योगपती उरलेलेच नव्हते. उद्योगपतींच्या वकिलानं या खटल्याच्या वेळी त्यांच्या दोन्ही मुलांना आणि एका मुलीला जो प्रश्न केला होता, त्या प्रश्नाचं उत्तर या आपत्यांनी वेगवेगळं दिलं असलं, तरी त्याचा मथितार्थ एकच होता. तो म्हणजे, ज्यांनी आम्हांला लहानाचं मोठं केलं, या आमच्या जन्मदात्याचा आणि सध्याच्या या देहाचा फारसा संबंध उरलेला नसल्यानं, हे गृहस्थ आमचे जन्मदाते म्हणून त्यांचं मृत्युपत्र म्हणजे या अपत्यांच्या जन्मदात्यानं केलेलं मृत्युपत्र बदलूच शकत नव्हते. हे मी त्यातल्यात्यात मला समजलेल्या बाबींवरून सोप्या शब्दांत सांगायचा प्रयत्न केलेला आहे.

काय झालं होतं की, (त्या उद्योगपतींना आपण सोयीसाठी त्र्यंबकराव ऊर्फ तिंबूनाना म्हणू या, म्हणजे उगीच माझ्यावर पुढंमागं बदनामीचा आरोप यायला नको); तर या तिंबूनानांनी हयातभर खपून एक बहुराष्ट्रीय कंपनी उभी केली होती. ते कुठल्याही गोष्टीचा व्यापार करीत. त्यांच्यावर आधी सरस्वती आणि नंतर लक्ष्मी अशा दोन्हीही प्रसन्न होत्या असं म्हटलं, तर वावगं ठरणार नाही. म्हणजे तिंबूनाना व्यवहारी व बुद्धिमान तर होतेच; पण त्यांच्या वाणीवर सरस्वती रॉक अँड रोल किंवा अलीकडचा जो काय लोकप्रिय नृत्य प्रकार असेल, तो करीत होती. त्यामुळं लोकांची लक्ष्मी आपल्या खिशात आणणं तिंबूनानाना शक्य झालं होतं.

त्यांचे प्रतिस्पर्धी म्हणत, ''हा तिंबूनाना एव्हरेस्टवर जाऊन, तिथं बर्फाचे गोळे विकून दाखवील किंवा बनारसला जाऊन तिथंच गंगेचं पाणी विकून दाखवील.'' ते खरं असावं, कारण कुठलंही लफडं नावावर नसताना, तिंबूनाना अब्जाधीश बनले होते. भारतातल्या पहिल्या श्रीमंत लोकांमधे त्यांचा समावेश होत नव्हता हे खरं; पण याचं कारण तिंबूनाना प्रसिद्धिपराङ्मुख होते असा घ्यावा लागेल. त्यांचे हे सर्व व्यवहार एकत्रित केले तर ते या यादीत कुठेतरी, अग्रभागी व्यक्तीच्या जवळपास सहज दिसले असते; पण साधारणपणे त्यांच्या डाव्या हाताचा व्यवहार उजव्या हाताला कळत नसे, हे सत्य होतं.

अशा तिंबूनानांनी एक दिवस आपल्या नातवंडांना त्यांच्या आईबापांसह जेवायला बोलावलं होतं. तिंबूनानांनी आपल्याला कशासाठी जेवायला बोलावलं असावं, याची अर्थातच त्यांच्या मुला-नातवंडांना कल्पना नव्हती. त्याचवेळी तिंबूनानांची मुलं चाळिशीच्या आतली आणि नातवंडं कायद्यानं अज्ञान होती.

थोडक्यात म्हणजे शाळकरी होती. तिंबूनानांचे दोन मुलगे, त्यांच्या बायका, तिंबूनानांची मुलगी आणि जावई हे सर्वजण तिंबूनानांच्याच वेगवेगळ्या उद्योगांमध्ये संचालक मंडळाचे सदस्य म्हणून कार्यरत होतेच; पण एखाद्या उद्योगात स्वत: खरोखरच काम करत होते. त्या प्रत्येकानं अगदी तळातल्या जागेपासून सर्व कामांचा वर्ष-दोन वर्षं अनुभव घेत घेतच सध्याची जागा मिळवलेली होती. त्यांच्या या उमेदवारीच्या काळात, कामाच्या वेळात ते कामगारच असत. कंपनीच्या संचालकांशी त्यांचा काहीही संबंध नाही असंच त्यांना वागवलं जायचं, दुसरं म्हणजे तिंबूनाना त्यांची सर्व कामं कचेरीत उरकून मग घरी यायचे. त्यानंतर ते कधीही, कुणाशीही कामाबद्दल बोलत नसत. त्यामुळे तिंबूनानांनी आपल्याला का बोलावलं असावं, हा त्यांच्या मुलांपुढं प्रश्नच होता.

जेवणाच्या वेळी घरगुती गप्पाच झाल्या. तो रिवाजही पूर्वापार चालत आलेला होता. त्यामुळं मुलंही मन लावून जेवत होती. नातवंडं आजोबांच्या गप्पा ऐकत होती. तिंबूनाना नेहमीच मुलांमध्ये रमत असत. तिंबूनानांचं भोजनाचं निमंत्रण आल्यावर त्यांच्या मुलांनी आणि जावयानं एकमेकांशी संपर्क साधून ते आमंत्रण किन्निमित्त असावं याबद्दल आपापल्या पत्नींसह अंदाज बांधायचा प्रयत्न केला होता; पण त्यातून काहीच शोध लागलेला नव्हता. तिन्ही कुटुंबांचे परस्परसंबंध जिव्हाळ्याचे होते. तेही खरं तर तिंबूनानांचंच यश म्हणायला हवं. त्यामुळे जेवण तसं आनंदात पार पडलं होतं. मग तिंबूनानांनी नातवंडांना खेळायला पाठवलं आणि ते मुलांना म्हणाले, "आता मी तुम्हांला एक महत्त्वाची गोष्ट सांगणार आहे. तुम्ही आधी माझं म्हणणं ऐकून घ्या. मग तुमच्या काय सूचना असतील त्या करा.

"मी साठ वर्षं पूर्ण करतोय. आजमितीस मी माझे वाढदिवस कधीच साजरे केले नाहीत. या वर्षीही मी तो करणार नाही. मात्र डॉक्टरांनी माझी वैद्यकीय तपासणी करून मला काही काळ विश्रांती घ्यायला सांगितली आहे. माझ्यावर काही महत्त्वाचे इलाज त्यांना करायचे आहेत. त्यामुळं मी साठावं वर्ष पूर्ण होताच काही काळ रजा घेणार आहे. त्या काळात आपल्या सर्व उद्योगधंद्यांची जबाबदारी तुम्ही पार पाडायची आहे. मी सल्लामसलतीसाठी उपलब्ध असणार नाही. तुम्ही स्वतंत्रपणे किंवा एकत्रितपणे जे काही करायचं ते करू शकता. कामाची वाटणी करा, कंपन्यांची वाटणी करा, जबाबदाऱ्या वाटून घ्या. मी काहीच म्हणणार नाही. जे काय करायचंय ते तुम्ही करा." एवढं बोलून तिंबूनाना थांबले. मुलांना, मुलीला, जावयाला आणि सुनांनाही हे अनपेक्षितच होतं. त्यांनी मग विचार करायला वेळ मागितला, आणि ते आपापल्या घरी परतले.

तिंबूनाना म्हणाले त्यात वावगं असं काहीच नव्हतं. मला कंटाळा आला, की मी निवृत्त होणार असं ते म्हणाले होते. किंबहुना, असं त्यांनी वेळोवेळी या सर्वांना सांगितलं होतं. आपण निवृत्त झालो किंवा आपलं काही बरंवाईट झालं तर ही मुलं व्यवसाय नीट सांभाळतील की नाही, याची ते वारंवार चाचणी घेत असत. एखादा व्यवहार पूर्णपणे एखाद्या वारसावर सोपवायचा; किंवा एखाद्या वारसावर सोपवून, स्वत: तटस्थपणे ते सर्व बघत असत. नंतर त्या गोष्टीचं विश्लेषण करून सांगत; पण त्या काळात ते सल्लामसलतीस उपलब्ध असत. या वेळी ते रजेवर जाणार होते. ते सल्लाही देणार नव्हते. आणि विश्लेषणही करणार नव्हते. नेहमीपेक्षा ही बाब वेगळी आणि म्हणूनच दडपण आणणारी होती.

या गोष्टीला सात वर्षं झाली होती. इंग्रजीत म्हणतात त्याचप्रमाणे या काळात पुलाखालून बरंच पाणी वाहून गेलं होतं. दरम्यानच्या सात वर्षांच्या काळात वैद्यकीय उपचारासाठी महिना, दोन महिने आणि एकदातर सहा महिने तिंबूनाना वैद्यकीय उपचारांकरिता अज्ञातवासात गेले होते. अगदी पहिल्यांदा जेव्हा तिंबूनाना वैद्यकीय कारणाकरिता रजेवर गेले, म्हणजे त्यांच्या साठाव्या वाढदिवसाच्या सुमाराची घटना, जी आपण बघितलीच, त्या वेळी मुलं आणि नातवंडं त्यांना वेळोवेळी भेटून येत होती. त्यानंतर जेव्हा जेव्हा ते वैद्यकीय उपचारासाठी अज्ञातवासात जाऊ लागले, त्याकाळात ते कुठं जातात याचा कुणालाही ते पत्ता लागू देत नव्हते. मात्र, दरवेळी परतल्यावर ते अधिक ताजेतवाने आणि उत्साहपूर्ण वाटत होते. या काळात कुणीही न्यायालयात जावं असं काहीच घडलेलं नव्हतं.

नंतर मात्र त्यांच्या कुटुंबीयांना न्यायालयात धाव घेणं भाग पडलं. याचं कारणही तसंच होतं. खरं तर, तिंबूनाना नेहमी म्हणत त्याप्रमाणे, ते वयाची ६५ वर्षे पूर्ण होताच निवृत्त होतील, अशी त्यांच्या वारसांची अपेक्षा होती. अपेक्षा म्हणण्यापेक्षा खात्रीच होती. अमेरिकेतले अनेक दाखले तिंबूनाना वारंवार देत असत. त्यात माणसाला साठाव्या वर्षी निवृत्त करण्यात आपण फार मोठी चूक करतो, असं ते म्हणत. त्यांच्या सर्वच उद्योगांत निवृत्तीचं वय ६५ वर्षांचं होतं. याचं कारण, त्या काळात म्हणजे ५८ ते ६५ या वयाच्या व्यक्तींच्या अखरेच्या सात वर्षांत त्यांच्या अनुभवाचा आणि परिपक्वतेचा फायदा मिळतो, असं ते म्हणत. तसंच, ६५ नंतर मात्र माणसानं उर्वरित आयुष्य मजेत जगावं, असंही ते सर्वांना सांगत. तिंबूनानांचा पैसा आणि सत्ता यांमुळे असेल, पण सर्वजण या म्हणण्यावर मान डोलावून होकार देत असत.

यामुळेच वयाच्या पासष्टाव्या वर्षी तिंबूनानांनी निवृत्तीची घोषणा केली

नाही, याचं त्यांच्या वारसांसह सर्वांना आश्चर्य वाटलं; पण ते बोलून दाखवायची शामत कुणातही नव्हती. कदाचित, आपल्यालाच तिंबूनाना निवृत्त करतील अशी या सर्वांना भीतीही वाटली असेल. पण, ते कळायला आपल्याजवळ कोणताही मार्ग नाही. परंतु, सदुसष्टाव्या वाढदिवसाला जेव्हा तिंबूनानांनी सर्वांना जेवायला परत एकदा बोलावलं, त्यावेळी तिंबूनाना आता निवृत्तीची घोषणा करणार आणि नंतर उर्वरित आयुष्य आरामात जगणार, याबद्दल त्यांच्या सर्व वारसांची पूर्ण खात्री पटलेली होती.

जेव्हा माणूस एखाद्या घटनेची, घोषणेची अपेक्षा ठेवतो आणि ती घटना, घोषणा घडत नाही; त्या वेळी अपेक्षाभंगामुळे होणारं दु:ख आणि अनुभवावी लागणारी निराशा फारच थोड्या व्यक्तींना पचवता येते. 'पोकर' म्हणजे 'तीन पत्ती' खेळात प्रावीण्य मिळवलेले खेळाडूच अशा वेळी त्यांच्या चेहऱ्यावर कोणतेही भाव दिसू देत नाहीत; पण सामान्य माणसाला अशा वेळी भावना लपवता येणं आणि चेहरे मख्ख ठेवणं जमत नाहीच. त्यामुळंच असा धक्का देणाऱ्या व्यक्तीला एक आंतरिक समाधान मिळत असतं हा मुद्दा अलाहिदा; पण या धक्का देणाऱ्या व्यक्तीला धक्का बसलेल्या व्यक्तीच्या भावना वाचता आल्या, तर धक्का देणाऱ्या व्यक्तीला त्या समोरच्या व्यक्ती धक्का ओसरताच कशा काय वागतील किंवा वागायचा प्रयत्न करतील, याचा एक प्राथमिक स्वरूपाचा अंदाज बांधता येतो.

मुलं आणि सुना, मुलगी आणि जावई, त्या सर्वांची मुलं असे तिंबूनानांकडे पोहोचले. गेली बरीच वर्षे म्हणजे तिंबूनानांची पत्नी निवर्तली तेव्हापासून तिंबूनाना एकटेच राहत असत. तसे नोकरचाकर, स्वयंपाकी, गाड्यांचे सारथी, माळी असे सर्वजण त्यांच्या अवतीभोवती असत. एक सचिवही दिमतीला असे, पण सांसारिक किंवा व्यावहारिकदृष्ट्या तिंबूनाना एकटेच होते. या वेळी परिस्थितीत बदल होता. तिंबूनानांच्या बरोबरच साधारण चाळिशीची (म्हणजे त्यांच्या मुलांच्याच वयाची) एक स्त्री होती. ती सुडौल होती. बहुधा नियमित व्यायाम करणारी असावी. तिचा पोशाख पाहता, ती कपडे निवडताना बऱ्यापैकी कष्ट घेत असावी आणि पैसेही खर्च करीत असावी हे स्पष्ट होतं. महागडे, पण साधे भासणारे कपडे हे तिंबूनानांच्या मुला-नातवंडांना नवीन नव्हतं. चेहऱ्यावरून तिची हुशारी स्पष्ट होत होती. मुख्य म्हणजे ती हसतमुख होती.

तिंबूनानांनी ओळख करून दिली.

"ही रेश्मा. खूप हुशार आहे. आधुनिक वैद्यकशास्त्रामधे तिचं नाव जगद्‌विख्यात आहे. हिची वैद्यकीय सेवाकेंद्रंही जगप्रसिद्ध आहेत. गेली सात वर्षे ही माझ्यावर उपचार करीत आहे; त्यामुळे आमची ओळख वाढली. तिनं

माझं आयुष्य किमान साठ वर्षांनी वाढवलं. मी आता पुन्हा आपल्या कंपन्यांची सर्वच सूत्रं त्यामुळे ताब्यात घ्यायचं ठरवलंय. आम्ही लग्नही करणार आहोत. इथून पुढची बरीच गुंतवणूक वैद्यकीय तंत्रज्ञानात करायचा आमचा विचार आहे. यामुळेच मी नवीन व्यवस्था करणार आहे. सात वर्षांपूर्वी केलेलं मृत्युपत्र मी रद्द केलंय. नवीन मृत्युपत्र करतोय; पण त्याची खरं तर इतक्यात गरज पडणार नाही. तिनं तशी खात्री दिलेली आहे. तुम्ही हवं तर तुमच्या सध्याच्या पदांवर राहू शकाल. तुमचे पगार, सवलती पूर्वीप्रमाणेच राहतील. त्यांत काही फरक होणार नाही.

"तुम्ही महत्त्वाकांक्षी आहात याची मला कल्पना आहे, त्यामुळंच मी खरं तर पासष्टाव्या वाढदिवशी सर्व व्यवहार तुमच्यावर सोपवीन असं पूर्वी म्हणत असे; पण आता माझे बरेच अवयव नव्यासारखे आणि पूर्ववत कार्यक्षम झाल्यानंतर, विशेषत: माझं आयुष्य साठ वर्षांनी वाढल्यानंतर उर्वरित आयुष्य 'हरीहरी' करत बसणं मला शक्य नाही. पूर्वी जेव्हा मी पासष्टाव्या वर्षी निवृत्त होईन असं म्हणत असे, तेव्हा वैद्यकीय तंत्रज्ञान इतक्या झपाट्यानं खरंच पुढं जाईल याची मला कल्पना नव्हती. नाहीतर, मी तसं म्हटलं नसतं.

"मी आता काय करायचं ठरवलं ते तुम्हाला सांगतो. पुढची तेहतीस वर्षं तरी मी सध्या ज्या कंपन्यांचा कारभार सांभाळतोय, त्या कंपन्यांचा कारभार सांभाळणार आहे. वैद्यकीय तंत्रज्ञान व्यवसायाचा तांत्रिक भार रेश्मा आणि व्यावहारिक भाग मी अशी कामाची वाटणी करायची, असं आम्ही ठरवलंय. त्यांच्या संचालक मंडळात तुमच्यापैकी कुणी असणार नाही.

"तुम्हाला जर हे मान्य नसेल, तर तुम्ही तुमचे स्वतंत्र उद्योग सुरू करू शकता. तुम्हाला मी भरपूर अनुभव दिला आहेच. तुमचे बंगले आहेत, भरपूर पैसे आहेत; शिवाय तुमच्या धंद्याला मी बिनव्याजी बीजभांडवल पुरवेन. मात्र, ते उद्योग सध्याच्या आपल्या कुठल्याही उद्योगधंद्यांचे प्रतिस्पर्धी होता कामा नयेत. प्रतिस्पर्ध्यांशी मी कसा वागतो याची तुम्हाला कल्पना आहेच. मला महिन्या-दोन महिन्यांनी, सहा महिन्यांनी हवं तेव्हा, तुम्ही काय करायचं ठरवलंय ते विचारपूर्वक सांगा. तेव्हा मग आपण आर्थिक बाबींची चर्चा करू," असं तिंबूनाना म्हणाल्यानंतर सर्वजण एकमेकांचा निरोप घेऊन तिथून आपापल्या घरी परतले.

जावई काही करणार नाही, निदान स्वत:हून काही करणार नाही याची तिंबूनानांना खात्री होती. तो हुशार होता, कामसू होता; पण त्याला कसलीच महत्त्वाकांक्षा नव्हती, पण त्याची बायको ही तिंबूनानांची मुलगी होती हे विसरून चालणार नव्हतं. तिंबूनानांचा मोठा मुलगा वाकड्यात शिरणारा नव्हता.

त्याची पत्नीही सुस्वभावी होती. ते बहुधा त्यांचा एखादा व्यवसाय सुरू करतील किंवा एखादी धर्मादाय संस्था काढतील, असं तिंबूनानांचं मत होतं. धाकट्या मुलाचा स्वभाव आणि विचार तिंबूनानांना कधीच उमगले नव्हते. त्यानं तिंबूनानांना न विचारता लग्न केलेलं होतं. ही सून तशी महत्त्वाकांक्षी होती. दोघंही स्वतंत्र विचारांचे होत. बंडाचा झेंडा उभारू शकत होते. तिंबूनानांचा हा अंदाज थोडासा चुकला याचं कारण वेगळंच होतं.

तिंबूनानांच्या मोठ्या सुनेचा भाऊ हा एक यशस्वी वकील होता. आर्थिक बाबींमध्ये त्याला रस होता. किंबहुना, मोठ्यामोठ्या आर्थिक उलाढाली करणाऱ्या कंपन्यांच्या जाळ्यात सापडलेल्या छोट्या ग्राहकांना मदत करणे, त्या कंपन्यांवर खटले भरणे, न्यायालयाबाहेरच्या समझोत्यात या ग्राहकासह स्वत:चाही फायदा करून घेणे, हा त्याचा व्यवसाय होता आणि बहिणीवर त्यांचे प्रेम होतंच; पण दर सुट्टीला दोन्ही कुटुंबं एकत्र जेवत असत. कधी यांच्या घरी, तर कधी त्यांच्या घरी.

जेवायच्या वेळी ताईची मन:स्थिती ठीक नाही हे त्यानं ओळखलं आणि वकिली हुशारीनं बहिणीकडून सर्व माहिती काढून घेऊन तो म्हणाला, ''मला थोडा वेळ द्या!'' यानंतर पंधराच दिवसांनी तिंबूनानांना न्यायालयात हजर रहायला सांगणारी सूचना मिळाली. तिंबूनानांच्या वकिलानं त्या सूचनेत काही अर्थ नाही असं सांगितलं होतंच. तिंबूनानांना मोठ्या सुनेच्या भावाची दखल घ्यावीशी वाटली नव्हती. त्यामुळंच त्यांनी सामोपचाराला नकार दिलेला होता. त्यांच्या वकिलानंही तिंबूनानांना, सामोपचारानं घ्या, असं समजावून द्यायचा प्रयत्न केला होता. याचं कारण सांगताना तो म्हणाला होता, ''नाना! तुमचा मृत्युपत्र करायचा अधिकार कुणी नाकारत नाही; पण तुम्ही वयानं खूप लहान असलेल्या स्त्रीच्या प्रेमात पडून – रेश्माताई तुमच्या मुलीच्या वयाच्या आहेत – मुलांना दूर ढकलताय, असं चित्र उभं केलं जाईल. इतकी वर्षं तुमच्या आज्ञेत वागणारी मुलं उघड्यावर टाकून तुम्ही एका स्त्रीपायी खुळावलात असंही चित्र उभं केलं जाईल, म्हणून म्हणतो, मुलांचं म्हणणं काय ते ऐकूया. त्यांना एक एक कंपनी देऊन टाका. ते खुशीनं खटला मागं घेतील. तुमच्या गैरहजेरीत त्यांनी फायदा कमी होऊ दिलेला नव्हता, हे तुमचे वार्षिक अहवालच सांगताहेत. कशाला वाद वाढवताय?''

ईर्षेला पेटलेला आणि अहंभाव दुखावलेला उद्योगपती असे शहाणपणाचे सल्ले ऐकून घेण्याच्या मन:स्थितीत नसतो. त्यामुळे ''तुम्हाला तुमची फी मिळेल; पण न्यायालयात लढलात तर! तुम्ही नाही म्हणालात तर मी दुसरा वकील बघेन!'' तिंबूनानांनी सुनावलं. हे अर्थात त्या वकिलांना परवडण्यासारखं

नव्हतं.

न्यायालयातले प्राथमिक उपचार पार पडले. शहाण्या माणसानं न्यायालयाची पायरी चढू नये, असं म्हणतात हे दोन्ही पक्षांना पटायला थोडा वेळ लागला, तरी हळूहळू ते पटू लागलं. उद्योगपती तिंबूनानांना त्यांनी कमावलेली म्हणजे वकिली भाषेत स्वअर्जित संपत्ती खर्च करण्याचा आता अधिकार उरलेला नाही असा दावा त्यांच्या मुलांनी केलेला होता. ही बातमी शिळी झाली, तरीसुद्धा प्रत्येक तारखेला एक तरी वार्ताहर तिथं न्यायालयात हजेरी लावायचा. तिंबूनानांच्या डोक्यावर परिणाम झाला हे सिद्ध झालं, तरच त्यांच्या मुलांचा दावा मान्य होण्यासारखा होता, अशी मतं विधितज्ज्ञांनी लिहून शिळी झालेली होती. तिंबूनाना त्यांच्या सर्व कंपन्यांचे व्यवहार पूर्वीच्याच उत्साहानं, तडफेनं आणि कौशल्यानं हाताळत होते. त्यामुळं मुलं दावा हरणारच, हा सर्वांचा खात्रीशीर तर्क होता. तरी मग, मुलं तो खटला पुढं चालवायला उत्सुक दिसत होती. त्यामागचं रहस्य काय असावं हे जाणून घ्यायची सर्वांनाच इच्छा होती; पण मुलं किंवा त्यांचे वकील काहीच बोलायला तयार नव्हते.

पण हळूहळू खटला उभा राहणार ही चिन्हं दिसू लागली, तशी सर्वच माध्यमांनी न्यायालयावर नजर ठेवायला सुरुवात केली. तोपर्यंत भारतीय न्यायालयाच्या इतिहासात कुठल्याही खटल्याचं थेट प्रक्षेपण झालेलं नव्हतं. या वेळीही ते होईल याची शक्यता तशी कमीच होती. त्यामुळंच इलेक्ट्रॉनिक माध्यमांचे प्रतिनिधी न्यायालयाच्या बाहेर कुठे, कसा कॅमेरा वापरता येईल हे बघून गेले होते. कुठलाही वकील या खटल्याबद्दल कसलंही मत द्यायला तयार होत नव्हता, हेही आश्चर्याचं होतं. यामुळंच, जेव्हा हा खटला उभा राहील, तेव्हा काही सनसनाटी घटना घडणार याबद्दल सर्वांची खात्री होती.

खटला उभा राहिला. भराभर भ्रमणध्वनीमार्फत संदेश गेले. फिर्यादी पक्षानं आम्हाला एकाच साक्षीदाराची साक्ष काढायची आहे, असं सांगितलं. ही साक्षीदार होती डॉ. रेश्मा.

डॉ. रेश्मा साक्षीदाराच्या पिंजऱ्यात उभ्या राहिल्या. त्यांनी खरं बोलण्याची ईश्वरसाक्ष शपथ घेतली. त्यांची साक्ष सुरू झाली. त्या जैवतंत्रज्ञानातल्या आंतरराष्ट्रीय तज्ज्ञ होत्या. त्यांनी त्याबद्दल ढिगानं शोधनिबंध प्रसिद्ध केलेले होते. हे प्रस्थापित झाल्यावर न्यायालयाची जेवणाची सुट्टी झाली.

या सुट्टीत न्यायाधीश जेवायला गेले आणि तिंबूनाना, रेश्मा आणि तिंबूनानांचे वकील एकत्र आले. फिर्यादी पक्षानं टाकलेल्या गुगलीमुळं त्यांचा त्रिफळा उडाल्याचं स्पष्ट झालं होतं. किंबहुना, साक्षीसाठी डॉ. रेश्मा यांनी उपस्थित राहावं हे समन्स त्याच सकाळी, रेश्मा तिंबूनानांसह न्यायालयाच्या

आवारात उतरल्यानंतर, त्यांच्या हाती देण्यात आलं होतं. प्रतिपक्ष कोणते प्रश्न विचारणार याची त्या तिघांपैकी कुणीही कल्पना करू शकत नव्हता.

दुपारी डॉ. रेश्माची साक्ष सुरू झाली. त्यांच्याकडे बरेच श्रीमंत वृद्ध येतात हे त्यांनी मान्य केलं. त्यातल्या बऱ्याच जणांना वेगवेगळ्या व्याधी असतात, हे त्यांनी मान्य केलं. त्यानंतर त्या रुग्णाची फुफ्फुसं बदलतात, त्याला त्यांनी होकार दिला. किंबहुना, मेंदू सोडून मानवी शरीरातील जवळजवळ सर्व अवयव बदलता येतात आणि सत्तरीचा वृद्ध पस्तिशीतील तरुणासारखा वागू लागतो, हेही त्यांनी सांगितलं. मूळपेशींचा उपयोग करून बहुतेक अवयव वाढवले जातात. त्याच व्यक्तीच्या मूळपेशी म्हणजे स्टेम सेल्स उपलब्ध नसतील, तर दुसऱ्या जवळच्या नातेवाइकांच्या मूळपेशी चालू शकतात. त्याही उपलब्ध नसतील, तर इतरांच्या मूळपेशी घेऊन निर्माण केलेले अवयव वापरता येतात, हेही त्यांनी मान्य केलं.

मेंदूमध्ये बाहेरून पेशी सोडून मेंदूतील अकार्यक्षम पेशींमुळे होणारे तोटे भरून काढता येतात हे त्यांनी सांगितलं. या प्रश्नोत्तरांमध्ये तिंबूनानांच्या वकिलांनी अनेकदा हरकतीचे मुद्दे उपस्थित केले होते. पण, या खटल्याचं गुंतागुंतीचं स्वरूप लक्षात घेता, काही वैज्ञानिक मुद्दे आधीच स्पष्ट करणं भाग आहे, असं फिर्यादीच्या वकिलांनी सांगितल्यावर, या हरकती फेटाळण्यात आल्या होत्या.

मग वकिलांनी डॉ. रेश्मांना प्रश्न केला, ''तिंबूनाना तुमच्याकडे आले, तेव्हा त्यांची प्रकृती कशी होती?'' त्यावर व्यावसायिक नीतीनुसार डॉक्टर रुग्णाबद्दलची माहिती गुप्त ठेवायला बांधलेला असतो, असं त्या म्हणाल्या. हा त्यांचा अधिकार न्यायालयात मान्य होता, म्हणून मग फिर्यादी पक्षानं तिंबूनानांना साक्षीला बोलावलं; पण नंतर डॉ. रेश्मांना पुन्हा साक्षीदार म्हणून बोलावण्याची परवानगी घेतली.

तिंबूनाना हृदयविकाराचा सौम्य झटका आल्यामुळे वैद्यकीय उपचारार्थ रुग्णालयात दाखल झाले होते. तिथं त्यांना डॉ. रेश्मांच्या संशोधनाची माहिती कळली होती. त्यांच्या हृदयाला रक्तपुरवठा करणाऱ्या रक्तवाहिनीत तीन ठिकाणी अडथळे होते. मूत्रपिंड ७०% क्षमतेनं काम करीत होती. हात थरथरत असे, मधूनमधून विस्मरण होत असे, या तक्रारी ऐकल्यावर त्यांच्यावर उपचार सुरू झाले होते; तेव्हा तिंबूनानांनीच हे सर्व आज ना उद्या बंद पडणारे अवयव बदलून टाका, असं डॉ. रेश्मांना सांगितलं होतं. डॉ. रेश्माच्या दृष्टीनं हा एक प्रयोग होता. 'मी पुन्हा नव्यासारखा झालो तर वैद्यकीय तंत्रज्ञानाच्या व्यवसायात म्हणाल तितकं भांडवल मी गुंतवीन' तिंबूनानांनीच त्यांना सांगितलं होतं. या

पाच वर्षांच्या काळातल्या सतत सहवासानं, नव्यानं तरुण झालेल्या तिंबूनानांच्या मेंदूतील काही भाग, मूत्रपिंडे, स्वादुपिंडातील इन्शुलिननिर्मात्या बीटापेशी, हृदय आणि हृदयाला रक्तपुरवठा करणाऱ्या रक्तवाहिन्या आणि वृषण हे अवयव चक्क नवे होते. यांतले काही तिंबूनानांच्या पेशींचे क्लोन होते; पण त्या तंत्रावर अजून बंदी होती. त्यामुळे बाकीचे अवयव मूळ पेशींतून मिळविलेले होते. या मूळ पेशी कुठून आल्या ते तिंबूनानांना ठाऊक नव्हतं.

यावर साक्षीदारांची तपासणी करण्यास तिंबूनानांच्या वकिलांनी वेळ मागितला, तेव्हा फिर्यादीच्या वकिलांनी डॉ. रेश्मा यांना परत साक्षीदाराच्या पिंजऱ्यात उभं केलं. "हे सर्व खरं आहे का?" हा एकच प्रश्न त्यांना विचारण्यात आला त्याला त्यांनी होकारार्थी उत्तर दिलं. उत्तर देऊन त्या साक्ष संपली म्हणून वळल्या. तेवढ्यात वकील म्हणाले, "एक मिनिट! अगदी एकच मिनिट! हृदयासारखा अवयव बदलल्यावर मानवी स्वभावात फरक पडतो, यावर तुमचं काय म्हणणं आहे?"

डॉ. रेश्मा हसल्या आणि म्हणाल्या, "तुम्ही डॉ. पॉल पीअर्सालच्या संशोधनाबद्दल बोलत असणार! ते खरं आहे. माणसाला भूल दिलेल्या अवस्थेत मृत्यूचं दर्शन झालं, तरी त्याचा स्वभाव अगदी पूर्णपणे बदलू शकतो. मूत्रपिंडे, हृदय, यकृत आदी अवयव बदललेल्या व्यक्तीच्या बाबतीत हा अनुभव येतोच येतो!"

"थँक्यू, मॅडम!" वकील म्हणाले.

डॉ. रेश्मा काय किंवा तिंबूनाना काय, या दोनच - फिर्यादी पक्षानं साक्षीदार म्हणून बोलावलेल्या व्यक्तींची उलटतपासणी करण्यात काहीच अर्थ नव्हता. तिंबूनानांच्या मेंदूवर परिणाम झालेला नाही व ते बौद्धिक सक्षम आहेत याबद्दल एका मानसोपचार तज्ज्ञाची साक्ष झाल्यानंतर साक्षीदार संपले.

फिर्यादीच्या वकिलांनी त्यांची बाजू मांडायला सुरुवात केली. त्यांच्या म्हणण्याप्रमाणे, या वकिलांच्या आशिलांना जन्म देणारे तिंबूनाना आणि हे तिंबूनाना यांच्यामध्ये जमीन-अस्मानाचा फरक होता. जरी या तिंबूनानांचं बाह्यरूप हे त्या तिंबूनानांच्या बाह्यरूपाशी मिळतंजुळतं असलं, तरी तो प्लॅस्टिक सर्जरीचा परिणाम होता. हे तिंबूनाना ६८ वर्षांचे न दिसता, ३८ वर्षांचे भासत होते; याला कारण तेच होतं. तिंबूनाना केवळ बाहेरूनच बदललेले नव्हते, तर आतूनही बऱ्यापैकी बदललेले होते. त्यांचे अवयव ज्याप्रमाणे बदलले होते, त्याचप्रमाणे त्यांच्या हाडांमधील मगजही बदललेला होता; त्यामुळे त्यांच्या रक्तपेशीही बदललेल्या होत्या. अशाप्रकारच्या शस्त्रक्रियेनंतर माणसाच्या स्वभावातही मूलभूत फरक पडतो, हे तिंबूनानांच्या निकटवर्ती आणि

आंतरराष्ट्रीय ख्यातीच्या शल्यशास्त्रज्ञ डॉ. रेश्मांनीच न्यायालयात सांगितलं होतं. यामुळेच पहिल्या तिंबूनानांनी केलेलं मृत्युपत्र बदलायचा या नव्या तिंबूनानांना काहीच अधिकार नव्हता. बरेचदा माणूस त्यांच्या वारसांची बदललेली वागणूक कदाचित स्वार्थी, काही वेळा बेजबाबदार, उधळी तर काही वेळा उर्मट बनलेली अशी असते; यामुळं मृत्युपत्र बदलतो. तसं गेल्या सात वर्षांत काहीही घडलेलं नव्हतं.

जे घडलं ते तिंबूनानांच्या बाबतीतच घडलेलं आहे. तिंबूनाना अंतर्बाह्य खरोखरच बदललेले आहेत. जेव्हा आपली वृद्धत्वाकडे वाटचाल सुरू झाली हे त्यांच्या लक्षात आलं, तेव्हा त्यांनी तज्ज्ञांचा सल्ला घेतला. त्यांनी तिंबूनानांच्या पेशींचा अभ्यास करून तिंबूनाना ऐंशी वर्षांपर्यंत जगू शकतील, असा निष्कर्ष काढला. त्यावर तिंबूनानांनी त्यांचं आयुष्य वाढवायचा निर्णय घेतला. आधुनिक विज्ञानाच्या साहाय्यानं ते शक्य होतं. प्रत्येक गुणसूत्राच्या टोकाला 'टिलोमर' नावाचं शेपूट असतं. ते पाहून माणूस किती जगेल हे जसं सांगता येतं, त्याचबरोबर 'टेलोमरेज' या संप्रेरकाच्या साहाय्यानं आयुष्य वाढवता येतं; पण त्यात काही वेळा धोका असतो. तो टाळण्यासाठी तिंबूनानांनी नवे अवयव बसवले. या काळात तिंबूनाना बदलले आणि त्यांनी आमच्या अशिलांचा न्याय्य आणि नैसर्गिक हक्कच हिरावून घेतला. आमच्या अशिलांच्या मते हे योग्य नाही...' असं पल्लेदार भाषण तिंबूनानांच्या वारसांच्या मुलांच्या वकिलानं केलं.

तिंबूनानांच्या वकिलांनी शास्त्रीय मुद्यामध्ये न शिरता, तिंबूनानांच्या सहीनंच पूर्वी व्यवहार चालत होते आणि आताही चालतात – केवळ वैद्यकीय उपचार करून घेतले या कारणाकरिता तिंबूनानांच्या मनाप्रमाणे वारस नेमण्याचा हक्क रद्द होत नाही; तिंबूनाना या मुलांना नव्या व्यवसायासाठी मदत करायला तयार आहेत, पैसेही द्यायला तयार आहेत, हे सांगितलं. न्यायमूर्तींनी दोन्ही बाजूंचे वकील आणि पक्षकारांना त्यांच्या कचेरीत बोलावून घेतलं आणि तिथं 'इन कॅमेरा' चर्चा करूनच काय तो निर्णय दिला जाईल, असं जाहीर केलं.

न्यायाधीश महाराजांच्या कक्षात तिंबूनाना, डॉ. रेश्मा, तिंबूनानांचे वकील, तिंबूनानांचे मुलगे, सुना, मुलगी, जावई आणि त्यांचे वकील असे जमले. न्यायमूर्तींनी सर्वांनाच बसायला सांगितलं. ते म्हणाले,

"तुमच्या खटल्याचा निकाल तर मला द्यावाच लागणार! सध्याचा कायदा ज्यावेळी झाला, त्या वेळी रक्तदान हे एक क्रांतिकारक तंत्र मानलं जात असे. तुमच्या खटल्याचा निकाल द्यायला हा कायदा पुरेसा नाही, हे मी जाहीरपणे सांगू शकत नाही. मी काहीही निकाल दिला तरी ज्याच्याविरुद्ध तो निकाल

जाईल, तो पक्ष उच्च न्यायालयात जाईल. सर्वोच्च न्यायालयापर्यंत जाण्याइतका दोन्ही बाजूंकडे पैसा आहेच. या सर्व प्रक्रियेत दहा-बारा वर्षे किंवा त्याहून अधिक काळ जाईल. तंत्रज्ञान अधिक प्रगत होईल. कदाचित, क्लोनिंग अधिकृतरीत्या होऊ लागेल. यामुळे मी एक अनुभवी आणि व्यावहारिक सल्ला देतो, की हे प्रकरण सामोपचारानं मिटवा. तेच श्रेयस्कर.

"हे एकदा झालं, की कायद्यात बदल करण्यासाठी तुमच्या खटल्यामुळेच जी चळवळ उभी राहिली आहे तिला मदत करा, ते एक महत्त्वाचं सामाजिक कार्य ठरेल! तुमचा काय निर्णय ठरेल तो मला एका आठवड्यात सांगा. तुमचाच हा खटला गेली नऊ वर्षं चाललाय, म्हणजे तो आणखी किती चालेल ते बघा. विचार करा." न्यायमूर्तींनी मागवलेला चहा सर्वजण प्यायले आणि बाहेर पडले.

एका आठवड्यानं हा खटला सामोपचारानं मिटल्याचं जाहीर झालं. काही निवृत्त न्यायमूर्तींच्या मदतीनं कायदे सुधारण्यासाठी एक न्यास नेमला गेला. त्यानंतर तिंबूनानांनी त्यांच्या मुलांना एकेका उद्योगाचं मुख्यत्यारपत्र दिलं आणि ते नव्यानं स्थापन केलेल्या वैद्यकीय तंत्रज्ञान व्यवसायाची वाढ करण्यात गुंतले; आणि इतके दिवस वृत्तपत्रांना आणि इलेक्ट्रॉनिक माध्यमांना मिळणारं खाद्य आपोआपच मिळायचं थांबलं.

■

रोबॉट फिक्सिंग

◈

रमेशनं डोकं खाजवलं. मग त्यानं चष्मा काढून शर्टच्या बाहीनं पुसला. तो पुन्हा डोळ्याला लावला. काच साफ झालेली नव्हतीच. त्यानं पुन्हा चष्मा डोळ्यावरून काढला, पँटच्या मागच्या खिशातून रुमाल काढला. त्या रुमालाचं एकूण स्वरूप लक्षात घेता चष्म्याची काच साफ होईल, याची कोणतीच खात्री देता येणार नाही हे त्याच्या लक्षात आलं होतं. मग त्यानं तोंडानं चष्म्याच्या काचेवर फुंकर मारली. त्यानंतर आऽऽवासून काचेवर वाफ सोडली पुन्हा ती काच पुसली. डोळ्यावर चष्मा चढवला. मान हलवली. मगाशी दिसत होतं त्यापेक्षा आता ह्या चष्म्यातून बरंच बरं दिसत होतं. खरं तर त्यानं चष्मा लावला नसता तरी चालू शकलं असतं. त्याच्यापेक्षा जास्त नंबर असलेले तरुण चष्मा लावायची टाळाटाळ करीत होते पण रमेशला नंबर येताच त्यानं चष्मा लावायला सुरुवात केली होती. आपले केस पांढरे दिसावेत म्हणून पांढरा कलप मिळेल का, अशी तो चौकशी करत असल्याची अफवाही काही दुष्टांनी पसरवली होती; पण तिच्यात तथ्य नव्हतं. आपण हुशार दिसावं, स्कॉलर्ली लुक असावा ह्यासाठी रमेश धडपडत असे. खरं तर तंत्रज्ञान विषयात त्यानं पदवी मिळवली होती. त्याच्या नावावर दोन-तीन शोधांचे एकाधिकार होते. त्याच्या वयाच्या इतर तरुणांसारखे त्याला नोकरीसाठी प्रयत्न करावे लागत नव्हते. छोकरी ह्या विषयात त्याला फारसा रस नव्हता. मुलींचं वागणं अतार्किक असतं, असं त्याचं मत होतं. तो त्याच्या इलेक्ट्रॉनिकी प्रयोगशाळेतच आयुष्यातला बहुतेक वेळ घालवत होता. त्याला जगातील सर्वश्रेष्ठ यंत्रमानव तयार करायचा होता.

दूरचित्रवाणीवर वेगवेगळ्या प्रकारच्या यंत्रमानवांच्या शर्यती त्यानं पाहिलेल्या होत्या. फुटबॉल लाथेनं दूर उडविणारे यंत्रमानव; दूरवर भाला फेकणारे

यंत्रमानव, बोलणारे यंत्रमानव, लिहिणारे यंत्रमानव असे अनेक प्रकारचे यंत्रमानव त्याला या स्पर्धांत बघायला मिळत असत. पाहू शकणारा यंत्रमानव त्यानेच बनवला होता; पण त्याला विचार करणारा, माणसासारखं बोलणारा, चालणारा, वागणारा यंत्रमानव तयार करायचा होता. कृत्रिम बुद्धिमत्ता म्हणजे आर्टिफिशियल इंटेलिजन्स या क्षेत्रातील अखेरचा शब्द म्हणजे रमेश असं लोकांनी म्हणायला हवं, असं त्याला वाटत होतं. प्रत्येकाला असं काही ना काही वाटत असतं पण ते साध्य होतंच असं नाही. अनेक मुलांना मनातून सचिन तेंडुलकर व्हायचं असतं. त्यांना शाळा-महाविद्यालयाच्या संघातही घेतलं जात नाही. रमेशचं तसं नव्हतं. आत्ताच त्याचं नाव गाजत होतं पण तरीही तो समाधानी मात्र नव्हता. आज ना उद्या आपण हुबेहूब दुसरा माणूस वाटेल असा यंत्रमानव तयार करायचाच, हा त्याचा पण त्याला स्वस्थ बसू देत नव्हता.

त्यानं यासाठी आयझॅक ॲसिमोव्हपासून निरंजन घाट्यांपर्यंत ज्यांनी ज्यांनी यंत्रमानवांवर विज्ञानकथा लिहिल्या होत्या त्या सर्व वाचून काढल्या होत्या. एवढंच नव्हे तर अगदी इसवी सनाच्या सुरुवातीच्या काळात लोकांनी जी वेगवेगळी मानवी कामं करणारी यंत्रं तयार केली होती त्या सर्व यंत्रांच्या प्रतिकृती त्यानं तयार केल्या होत्या. त्यात फरक एवढाच होता, की प्राचीन काळी त्या त्या तंत्रज्ञांनी ऊर्जेची जी व्यवस्था केली होती त्याऐवजी रमेशनं अर्थातच विद्युत ऊर्जा वापरली होती.

'जर प्रत्येक अवजार आपलं काम स्वत:च करू लागलं, जर ते दिलेल्या आज्ञा ऐकू लागलं किंवा आज्ञा न देताही ठरावीक वेळी ठराविक काम करणं आवश्यक आहे, हे जाणून काम करू लागलं, जर धोटा स्वत:हून विणू लागला, कुदळ स्वत:हून खणू लागली, जर वाद्यांवरून आपोआप गज फिरून सूर निघू लागले तर मुकादमाला नोकरांची आणि माणसाला गुलामांची गरजच उरणार नाही.' असं ॲरिस्टॉटल तेविसशे वर्षांपूर्वी बोलून गेला होता. इतर अनेक यंत्रमानव-शास्त्रज्ञांप्रमाणं रमेशच्या हृदयावरही हे शब्द कोरले गेलेले होते. हीरोनं केलेल्या यांत्रिक करामतींपासून हैद्राबादच्या घड्याळापर्यंतच्या यांत्रिक वैचित्र्यांचा त्यानं अभ्यास केलेला होता पण असल्या यांत्रिक करामतींमध्ये त्याला रस नव्हता. स्वत: विचार करून माणसांप्रमाणे वागणारा यंत्रमानव त्याला तयार करायचा होता. असा यंत्रमानव बनवण्याची आंतरराष्ट्रीय तंत्रज्ञान क्षेत्रातील शर्यत त्याला जिंकायची होती. त्यासाठी त्याचे सतत प्रयत्न चालले होते. हे प्रयत्न इतके जोरदार होते, की बरेचदा तो तहानभूक विसरून त्याच्या घराच्या मागच्या बाजूला असलेल्या त्याच्या काम करण्याच्या जागेत त्याच्या भाषेत कारखान्यात तो काम करीत बसे. कारखाना म्हणजे पूर्वी हा मोटार

ठेवण्याचा तबेला होता; म्हणून 'कार'खाना असं तो स्पष्टीकरण देत असे. जसं दवा मिळतो तो दवाखाना. हा त्याचा विनोद बरेचदा डोक्यावरून गेला, की आलेली व्यक्ती विचारायची "मग आता कार कुठं ठेवता?" "मी घराबाहेरच पडत नाही, म्हणून विकून टाकली." तो उत्तर द्यायचा.

रमेशचा यंत्रमानव तयार झाला. त्याचं शरीर रमेशनं तयार केलं होतं. बाह्यरूप तरी हुबेहूब माणसासारखं होतं. आता आतल्या करामतींची चाचणी सुरू झाली. नव्या रेण्विक तंत्रज्ञानाच्या साहाय्यानं या यंत्रमानवाचा मेंदू बनविण्यात आला होता. नॅनो तंत्रज्ञानाच्या पुढची ही पायरी आत्मसात करायला आधी रमेशला आणि मग त्याच्या यंत्रमानवाला खूप वेळ लागला होता, असं रमेशला वाटत होतं. खरं तर रमेशनं त्याच्या यंत्रमानवासह हे तंत्रज्ञान केवळ २ वर्षांत आत्मसात केलेलं होतं. हा यंत्रमानव पाहून लोक आश्चर्यानं तोंडात बोट घालणार ह्यात शंकाच नव्हती. स्वत: रमेश रोज त्याच्या यंत्रमानवाला व्यवहारज्ञानाचे धडे देत होता. ह्याचं कारण यंत्रमानव किती मठ्ठ असतात, हे त्यानं बऱ्याच कथांमधून वाचलं होतं. "मालकीणबाई हे कुठं ठेवू?" असं विचारणाऱ्या यंत्रमानवाला "ठेव माझ्या बोडक्यावर," असं उत्तर देणाऱ्या महिलेच्या डोक्यावर दुधाची पिशवी ठेवणाऱ्या यंत्रमानवाची गोष्ट त्यानं शाळेत असताना वाचली होती. किंबहुना शाळेत विज्ञानकथा वाचायचा छंद लागला तेव्हापासून त्यानं जास्त करून यंत्रमानवाच्या गोष्टी वाचण्यावरच भर दिला होता. ॲसिमोव्हच्या यंत्रमानवी कथांतून वारंवार पुढं येणारे यंत्रमानवाचे मूलभूत नियम त्याला पाठ होते. अजूनही तो मनातल्या मनात त्या नियमांची उजळणी करीत असे. त्याच्या कारखान्यातही ते ठळकपणे दिसतील अशा तऱ्हेनं लटकवण्यात आले होते. ते असे –

नियम पहिला – मानवाला अपाय होईल अशी कोणतीही कृती यंत्रमानव करणार नाही किंवा त्याच्या कृतिशून्यतेमुळं तो मानवास अपाय होऊ देणार नाही.

दुसरा नियम – पहिल्या नियमास बधा येईल असं कोणतंही कृत्य न करता तो मानवाच्या सर्व आज्ञा पाळेल.

तिसरा नियम – वरच्या दोन्ही नियमांचं पालन करून तो स्वत:चं संरक्षण करील.

हे नियम त्याच्या यंत्रमानवाच्या मेंदूत ठसवायचे त्याने ठरवले होते; पण त्याचबरोबर आपला यंत्रमानव मालकिणीच्या डोक्यावर दुधाची पिशवी ठेवणारा होऊ नये म्हणून त्याला व्यवहारज्ञान शिकवायचा निश्चयही त्यानं केला होता.

यंत्रमानवाला व्यवहारज्ञान शिकवणं वाटतं तितकं सोपं नाही, हे लवकरच

त्याच्या लक्षात आलं, पण रमेश हटला नाही. रेण्विक प्रक्रियक वापरलेल्या त्याच्या यंत्रमानवाचा संगणकी मेंदू हा कुठल्याही बृहद्संगणकाच्या तोंडात मारील इतका जलदगती होता. रमेशनं त्या मेंदूत जेवढी माहिती भरता येणं शक्य होतं, ती भरली होती. ब्रिटानिकासारख्या विश्वकोशापासून रामायण, महाभारताबरोबर सर्व संस्कृतींच्या प्राचीन ग्रंथांपर्यंत ह्या मेंदूत माहिती ठासून भरलेली होती. अनेक साहित्यकृती त्या यंत्रमानवाच्या मेंदूत विसावल्या होत्या त्यामुळं रमेशचा यंत्रमानव एकविसाव्या शतकातील सर्वांत परिपूर्ण ज्ञानी यंत्रमानव, ह्या वर्णनास प्राप्त होता. ह्यात विशेष असं काही नव्हतं. पृथ्वीवरल्या सर्वच बृहद्संगणकांमध्ये ही माहिती भरलेली होतीच. इथं ही आकारानं कमी असलेल्या संगणकात भरलेली होती, एवढंच. आता प्रश्न होता ह्या सर्व माहितीचा उपयोग करून व्यावहारिक तऱ्हेने वागायची सुरुवात करणं, ह्या यंत्रमानवाला जमेल की नाही ह्याचा.

थापा मारणं आणि व्यावहारिक असत्य ह्यांच्यात फरक असतो; हे यंत्रमानवाला कसं समजावून द्यायचं, हे रमेशला उमगत नव्हतं. म्हणजे एखाद्या माणसानं मित्रांमध्ये गप्पा मारताना बढाया मारणं वेगळं, एखादी त्रासदायक आणि फुकट वेळ खाणारी व्यक्ती दिसली की, 'साहेब, घरी नाहीत' असं सांगणं वेगळं आणि फायद्यासाठी खोटं बोलणं वेगळं, हा फरक यंत्रमानवाला ज्या दिवशी समजेल त्या दिवशी आपला यंत्रमानव हुबेहूब माणूस बनला, असं म्हणायला तो तयार झाला असता.

हे यंत्रमानवाला कळावं, म्हणून त्यानं यंत्रमानवाला बिरबल, तेनालीराम, मुल्ला नसिरुद्दिन अशा मंडळींच्या कथा वाचायला दिल्या. यंत्रमानवाला अशा कथा समजावून सांगणे हे अरसिकाला सुंदर तरुणीचं वर्णन ऐकवणं किंवा एखाद्या पहिलवानाला विनोद समजावून देण्याइतकंच अवघड असल्याचं त्याच्या लक्षात आलं. मग त्याच्या लक्षात आलं, की यंत्रमानवालाही सामान्य स्त्री आणि सुंदर स्त्री ह्यातला फरक ओळखून दाखवणंही अवघड आहे आणि एखादा विनोद समजावून देणंही अवघड आहे. किंबहुना यंत्रमानवास विनोद समजावून देताना तो रडकुंडीला आला. तरी त्याचे अथक प्रयत्न चालूच राहिले. आज ना उद्या ह्या यंत्र्याच्या डोक्यात प्रकाश पडेल अशी त्याला भाबडी आशा वाटत होती.

त्यानं एकदा यंत्रमानवाला एक विनोद सांगितला.

इंग्रजी मासिकातला होता. एक अमेरिकन माणूस शिकारीच्या मौसमात शिकार करण्यासाठी रानात जायची तयारी करू लागला. तो बायकोचा निरोप घ्यायला गेला तर त्याची पत्नी शिकारीचा वेष घालून तयार झालेली त्याला

दिसली. त्यानं तिचं मन वळवायचा प्रयत्न केला; पण 'मी शिकारीला येणारच' हा तिचा हट्ट काही संपेना. मग त्यानं नाइलाजानं तिला बरोबर न्यायचं ठरवलं. ते रानाच्या सीमेवर गाडी ठेवून रानात शिरले. रान सुरू झाल्यावर थोड्याच वेळात एक उंच झाड त्याला दिसलं. त्यानं बायकोला तिची बंदूक दिली. तिला झाडावर चढवली. ती एका बेचक्यात नीट बसली ह्याची खात्री करून घेतली आणि उतरण्यापूर्वी त्यानं बायकोला सूचना दिल्या –

"सांबर तांबड्या रंगाचं असतं. ते झाडीतून येताना खुसफुस होते. ते दिसलं की त्याच्यावर गोळी झाड. मात्र ते मेलं असं समजून खाली उतरू नकोस. जखमी सांबर शिंगानं भोसकून माणसाला मारू शकतं. गोळीचा आवाज ऐकून मी येईन आणि पुढं काय करायचं ते करीन."

तो माणूस अशा तऱ्हेनं पत्नीला झाडावर बसवून जंगलात शिरला. दहा मिनिटांतच त्याला गोळीचा आवाज ऐकू आला म्हणून घाईघाईनं तो परतला. त्याला त्याच्या बायकोचा आवाज झाडीत ऐकू आला. "माझ्या हरणाला हात लावायचं कारण नाही. तू त्याच्याजवळ गेलास तर मी गोळी घालीन." हे ऐकून तो फार आश्चर्यचकित झाला. त्याच्या बायकोच्या ह्या धमकीला मिळालेलं उत्तर ऐकून त्याला काय करावं हे सुचेना. तो आवाज पुरुषी होता. तो पुरुष म्हणाला, "बाई, मी तुमच्या हरणाला काही करणार नाही, पण मला त्याच्या पाठीवरचं खोगीर तर काढून घेऊ दे." हा विनोद सांगून रमेशनं त्याच्या वेगवेगळ्या मित्रांची दाद मिळवली होती. त्या यंत्रमानवानं विचारलं, "पुढं काय झालं?" काय सांगणार? तरीही प्रयत्न न सोडता रमेश म्हणाला, "अरे, त्या बाईनं फॉरेस्ट रेंजरचा घोडा हरिण समजून मारला होता." "मग? बरीच माणसं चुका करतात, तशी तिनं केली. त्यात विनोद काय झाला?" रमेशनं असे बरेच प्रयत्न केले पण, 'त्यात हसायला काय झालं?' ह्या यंत्रमानवाच्या प्रश्नामुळं त्याला वेड लागायची पाळी आली होती. आपला यंत्रमानव माणूस बनू शकणार नाही, हे त्याला हळूहळू पटू लागलं होतं.

दरम्यान कुठं तरी एक यंत्रमानवांची स्पर्धा असल्याचं जाहीर झालं. इतर यंत्रमानवांची जी माहिती प्रसिद्ध झाली ती पाहता रमेशचा यंत्रमानव ही स्पर्धा सहज जिंकेल असं रमेशला वाटत होतं. त्याच्या ह्या आत्मविश्वासाला किंवा यंत्रविश्वासाला म्हणू, कारणही तसंच होतं. यंत्रमानवी विश्वासंबंधी माहितीला वाहिलेली जी नियतकालिकं होती त्यात ह्या स्पर्धेत भाग घेणाऱ्यांसंबंधी माहिती देण्यात आली. ह्यातल्या काही यंत्रमानव निर्मात्यांनी त्यांच्या यंत्रमानवाचं कर्तृत्व फुगवून सांगितलंय असं गृहीत धरायला वाव होता. तर काहींनी आपल्या प्रतिस्पर्ध्यांना गाफिल ठेवण्याच्या उद्देशाने आपल्या यंत्रमानवाला

मुद्दामच कमी लेखलं असावं, असं समजायलाही वाव होता. ह्या सगळ्या बाबींचा विचार करूनही रमेशचा यंत्रमानव हा त्या यंत्रमानवांना भारी ठरणार होता. रमेशला ती खात्री होती. त्यानं त्याच्या यंत्रमानवासह ह्या स्पर्धेत भाग घ्यायचं ठरवलं. आश्चर्याची गोष्ट म्हणजे रमेशचा यंत्रमानव हरला. रमेशनं त्याचा यंत्रमानव जिंकेल म्हणून पैसे लावले होते ते चक्क पाण्यात गेले. ह्या स्पर्धेत पैज जिंकणाऱ्याला जास्तीत जास्त रु. ५०००/- मिळणार होते. बक्षीसही तेवढंच होतं. रमेश निराश झाला. अनेकांनी त्याला 'तू ह्या असल्या यंत्रमानवासह स्पर्धेत उतरणं चुकीचं आहे', असा अनाहूत सल्ला दिला. त्याचा यंत्रमानव हुबेहूब माणसासारखा दिसतो आणि हालचाली करतो, हे पाहून एका साडीच्या दुकान मालकानं रमेशला ऑफर दिली. ती सोडली तर ह्या स्पर्धेतून रमेश, परदेशात मार खाऊन परतणाऱ्या कुठल्याही भारतीय क्रिकेट संघाप्रमाणं, 'बेटर लक नेक्स्ट टाईम!' अशा शुभेच्छा घेत परतला.

रमेश जरी मनातनं निराश झाला, तरी त्यानं खटाटोप आवरता घेतला नव्हता. तो पुन्हा कसून कामाला लागला. उंच जागी जाळं बांधणाऱ्या कोळ्याप्रमाणेच तो अतिशय प्रयत्नशील, सततोद्योगी आणि आशावादी होता. त्यानं त्या यंत्रमानवाची पुन्हा पुन्हा तपासणी केली. पुन्हा पुन्हा चाचण्या केल्या. आपल्या यंत्रमानव त्या तिसऱ्या दर्जाच्या स्पर्धेत का हरावा हे त्याला कळलं नव्हतं.

दरम्यान दिल्लीत एक यंत्रमानव स्पर्धा आयोजित करण्यात आली. चेंडू लाथेनं मारणे, हातानं बास्केटबॉल कडीत टाकणे, अडथळे ओलांडत शंभर मीटर चालणे, काही कोडी सोडवणे अशी ही स्पर्धा होती, कोड्यात शब्दकोडी, चातुर्यकोडी आणि गणितीकोडी होती. बक्षीस होतं २५ हजार रुपये. ह्यावर बेटिंगही करण्यात येत होतं. रमेशच्या यंत्रमानवावर एकास शंभर भाव होता. त्याच्यावर गंमत म्हणूनही कुणी पैसे लावायला तयार नव्हतं. रमेशचा यंत्रमानव हरला. पार फज्जाच उडाला त्याचा. सर्वांत मठ्ठ यंत्रमानव ह्या औपरोधिक किताबानं त्याला सन्मानित (?) करण्यात आलं. 'सौंदर्य आणि बुद्धी ह्यांचं वाकडं असतं; हे यंत्रमानवानंसुद्धा सिद्ध करून दाखवलं, असं वृत्तपत्रांनी रमेशच्या यंत्रमानवासंबंधी लिहिलं. एका कापड निर्मात्या कंपनीनं ह्या देखण्या पण मठ्ठ यंत्रमानवाला सुटाच्या जाहिरातीत घेतो, असं रमेशला कळवलं. 'मठ्ठ यंत्रमानवसुद्धा आमच्या कापडाचे सूट घातल्यावर चलाख वाटतात.' अशी जाहिरात करण्याची त्यांची तयारी होती. रमेशनं ह्या मागणीस नकार दिला. तो पुन्हा कामाला लागला.

काही दिवसांनी रमेशला फोन आला. यंत्रमानव क्षेत्रातील एका व्यक्तीनं

खरं तर रमेशचा पाणउतारा करण्यासाठी हा फोन केला होता. रमेशच्या प्रयत्नांबद्दल सहानुभूती व्यक्त करत तो म्हणाला. "रमेश, तुझा यंत्रमानव आत्तापर्यंत सात-आठ स्पर्धा हरला आहे. अमेरिकेत एक संग्रहालय तयार करताहेत. 'यंत्रमानव निर्मितीचे अयशस्वी प्रयत्न' ह्या दालनात तुझ्या यंत्रमानवाला नक्कीच मानाचं स्थान मिळेल. तिथं तू तुझा यंत्रमानव पाठव." रमेश चिडला पण काय बोलणार. गप्प बसला. आपला यंत्रमानव इथं पोपटासारखा बोलतो. घरातली सर्वच्या सर्व कामं करतो. आपले सर्व व्यवहार पार पाडतो मग स्पर्धेतच त्याला काय होतं? ह्या प्रश्नानं रमेशला सतावलं. त्यानं एकदा वैतागानं त्याच्या मित्राला त्याची व्यथा सांगितली. तो मित्र हौशी मानसशास्त्रज्ञ होता. तो म्हणाला 'तुझ्या यंत्रमानवाला न्यूनगंड असणार!' ज्याप्रमाणे पालकांचे गुण दोष मुलात उतरतात त्याप्रमाणे निर्मात्याचे गुणदोष यंत्रमानवात उतरत असणार. रमेशनं त्या मित्राला हुसकून लावलं; पण त्या मित्रानं सांगितलेला न्यूनगंडाचा मुद्दा त्याला त्रास देऊ लागला. काय केलं तर त्या यंत्रमानवाचा न्यूनगंड कमी होऊ शकेल हे त्याला कळेना. यंत्रमानवाला घेऊन आपण जर मानसोपचार तज्ञाकडे गेलो तर तो आपल्याला मनोरुग्णालयात पाठवील हा विचार त्याला त्रास देऊ लागला. यंत्रमानव-मानसशास्त्र किंवा मानसोपचार असं काही असतं का, ह्या विचारानं त्याला त्या विचाराबरोबरच सतावलं होतं. शेवटी तो मित्र आपल्याला भेटलाच नसता तर बरं झालं असतं असं त्याला वाटू लागलं. ह्या मानसिक छळातून तो बाहेर पडला, त्याला कारण त्याच्या यंत्रमानवानं एक स्थानिक स्पर्धा जिंकली. तशी ती फारच किरकोळ स्पर्धा होती पण तीही हा यंत्रमानव हरेल की काय अशी भीती रमेशला वाटत होतीच; पण त्याची भीती निरर्थक ठरली.

ह्यानंतर राज्यपातळीवरच्या दोन सामान्य स्पर्धाही ह्या यंत्रमानवानं जिंकल्या. दरम्यान न्यूयॉर्कमध्ये एक आंतरराष्टीय यंत्रमानव स्पर्धा होती. ती खास अमेरिकन स्पर्धा असल्यामुळं लक्षावधी डॉलरची बक्षीसं होती. कुणीही ह्या स्पर्धेत भाग घेऊ शकत होता. बेटिंगही मोठ्या प्रमाणावर होतं. रमेशनं निराशेनं मान हलवली तेव्हा त्या स्पर्धेत आपण भाग घ्यायला हवा, असं त्याला यंत्रमानवानंच सुचवलं.

"मालक, पहिल्या फेरीत हरणाऱ्यालाही बक्षीसं आहेत. एखाद्या अमेरिकन फॅशन डिझायनरनं मला पसंत केला तर काही लाख डॉलर मिळतील." तो म्हणाला होता. शिकून परतल्यानंतर रमेशही अमेरिकेस गेला नव्हता. ही स्पर्धा न्यूयॉर्कमध्ये न होता कॅलिफोर्नियात, सिलिकॉन व्हॅलीजवळ झाली असती तर त्याला अधिक आनंद झाला असता, पण भारतापेक्षा न्यूयॉर्कला कॅलिफोर्निया

अधिक जवळ आहे, असा विचार करून तो अमेरिकेला जायला तयार झाला. मुख्य म्हणजे त्याच्या यंत्रमानवावर खूष झालेल्या एका विमानकंपनीनं, जर जाहिरात करायला पैसे घेतले नाहीत, तर रमेश आणि त्याचा यंत्रमानव ह्यांना एकत्र प्रवास करायची परवानगी दिलीच पण त्यांना अमेरिकेत बिनखर्चानं नेऊन परत आणण्याची जबाबदारीही घेतली. आपला 'यंत्र्या' बिनडोक असेल, पण दिसायला तर चांगला आहे, त्याचा फायदा झाला; असं रमेशला वाटलं. त्यानं तसं त्याच्या यंत्रमानवाला बोलूनही दाखवलं. ह्यावर यंत्रमानव चक्क हसला. "विनोद चांगला आहे." तो म्हणाला.

ते दोघं न्यूयॉर्कला पोहोचले. अमेरिकन अधिकाऱ्यांनी यंत्रमानवाचा पासपोर्ट व्हिसा मागितला. तो साहजिकच नव्हता. मग खूप वाद झाला. त्या विमानकंपनीचे अधिकारी तिथं आले, स्पर्धेचे संयोजक तिथं हजर झाले. न्यूयॉर्क टाइम्सचा वार्ताहर तिथं होता. इतरही अनेक वार्ताहर त्याच्या मागोमाग आले. रमेशला आणि त्याच्या यंत्रमानवाला खूप प्रसिद्धी मिळाली. मात्र हा यंत्रमानव हुबेहूब मानवासारखा दिसत असला तरी तो मठ्ठ आहे; ह्या निष्कर्षाप्रत सर्व वार्ताहर आले. टेनिसची एकही महत्त्वाची स्पर्धा न जिंकता टेनिसपटू म्हणून गाजणाऱ्या ॲना कुर्निकोव्हाशी त्याची तुलना झाली. तो मठ्ठ असल्यामुळंच मानव असल्याचा भास इमिग्रेशन ऑफिसरना झाला असावा, असा वॉशिंग्टन पोस्टनं तर्क केला. तर न्यूयॉर्क टाइम्सनं 'भारतीय लोक शिल्पकलेत पटाईत होते. भारतीय सुंदरींनी जागतिक सौंदर्य स्पर्धेत बक्षिसं मिळवली. अशा स्पर्धेत भाग घ्यायचं सोडून हा यंत्रमानव ह्या स्पर्धेत कशासाठी उतरतोय. आपला यंत्रमानव जास्तीत जास्त स्पर्धांत हरला, असा विक्रम प्रस्थापित करण्यासाठी बहुधा मिस्टर रमेश यांनी हा यंत्रमानव अशा महत्त्वाच्या स्पर्धेत उतरविण्याचा निर्णय घेतला असावा. अशा स्पर्धांपूर्वी खरंतर काही काही प्राथमिक फेऱ्या घ्याव्यात, त्यात उत्तीर्ण होणाऱ्या यंत्रमानवांनाच अशा स्पर्धेत उतरविण्याची परवानगी द्यावी.' असंही पत्र कुणीतरी लिहिलं. ते न्यूयॉर्क टाइम्ससारख्या वृत्तपत्रानं छापलं.

एका दूरचित्रवाणी वाहिनीनं ह्या 'डंब रोबॉट'ची मुलाखत घ्यायची परवानगी मागितली. रमेशनं ती दिली. दिली नसती तर अमेरिकन माध्यमांनी खूप टीका केली असती, हे यंत्रमानवानंच रमेशच्या लक्षात आणून दिलं होतं. खाजगीत एवढी अक्कल वापरणारा हा यंत्र्या स्पर्धेत का मार खातो, हा प्रश्न आणि ती न्यूनगंडाची हकिकत रमेशला पुन्हा त्रास देऊ लागली होती. हा मुलाखतीत काय दिवे लावतो, ते तरी बघू असं म्हणून रमेशनं त्याला दूरचित्रवाणी कॅमेऱ्यासमोर उभा केला.

"तू ह्या स्पर्धेत का उतरतोयस?"

"मी कुठं उतरतो. मालक मला घेऊन येतात. ते म्हणतात ऑलिंपिक स्पर्धेची जाहिरात बघितलीस? त्यात पायात गोळे आलेला धावपटू लंगडत लंगडत पळतो. स्पर्धा जिंकण्यापेक्षा स्पर्धेत भाग घेणं महत्त्वाचं. आपण भाग घेतो म्हणून तर इतरजण पहिले येतात. बाकीचं मालकांना विचारा."

खरं तर रमेश असं कधीच काही बोललेला नव्हता. आपण असं बोललो हे त्याला प्रथमच कळत होतं, पण आता कॅमेऱ्यासमोर उभं राहणं भाग होतं. त्याला पहिला प्रश्न विचारण्यात आला तो त्यानं त्याच्या यंत्रमानवावर किती पैसे लावले हा होता. त्यानं नकारार्थी मान हलवली तेव्हा तो मुलाखतकार म्हणाला,

"मिस्टर रमेश, तुमच्याकडे पैसे नसले तर आमची वाहिनी तुमच्या वतीनं त्या यंत्रमानवावर एक हजार डॉलर लावायला तयार आहे."

"ठीक आहे. तुम्ही पैसे लावणार. काहीही झालं तरी नंतर माझ्याकडे पैसे मागायचे नाहीत." रमेश म्हणाला.

"ठीक तर ठीक. मिस्टर रमेश, हरलो तरी आम्ही पैसे परत मागणार नाही. जिंकलात तरी त्या पैशात वाटा मागणार नाही; अर्थात तो प्रश्न उद्‌भवणार नाही, हे उघडच आहे." दात काढत त्या मुलाखतकारानं ह्या वाक्याबरोबर मुलाखत संपवली. वाईट दिसेल म्हणून मग रमेशनंही त्या वाहिनीबरोबरच त्याचेही हजार डॉलर त्याच्या यंत्रमानवावर लावले. एकास दोनशे असा भाव पडला. ह्यांनी पैसे लावले. म्हणनूच तो भाव जाहीर झाला, नाहीतर ह्या यंत्रमानवाला भाव नव्हताच आणि तिसऱ्या एका व्यक्तीनं त्याच्यावर गम्मत आणि आपलं नाव पेपरात यावं म्हणून बेटिंगची अखेरची मुदत संपता संपता ५ डॉलर लावले.

यंत्रमानव शर्यत सुरू झाली. त्यात यंत्रमानवांना बरीच कामं करून दाखवायची होती. रमेशचा यंत्रमानव मानवी दिसत असूनही त्यानं सर्वच कामं पार पाडली. शिवाय मोटर चालवून दाखवणे, स्वयंपाक करणे वगैरे कामंही त्यानं केली, ती इतर यंत्रमानवांना जमणं अवघड होतं. बरेच यंत्रमानव विशिष्ट कामासाठी निर्माण केलेले असल्यानं त्यांच्या वैशिष्ट्यांपुरतंच त्यांचं कौशल्य मर्यादित होतं. त्यांची सफाई त्या कामापुरतीच होती. त्या मानानं रमेशचा यंत्रमानव अष्टपैलू ठरला होता. मग बुद्धिमत्तेची चाचणी सुरू झाली. एकेक यंत्रमानव ह्या चाचणीस पुढे येत होता. बोलणारे यंत्रमानव मौखिक प्रश्नांना उत्तरे देऊ लागले. ज्यांना बोलता येत नव्हतं ते त्यांच्या पटलावर टंकलिखित उत्तरं देत होते. रमेशच्या यंत्रमानवाची पाळी आली. त्याला पहिलाच प्रश्न

खवचटपणाची कमाल करीत विचारला गेला होता.

"तू अक्कलशून्य म्हणजे डंबेस्ट रोबॉट म्हणून प्रसिद्ध आहेस. तुझ्यासारखे हुबेहूब माणसांसारखे दिसणारे यंत्रमानव कुठलीही स्पर्धा जिंकत नाहीत आणि जिंकणारही नाहीत, असं मला वाटतं. ते फक्त दिखाऊ असतात. तुझं काय म्हणणं आहे."

"सर, तुमचं मत मला वाटतं न्यूयॉर्क टाइम्स वाचून तयार झालं असावं. ओह्, सॉरी! तुम्ही न्यूयॉर्क टाइम्सचेच प्रतिनिधी आहात. मी थोडा भूतकाळात जातो. विसाव्या शतकातली गोष्ट आहे ही. १९२६ साली गोडार्डनी पहिला अग्निबाण उडवला. त्यावेळी न्यूयॉर्क टाइम्सनं एक अग्रलेख लिहिला होता. 'रॉबर्ट गोडार्ड' हे अग्निबाणाच्या साहाय्यानं चंद्रावर जाण्याच्या गोष्टी करताहेत. हे दिवास्वप्न खरं होणं शक्य नाही; कारण अवकाशाच्या निर्वात पोकळीत अग्निबाणाचं इंधन जळणारच कसं? तिथं त्याला ऑक्सिजन मिळणं शक्य नाही. ह्यानंतर २२ जुलै १९६९ ला, म्हणजे माणूस चंद्रावर उतरला त्याच्या दुसऱ्या दिवशी म्हणजे तब्बल ४३ वर्षांनी न्यूयॉर्क टाइम्सनं अग्रलेख लिहून आपल्या चुकीबद्दल गोडार्डची माफी त्याच्या मृत्यूनंतर २३ वर्षांनी मागितली. आता गेल्या आठवड्यात तुम्ही मला 'डंबेस्ट रोबॉट' ही पदवी दिलीत. उद्या तुम्हाला ती पदवी परत घेऊन वर माफी मागावी लागणार आहे." रमेशच्या यंत्रमानवाचं हे उत्तर ऐकून प्रेक्षकांनी टाळ्यांचा कडकडाट केला. नंतरची प्रश्नोत्तरं नेहमीची होती. मग एका प्रश्नकर्त्यानं विचारलं. "इतके दिवस तू का हरत होतास? आणि इथं आल्यावरही तू तुझ्या बुद्धिमत्तेची विशेष चुणूक दाखवली नव्हतीस?"

"सर, दोन्ही प्रश्नांची मी उत्तरं देतो. मी मानवांकडून तीन पानी शिकलो. काही पत्ते योग्य वेळ आल्याशिवाय उघड करायचे नसतात; हेही शिकलो. तरीही जेव्हा दूरचित्रवाणीच्या प्रतिनिधीनं हजार डॉलर लावले, तेव्हा मला वाटतं मी त्याला आणि माझ्या धन्याला ते करायला भाग पाडतोय हे तुमच्या लक्षात आलं नव्हतं. ह्याचं कारण मी मठ्ठ आहे, हे समजून पूर्वग्रहदूषित दृष्टीनं तुम्ही माझ्याकडे बघणार हे मला ठाऊक होतं. तसंच घडलं.

"आता तुमचा पहिला प्रश्न मी इतके दिवस का हरलो, मी थोडा आगाऊपणा करतोय हे मला मान्य आहे पण आईन्स्टाईन आणि इतर अनेक महान लोक शाळेत नापास होत होते. ह्याचं कारण त्यांच्या बुद्धिमत्तेच्या दृष्टीनं त्या परीक्षा इतक्या फालतू होत्या की त्या पास होण्यात त्यांना कधीच रस वाटला नव्हता. माझं तसंच झालं. त्या पहिल्या स्पर्धांतल्या यंत्रमानवांशी स्पर्धा करणं हे मला कमीपणाचं वाटत होतं; पण ते मी मालकांना सांगू शकत

नव्हतो. तेव्हा निषेध म्हणून मी त्यात शेवटचा येत होतो.'' त्या यंत्रमानवाचं हे उत्तर ऐकून रमेशसह परीक्षकांच्या नाकाशी कांदा धरायची वेळ आली. रमेशच्या यंत्रमानवाला त्या स्पर्धेत सर्व विभागात आणि स्पर्धेतील सर्वोत्कृष्ट यंत्रमानव म्हणूनही बक्षीस मिळालं. त्या दूरचित्रवाहिनीनं आणि रमेशनं मिळून लावलेल्या दोन हजार डॉलरचेही लाख दीड लाख डॉलर बनले. शिवाय रमेशला अनेक कंपन्यांनी वेगवेगळ्या प्रकारची आमिषं दाखवून सल्लागारापासून व्यवस्थापन-प्रमुख म्हणून बोलावणी केली ते वेगळंच.

हे सर्व झालं. दूरचित्रवाणीच्या मुलाखती संपल्या. रमेश आणि त्याचा यंत्रमानव असे दोघंच रमेशच्या खोलीत हॉटेलवर उरले. रमेश म्हणाला, ''यंत्र्या, तू माझी विकेट घेतलीस; पण तुला हे सुचलं तरी कसं?''

''साहेब, तुम्हीच मला हे शिकवलंत!''

''काय मी?'' रमेश पायात उंदीर शिरल्यासारखा ओरडला.

''होय साहेब, तुम्हीच!''

''पण कधी?''

''साहेब, तुम्ही मला विनोद सांगत होता, वेगवेगळ्या कोट्यांमधला फरक सांगत होता ते आठवलं?''

ते तर कबूल करणं रमेशला भागच होत. मात्र त्याचा इथं काय संबंध, ते त्याला उमगेना. त्यानं तो प्रश्न त्या यंत्रमानवाला विचारलाच.

''सर, एक दिवस तुम्ही मला एक विनोद सांगितला होता, आठवतं?''

''कुठला विनोद? मी तुला खूप विनोद सांगितले.''

''एक माणूस बारमध्ये गेला. त्यानं खिशातून एक उंदीर काढला. तो बारच्या कौंटरवर ठेवला. तो उंदीर म्हणाला, 'दोन बीअर.' कोण बोललं ते बारमनला कळेना. त्यानं त्या माणसाला विचारलं; 'कोण बोललं?' तो माणूस म्हणाला, 'माझा उंदीर' बारमन म्हणाला, 'हे खोटं आहे. उंदीर बोलला तर मी तुला दहा डॉलर देईन. नाही बोलला तर तू वीस डॉलर द्यायचे. तो माणूस उंदराला म्हणाला, मूषक राज, ह्याला बोलून दाखवा!' उंदीर काही बोलेना. त्या माणसानं खूप प्रयत्न केले. अखेरीस बारमनला वीस डॉलर देऊन तो तिथून निघून गेला. दुसऱ्या दिवशी पुन्हा हेच घडलं, त्या दिवशी तो माणूस शंभर डॉलर हरला. तिसऱ्या दिवशी त्याच्या स्वागताला बरीच माणसं होती. त्यादिवशी पाचशे रुपयांची पैज ठरली. सर्वांनी टेबलावर पाचपाचशे डॉलर ठेवले. उंदीर म्हणाला, 'मालक, त्या लोकांचं मन बदलायच्या आत पैसे

उचला नि बाहेर पडा.' तेव्हा पैसे गोळा करत त्या माणसानं उंदराला विचारलं. 'अरे पण कालपरवा तू का बोलला नाहीस?' उंदीर म्हणाला, 'मला दहा-पाच डॉलरच्या पैजा जिंकायचा कंटाळा आला होता. कालपरवा मी बोललो असतो, तर आज एवढे पैसे मिळाले असते का?' आणि ते तिथून बाहेर पडले."

"खरं आहे तुझं म्हणणं, पण तू हे आधी मला का सांगितलं नव्हतंस?"

"साहेब, तुमच्या स्वभावाचा मला अंदाज आला होता. हे मी आधीच सांगितलं असतं तर तुम्ही मला तसं करू दिलं नसतं. माझी खात्री आहे."

"म्हणजे माझा न्यूनगंड वगैरे, त्याचा तुझ्यावर परिणाम..."

"ते मला ठाऊक नाही. माझी अक्कल-हुशारी तुमच्यामुळं असली तरी मानवी गंड यंत्रमानवाला नसतात, एवढं मला ठाऊक आहे आणि मॅच फिक्सिंग कसं करतात ते मात्र मी वृत्तपत्र वाचून शिकलो." हे ऐकून रमेश यंत्रमानवाकडे आऽऽ वासून बघत राहिला.

■